சார்லி சாப்ளின் கதை

சார்லி சாப்ளின் கதை

என். சொக்கன்

ZDP
SPECIFICS

Title: Charlie Chaplin
Author's Name: N Chokkan

Published by ZDP Specifics

ZDP SPECIFICS

(An imprint of Zero Degree Publishing)
No. 55(7), R Block, 6th Avenue,
Anna Nagar,
Chennai - 600 040

Website: www.zerodegreepublishing.com
E Mail id: zerodegreepublishing@gmail.com
Phone: 89250 61999

ZDP Specifics First Edition: November 2022
ISBN: 978-81-956735-5-1
TITLE NO EP: 24

Rs.

Cover Design & Layout: Vijayan Creative Studio

சமர்ப்பணம்

இனிய தோழி சண்முகப்ரியாவுக்கு...

முன்னுரை

'சிரிக்கத் தெரிந்த ஒரே ஜீவராசி, மனிதன்தான்', என்று பொதுவாகச் சொல்வார்கள். மிச்சமிருக்கிற எல்லா விலங்குகளுக்கும் கிச்சுக்கிச்சு மூட்டிதான் இதை ஆராய்ந்து உறுதிசெய்தார்களா என்று நமக்குத் தெரியாது. என்றாலும், இதை நம்பிவைக்க வேண்டியிருக்கிறது.

ஏனெனில், சிரிக்கும் பழக்கமே மனிதனுக்கு மறந்து கொண்டிருக்கிறதோ என்ற ஒரு சூழ்நிலையில்தான் நாம் இன்று வாழ்கிறோம்.

பிறந்து சில நாள்களே ஆன குழந்தைகளின் முகத்தில் தெரியும் சிரிப்பைப் பார்க்கும்போது, ஆண்டவன் ஒவ்வொரு பிள்ளைக்கும் இந்தச் சிரிப்பை விசேஷமாய்ச் சொல்லித்தந்துதான் பூமிக்கு அனுப்புகிறானோ என்று தோன்றுகிறது. ஆனால், கூடியவிரைவில், ஒரு நீண்ட ஓட்டப் பந்தயத்தின் கடைசிக் கண்ணிகளாய் அவர்கள் இணைந்துகொள்கிறபோது, சிரிப்பெல்லாம் மறந்துபோகிறது. அல்லது, தேவையற்றது என உதிர்ந்துபோகிறது.

நல்லவேளையாக, நாமே நம்மீது சுமத்திக்கொண்டிருக்கும் இந்தச் சுமைகளை, நாமே இறக்கிக்கொள்வதும் சாத்தியமாயிருக்கிறது. பெரிதாய் ஒன்றுமில்லை. அன்றாட வாழ்க்கையில், பல

கவிதைக் கணங்கள் உண்டு, ரசனைக்குரிய பொழுதுகள் உண்டு, நகைச்சுவை பொங்கும் தருணங்களும் உண்டு. இவற்றையெல்லாம் சரியாக அடையாளம் கண்டுகொள்வதில்தான், புன்னகையின் சாவி இருக்கிறது.

ஆனால், நம் எல்லோருக்கும் இந்த நுட்பம் தெரிந்துவிடுவதில்லை. ஆகவே, பூட்டியிருக்கும் கோட்டையின்முன், களைப்பும், சலிப்புமாய் விழுந்துகிடக்கிறோம்.

அப்போது, நமக்குமுன்னே அந்தக் கோட்டைக்குள் சென்றுவிட்ட சில மகானுபாவர்கள் நமக்கு உதவ முன்வருகிறார்கள். வாழ்க்கையில் தாங்கள் கண்டறிந்த புன்னகைப் பூக்களையெல்லாம், நம்முன்னே அழகாய்க் காட்சிப்படுத்தி, நம்மைச் சிரிக்கவைக்கிறார்கள். துன்பங்கள் மறந்து, கவலைகள் மறந்து, நம்மையே மறந்த ஒரு ஆனந்த நிலையில் திளைக்கவைக்கிறார்கள்.

இந்தவிதத்தில் பார்க்கும்போது, ஒரு சார்லி சாப்ளினோ, அல்லது ஒரு கார்ட்டூன் எலியோ, அல்லது ஒரு கல்கி, கிரேஸி மோகனோ, அல்லது ஒரு கவுண்டமணி - செந்திலோ நமக்குத் தந்திருக்கும் அற்புதமான அனுபவங்களுக்காக, நாம் அவர்களுக்கு ரொம்பவே கடமைப்பட்டிருக்கிறோம்.

ஆகவேதான், பல தலைமுறைகள் தாண்டியும், இவர்களுக்கான தேவை இருக்கிறது. நம்மோடு உடன்பிறந்த சிரிப்பை, நாமே மறந்துவிடாமலிருக்கவும், நம் மனதை எப்போதும் உற்சாகத்தின் திளைப்பில் வைத்திருக்கவும், இவர்களுடைய படைப்புகள் உதவுகின்றன.

சார்லி சாப்ளினின் வாழ்க்கை வரலாறை எழுதத் தொடங்கியபோது, எனக்குள் இந்த எண்ணம்தான் எழுந்து கொண்டிருந்தது. சாப்ளினின் பெரும்பாலான படங்கள் கிட்டத்தட்ட ஒரு நூற்றாண்டு வயதானவை. ஆனாலும், இன்றைக்கும் அந்தப் படங்களில் ஓர் உயிர்ப்பு இருக்கிறது. இந்தத் தலைமுறையிலும், இனிவரும் தலைமுறைகளிலும்கூட

எல்லா வயதினரும் பார்த்து ரசிக்கக்கூடிய நிரந்தரத்தன்மை அநேகமாகச் சாப்ளினின் எல்லாப் படைப்புகளுக்கும் உண்டு.

அவருடைய படங்களைப்போலவே, சார்லி சாப்ளினின் வாழ்க்கையிலும் சிரிப்பு, சோகம் இரண்டும் சரிவிகிதத்தில் கலந்திருக்கிறது. அந்தக் கலவையை, இந்த நூலில் பதிவு செய்ய முயன்றுள்ளேன்.

ஒரு சிறந்த நடிகராகவும், இயக்குனராகவும் அறியப்பட்டிருக்கும் சார்லி சாப்ளின், தனது வாழ்க்கைக் கதையை '*My Autobiography*' என்ற பெயரில் எழுதியிருக்கிறார். அற்புதமான மொழிநடைக்காக பாராட்டப்படும் இந்தச் சுயசரிதை நூலில், சில குறைகளும் உண்டு. முக்கியமாக, தனது இளவயது அனுபவங்களைப்பற்றிப் பேசும்போது, சார்லி சாப்ளின் சொல்லும் பல தகவல்கள் தவறானவை என்று அந்தக் காலத்து வாசகர்களும், ஆய்வாளர்களும் குறிப்பிடுகிறார்கள்.

ஆகவே, சார்லி சாப்ளினின் வாழ்க்கையை எழுதுகிறவர்கள், அவருடைய சுயசரிதையை அப்படியே ஏற்றுக்கொள்ளாமல், சில, பல மாற்றங்களுடன்தான் குறிப்பிடுகிறார்கள். இந்த நூலில், நானும் அதே வழிமுறையைப் பின்பற்றியிருக்கிறேன்.

உதாரணமாக, முதன்முதலாக தனக்குத் திரைப்படங்களில் நடிப்பதற்குக் கிடைத்த வாய்ப்பைப்பற்றி சார்லி சாப்ளின் எழுதுகையில், 'ஃபோர்ட் ஸ்டெர்லிங் என்ற நடிகருக்கு பதிலாக, நான் வேலைக்குச் சேர்ந்துகொண்டேன்', என்று சொல்கிறார்.

ஆனால், அப்போது அவரை வேலைக்குச் சேர்த்துக்கொண்ட மாக் சென்னெட், 'ஃப்ரெட் மேஸ் என்ற (வேறொரு) நடிகருக்கு பதிலாகதான் சார்லி சாப்ளினை நான் அழைத்தேன்', என்று ஒரு பேட்டியின்போது குறிப்பிட்டுள்ளார்.

ஆகவே, இந்த விஷயத்தில், முற்றிலும் நேர் எதிரான இவர்களின் கருத்துகளை அலசிப்பார்த்து, யார் சொல்வது சரியாக இருக்கலாம் என்ற ஒரு உத்தேசமான முடிவுக்கு வரவேண்டியிருக்கிறது.

இதுபோல், சார்லி சாப்ளினின் சுவாரஸ்யமான வாழ்க்கையை விவரிக்கும்போது ஏகப்பட்ட குழப்பங்கள், ஏறுக்குமாறான தகவல்கள் உண்டு. முடிந்தவரை, இந்த நூலில் அதுபோன்ற சர்ச்சைகளைத் தவிர்க்க முயன்றுள்ளேன்.

வெளிப்பார்வைக்கு வெறும் 'கோமாளி'யாய்த் தோன்றுகிற சார்லி சாப்ளினுக்குப் பின்னே ஒளிந்திருக்கும் சுவையான சரிதத்தைச் சொல்வதே, இந்நூலின் முக்கியமான நோக்கம். கொடிய வறுமையில் பிறந்து, பரம ஏழையாய், கிட்டத்தட்ட அநாதையாய் வளர்ந்து, தன்னுடைய திறமை, தன்னம்பிக்கை, கடின உழைப்பு ஆகியவற்றைமட்டுமே முதலீடாகக் கொண்டு, பெரும்வெற்றியடைந்த சாப்ளினின் வாழ்க்கையில், நமக்குப் பல செய்திகள் பொதிந்திருக்கின்றன.

நூலை வாசித்து, உங்கள் கருத்துகளைத் தெரிவிக்க வேண்டுகிறேன்.

என்றும் அன்புடன்,
என். சொக்கன்,
பெங்களூர்.

இந்நூலின் அத்தியாயத் தலைப்புகளைப்பற்றி...

தமிழில் எழுதப்பட்ட புத்தகத்தின் அத்தியாயங்களுக்கு ஆங்கிலத்தில் தலைப்புகளா என்று கோபிக்கவேண்டாம். அத்தனையும், சார்லி சாப்ளினின் திரைப்படப் பெயர்கள். அந்தந்தப் பகுதிகளுக்குப் பொருத்தமாய்த் தலைப்பிட்டிருக்கிறோம்.

பொருளடக்கம்

1. The Kid

அந்தத் தெருவில் மிகச் சிலரே நடமாடிக்கொண்டிருந்தார்கள். இன்னும் சில மணி நேரங்களில் ஏராளமான பரபரப்பையும், வெளிச்சத்தையும் சேர்த்துக்கொண்டு மிளிரப்போவதற்கான எந்த அடையாளமும் இல்லாமல், அந்த நாடக அரங்கம் தூங்கி வழிந்துகொண்டிருந்தது.

வெளியிலிருந்து பார்க்கிறவர்களுக்குதான் அப்படித் தெரியும். ஆனால், அந்த அரங்கின் உள்ளே, அன்றைய நாடகத்துக்கான ஏற்பாடுகளும், ஒத்திகைகளும், பாடி, ஆடிப் பழகுவதுமாய் ஓர் உற்சாகமான மனோநிலைதான் நிலவியது.

அந்த அரங்கிற்கு வெளியே நின்றபடி, கண்ணாடி வழியே இந்தப் பரபரப்பை வேடிக்கை பார்த்துக்கொண்டிருந்தான் அந்தச் சிறுவன். ஜன்னலை உடைத்துக்கொண்டு அவர்களோடு தானும் இணைந்துவிடமாட்டோமா என்று அவன் மனது துடித்தது.

அவனுடைய உடைகள் ஒழுங்காய் இல்லை. என்றாலும், கசங்கிய ஆடைகளின் கிழிசல்களை மறைத்து, ஓரளவு நாகரிகமாகவே உடுத்தியிருந்தான் அவன், பெரிய தலையில் சுருள்சுருளாய்

முடி, ஆனால், அதற்குச் சம்பந்தமே இல்லாமல், மெலிந்த தேகம், ஒட்டிப்போன கன்னங்கள், குழந்தைப் பருவத்திலேயே வளராமல் தடைபட்டுவிட்டதுபோல், சின்னஞ்சிறிய கைகள்.

என்றாலும், அந்தச் சிறுவனின் நீலக் கண்களில் தெரிந்த அதீத ஆர்வத்தையும், ஆவலையும், எதிர்பார்ப்பையும் கவனித்தவர்கள், அவனைச் சாதாரணமாய் மதிப்பிடவேமாட்டார்கள்!

அந்த நாடக அரங்கினுள் நடக்கும் ஒவ்வொரு விஷயமும் அவனுக்கு அத்துப்படி, தற்போது என்ன நாடகம் நடக்கிறது, அதனிடையே என்னென்ன நிகழ்ச்சிகள் நடக்கின்றன, யார் யார், எந்தெந்தக் கதாபாத்திரங்களில் நடிக்கிறார்கள், யாரெல்லாம் சரியாக நடிக்கிறார்கள், யாரெல்லாம் சொதப்புகிறார்கள், எந்தெந்தக் காட்சிகளுக்கு அதிக ஒத்திகை தேவைப்படுகிறது - இப்படிப் பல நுணுக்கமான தகவல்களை அவன் மனதளவில் சேகரித்துவைத்திருந்தான்.

இந்த ஆர்வத்துக்கெல்லாம் ஒரே ஒரு காரணம்தான் - என்றேனும் ஒருநாள், தனக்கும் இதுபோன்ற ஒரு நாடகக் குழுவில் இடம் கிடைக்கும் என்று அவன் உறுதியாய் நம்பினான். தன்னளவில் அதற்கான முயற்சிகளில் ஈடுபட்டபடி, அந்த நாளுக்காகக் காத்திருந்தான்.

தான் ஒரு பெரிய மேடை நாடக நட்சத்திரமாய் வளரப்போகிறோம் என்பதில் அந்தச் சிறுவனுக்கு எந்தச் சந்தேகமும் இல்லை. ஏனெனில் அவனுடைய அம்மா, அவனிடம் தெளிவாய்ச் சொல்லியிருந்தார், 'சார்லி, நீதான் உலகத்திலேயே மிகச் சிறந்த மேடைக் கலைஞன்! உன்னைப் பார்த்து ரசிப்பதற்காக, ஜனங்களெல்லாம் உன்னுடைய மேடை நிகழ்ச்சிகளுக்குப் போட்டி போட்டுக்கொண்டு வந்து குவியப்போகிறார்கள்!'

அம்மா சொல்லிவிட்டபின், அதற்கு மறுபேச்சு உண்டா? அது நடக்காமல்போவதற்கான சாத்தியங்கள்தான் உண்டா? - இப்படி நினைத்த சிறுவன் சார்லி, அந்தச் சிறுவயதிலேயே,

தன்னை உலகின் முதன்மைக் கலைஞர்களில் ஒருவனாகக் கற்பனை செய்துகொள்ளத்தொடங்கியிருந்தான்.

சார்லிக்கு அம்மாதான் எல்லாமே, அவனுக்கு ஒரு வயது ஆகும்போது, அப்பாவாக இருந்தவர் அவர்களைப் பிரிந்து சென்றுவிட்டார், ஆகவே, அதன்பின் சார்லிக்கும், அவனுடைய ஒன்றுவிட்ட அண்ணன் சிட்னிக்கும், எல்லாமே அம்மாதான் !

அப்போது அவர்களின் குடும்பம், கொடும் வறுமையில் வாடிக்கொண்டிருந்தது. சார்லியின் அம்மா ஹென்னா ஹில் மேடை நிகழ்ச்சிகளில் பங்கேற்றுப் பாடி, அதில் கிடைக்கிற சொற்ப வருமானத்தில், இரண்டு பிள்ளைகளுக்கும் வயிறு நிரம்பச் சாப்பாடு போடுவதுகூட கஷ்டம் என்கிற நிலைமை.

இப்படிப்பட்ட சூழ்நிலையில், சார்லிக்குப் படிப்பில் ஆர்வமில்லாமல்போனது பெரிய ஆச்சரியமில்லை - அம்மாவின் கஷ்டத்தில் பங்கேற்கவேண்டும் என்ற பொறுப்புணர்ச்சி, அவனுக்குச் சிறுவயதிலேயே உண்டாகிவிட்டது. ஆகவே, ஒன்றிரண்டு வருடங்களுக்குமேல் அவன் பள்ளிப் படிப்பைத் தொடரவில்லை. தனக்குக் கிடைத்த சிறு வேலைகளில் தொற்றிக்கொண்டு, தன்னால் இயன்றவரை பணம் சம்பாதித்தான் அவன்.

சில காலம் பேப்பர் போடும் பையனாக, இன்னும் கொஞ்ச நாள் ஒரு டாக்டருக்கு உதவியாளனாக, பின்னர், முடி வெட்டும் கடையில் கொஞ்ச நாள், கண்ணாடித் தொழிற்சாலையில் கொஞ்ச நாள், அச்சகத்தில் கொஞ்ச நாள், பொம்மை செய்பவனாகச் சில நாள், ஆர்வமுள்ள சிலருக்கு நடனம் சொல்லித்தரும் வாத்தியாராகக் கொஞ்ச நாள், பிறகு, திடுதிப்பென்று வியாபாரி அவதாரம் எடுத்து, பூங்கொத்துகள் விற்பது, பழைய துணிகளை ஏலம்போட்டு விற்பது, பொம்மைகள் செய்து விற்பது - இப்படி, அந்தச் சில வருடங்களுக்குள் சிறுவன் சார்லி எடுத்த அவதாரங்கள் கொஞ்சநஞ்சமில்லை!

இந்த வேலைதான் செய்யவேண்டும் என்று கணக்கில்லை, எப்படிப்பட்ட வேலையானாலும் சட்டென்று ஒப்புக்கொண்டு காரியத்தில் இறங்கிவிடுவான் சார்லி. ஆனால், ஒரே ஒரு நிபந்தனை, பேசிய தொகையை, நயா பைசா பாக்கியில்லாமல் சரியாகக் கொடுத்துவிடவேண்டும் - அந்த விஷயத்தில்மட்டும், பையன் சரியான கறார் பேர்வழி.

இன்னும் பால் மணம் மாறாத ஒரு சின்னஞ்சிறுவன், இப்படிப் பணவிஷயத்தில் கெட்டியாக இருக்கிறான் என்றால், அதற்கு ஒரே ஒரு காரணம்தான் இருக்கமுடியும் - அந்தப் பிஞ்சு வயதிலேயே, இல்லாமையின் கொடுமை அவனை ரொம்பவும் பாதித்திருந்தது, ஏழைகளாய் இருக்கிறவர்கள் என்னென்ன கஷ்டங்களையெல்லாம் அனுபவிக்கவேண்டியிருக்கும், ஒரு துயரம் பாக்கியில்லாமல் எல்லாவற்றையும் கண்ணெதிரே அனுபவித்துப் பார்த்துவிட்டான் அவன்.

இதை விளக்கமாய்ச் சொல்வதற்குமுன்னால், சார்லியின் குடும்பம் இப்படி நடுத்தெருவுக்கு வருவதற்குக் காரணமான சில நிகழ்ச்சிகளைப் பார்த்துவிடலாம்.

சார்லியின் அம்மாவும், அப்பாவும், லண்டன் மேடைக் கலைஞர்கள் - அப்பா பெயர் சார்லஸ் சாப்ளின், அம்மா பெயர் ஹென்னா ஹில் - மேடையேறிப் பாடுவதற்காகமட்டும், 'லிலி ஹார்லி' என்று ஒரு புனை பெயர் வைத்துக்கொண்டிருந்தார் அவர்.

இவர்கள் இருவருக்கும் திருமணம் நடப்பதற்குமுன்னாலேயே, ஹென்னா ஹில்லுக்கு வேறொருவருடன் தொடர்பு இருந்தது - அந்த 'இன்னொருவர்' மூலம் ஹென்னாவுக்குப் பிறந்த பிள்ளைதான் சிட்னி.

பின்னர் அவர் சார்லஸ் சாப்ளினைத் திருமணம் செய்துகொண்டார் - 1889ம் ஆண்டு, ஏப்ரல் 16ம் தேதி, அவர்களுக்கு ஒரு மகன் பிறந்தான். என்ன காரணமோ, அப்பா பெயரையே மகனுக்கும் வைத்துவிட்டார்கள் - சார்லஸ் ஸ்பென்ஸர் சாப்ளின்!

'சார்லஸ் ஜுனியர்' என்று குறிப்பிடப்படும் அந்த சார்லஸ் ஸ்பென்ஸர் சாப்ளின்தான், செல்லமாய் 'சார்லி' - இன்னும் தெளிவாய்ச் சொல்வதானால், 'சார்லி சாப்ளின்'!

சார்லி சாப்ளினின் பிறந்த நாள், பிறந்த இடம் ஆகியவற்றுக்கு, அதிகாரபூர்வமான குறிப்புகள் ஏதும் இல்லை - ஆகவே, அவர் பிறந்தது ஏப்ரல் பதினாறா, அல்லது பதினைந்தா என்று ஒரு குழப்பம் இருக்கிறது - பெரும்பாலான பத்திரிகைக் குறிப்புகள், தகவல்களின்படி, ஏப்ரல் 16தான் அவரது பிறந்த நாள் என்று சொல்லலாம்.

அதேபோல், சார்லி சாப்ளின் பிறந்தது லண்டன் நகரத்தில்தான் என்று பல கட்டுரையாளர்கள் குறிப்பிடுகிறார்கள். ஆனால், அவர் பிறந்தது ஃப்ரான்ஸில் என்று சொல்கிறவர்களும் உண்டு - ஒரு காலத்தில் சாப்ளினே இப்படித்தான் சொல்லிக்கொண்டிருந்தாராம்.

எது எப்படியோ, சார்லி சாப்ளின் பிறந்தாகிவிட்டது, அந்த சந்தோஷத்தைக் கொண்டாடி முடிப்பதற்குள், அவனுடைய அம்மாவுக்கும், அப்பாவுக்கும் இடையே சண்டை வந்து, பிரிந்துவிட்டார்கள்.

சார்லியின் அம்மா ஹென்னா, தன்னுடைய கணவர் சார்லஸை ரொம்பவும் நேசித்திருக்கிறார். இதற்கு சாட்சியாக, 'எத்தனை பிரச்சனைகள் வந்தபோதும், அம்மா எப்போதும் அப்பாவைப்பற்றித் தவறாகப் பேசியதில்லை', என்று சார்லி சாப்ளின் நினைவுகூர்கிறார். என்றாலும், சார்லஸின் குடிப்பழக்கம் அவர்களிடையே பல பிரச்சனைகளைக் கொண்டுவந்தது. ஆகவே, அவர்கள் பிரிவது காலத்தின் கட்டாயமாகிவிட்டது.

அதன்பின், ஹென்னா இன்னொரு திருமணம் செய்துகொண்டதாய்த் தெரியவில்லை. ஆனால், 1892ம் ஆண்டு, அவருக்கு இன்னொரு மகன் பிறந்திருக்கிறான். ஆனால், அந்தப் பையனின் அப்பா, அவனைத் தன்னோடு வளர்ப்பதாகக் கொண்டுசென்றுவிட்டார் - இந்த விஷயம் சார்லி சாப்ளினுக்குப் பல ஆண்டுகளுக்குப்பிறகுதான் தெரியவந்தது.

ஏற்கெனவே பார்த்ததுபோல், சிட்னியும், சார்லியும் அம்மாவின் கவனிப்பில் வளர்ந்தார்கள். சார்லியின் அப்பா, எப்போதாவது சிறு உதவிகள் செய்வார், பல சந்தர்ப்பங்களில் அதுவும் இல்லை. ஆகவே, அந்தச் சிறுவர்கள் இருவரையும் வளர்க்கிற முழுப் பொறுப்பு, அம்மா ஹென்னாவின் தலையில் விழுந்தது.

ஒருவிதத்தில், இது அவரே விரும்பி ஏற்றுக்கொண்ட பொறுப்புதான். ஹென்னாவும், அவருடைய கணவரும் பிரிந்தபோது, ஹென்னாவின் பொருளாதார நிலைமை ஓரளவு சிறப்பாகவே இருந்தது. நல்ல புகழும், நிலையான வருமானமும் அவருக்குக் கிடைத்துக்கொண்டிருந்த காரணத்தால், தனது கணவர் சார்லஸிடம், ஜீவனாம்சமோ, குழந்தைகளைப் பராமரிப்பதற்கான உதவியோ அவர் எதிர்பார்க்கவில்லை.

ஆனால், கலைத்துறையில் 'நிரந்தர வெற்றியாளர்' என்று யாரைச் சொல்லமுடியும் ? சில ஆண்டுகளுக்குள், நிலைமை தலைகீழாகிவிட்டது - மேடைப் பாடகியான ஹென்னாவுக்கு, வருடம்முழுவதும் வாய்ப்புகள் கிடைத்துக்கொண்டே இருக்கும் என்கிற கட்டாயம் ஏதும் இல்லை. ஆகவே, பெரும்பாலான நேரங்களில், அடிப்படை வசதிகளுக்குக்கூட வழியில்லாமல் அம்மாவும், மகன்களும் தவித்தார்கள்.

அப்போதுதான், ஹென்னா தன்னுடைய முன்னாள் கணவரிடம் உதவி கேட்டார். தனக்காக இல்லாவிட்டாலும், குழந்தைகளை நல்லபடியாய் வளர்ப்பதற்காவது அவர் கொஞ்சம் உதவி செய்யவேண்டும் என்று இப்போது ஹென்னா எதிர்பார்த்தார். இதற்காக கோர்ட்டில் ஒரு வழக்கு நடைபெற்றது. கடைசியில், பையன்களின் பராமரிப்புக்காக, சார்லஸ் ஹென்னாவுக்கு வாரம் 10 ஷில்லிங் தரவேண்டும் என்று முடிவானது.

இந்த விஷயத்தில் சார்லஸ் ஹென்னாவை ஏமாற்றவில்லை. தன்னால் முடிந்தவரை, அந்தத் தொகையை வாரம் தவறாமல் அனுப்பிக்கொண்டுதானிருந்தார். ஆனால், பத்து ஷில்லிங் என்பது அப்படியொன்றும் பெரிய தொகை இல்லை. அதை வைத்துக்கொண்டு பெரிதாய் என்ன செய்துவிடமுடியும்?

சரியான சாப்பாடு இல்லை, போதுமான துணிமணிகள் இல்லை, கௌரவமாய் நான்கு பேர் நடுவில் சென்று வருவதற்கான அந்தஸ்து இல்லை - இப்படிப் பலவிதமான 'இல்லை'களுக்கு நடுவில்தான் வளர்ந்தான் சார்லி.

வளரும் பையன்களுக்கு, போதுமான போஷாக்கு கிடைக்காவிட்டால் என்னாகும் என்பதற்கு, சார்லிதான் சரியான உதாரணம் - நன்கு சாப்பிட்டு, வளரவேண்டிய வயதில், பெரும்பாலான நாள்களைப் பட்டினியில் கழித்த காரணத்தால்தான், சார்லிக்கு உயரம் போதவில்லை, தலை, உடம்பு, கைகள், விரல்கள் என்று எதுவுமே சரியான விகிதத்தில் இல்லை.

பின்னாள்களில் சார்லி பெரும் சாதனையாளராக வளர்ந்து, உலகின் மிகப் பெரிய பணக்காரர்களில் ஒருவராகி, வாழ்க்கை வசதிகள் அனைத்தையும் ஆண்டு அனுபவித்தபோதும், இந்தக் குறை, அவரை வாழ்நாள்முழுதும் விரட்டியது - அவருடைய மரணத்துக்குப்பின், அவருக்குச் சிலை செய்த சிற்பி ஒருவர், 'சரியான வளர்ச்சியில்லாத குழந்தையின் பிம்பம், சார்லி சாப்ளினிடம் தெரிகிறது!', என்று மிகுந்த துயரத்தோடு குறிப்பிட்டார்.

இப்படி நோஞ்சான் பிள்ளையாகவே வளர்ந்த சார்லியை, நோய்கள் சுலபமாய்த் தொற்றிக்கொண்டன. அவற்றை எதிர்த்து விரட்டுவதற்கான சக்தி போதாமல், அவனுடைய உடம்பு அந்த வியாதிகளிடம் அடிக்கடி அடிபணிந்தது.

அப்போதெல்லாம், படுத்தபடுக்கையாய்க் கிடப்பான் சார்லி. கொஞ்சம் கையை, காலை அசைத்தாலும், வலி உயிரைப் பிடுங்கும் என்பதால், சுவரையும், கூரையையும் வெறித்தபடி வேதனையோடு படுத்திருப்பான் அவன்.

நல்லவேளையாக, சார்லியின் இந்தத் துயரத்தை, அவன் அம்மா ஹென்னா நன்கு புரிந்துகொண்டார். அவனை உற்சாகப்படுத்துவதற்காக, பைபிளையும், சில

கதைப்புத்தகங்களையும் உணர்ச்சிமயமாய்ப் படித்துக் காண்பித்தார் அவர். வெளி உலகில் என்னவெல்லாம் நடக்கிறது என்பதை சார்லிக்குக் கதைபோல், நாடகம்போல் சொன்னார். சில சந்தர்ப்பங்களில் அந்தந்தக் கதாபாத்திரங்களைத் தானே ஏற்றுக்கொண்டு, அவர்களைப்போலவே பேசி, நடித்துக் காண்பிப்பதும் உண்டு.

இப்படித் தன் அம்மாவின் ஒரு நபர் ஓரங்க நாடகங்களைத் தொடர்ந்து கவனித்த சார்லி, மெல்லமெல்ல அந்த நடிப்புக் கலையின்மீது காதலை வளர்த்துக்கொண்டான் - அம்மாவைப்போலவே, நானும் ஒரு மேடைக் கலைஞனாவேன், நடிகனாவேன், எல்லோரும் என்னைப் பார்த்துக் கைதட்டி ரசிக்கும்படி புகழ் பெறுவேன் என்றெல்லாம் மனதினுள் உறுதியை வளர்த்துக்கொண்டான்.

உண்மையில், அப்போது சார்லி இருந்த நிலைமைக்கு, புகழ்கூட இரண்டாம்பட்சம்தான், பணம் சம்பாதிக்கவேண்டும் - கொஞ்சநஞ்சமில்லை, நிறைய, மிக நிறையப் பணம் சம்பாதிக்க வேண்டும், இப்போது எங்களுக்கு என்னவெல்லாம் 'இல்லை'யோ, அதெல்லாம் அபரிமிதமாய்க் கொட்டிக்கிடக்கும்படி நிறைய்ய்ய சம்பாதிக்கவேண்டும் - அந்த வயதில் இது ஒன்றுதான் சார்லியின் குறிக்கோளாக இருந்தது.

சார்லி நோய்வாய்ப்பட்டிருக்கும் சமயங்களிலும், மற்ற நாள்களிலும்கூட, பகல்முழுதும் அம்மாவால் சார்லியுடன் இருக்கமுடியும், ஆனால், மாலை நேரமாகிவிட்டால், நாடக ஒத்திகைகள், நிகழ்ச்சிகள் என்று அவர் வெளியே கிளம்பவேண்டியிருக்கும் - அப்போது சார்லியை யார் பார்த்துக்கொள்வார்கள்?

இதற்காக சம்பளத்துக்கு ஆள்வைக்கிற அளவுக்கு ஹென்னாவுக்கு வசதி போதாது. ஆகவே, அவர் தன் மகனையும் தன்னோடு அழைத்துச்சென்றுவிடுவார், மேடையின் பின்புறமாக ஒரு நாற்காலியைப் போட்டு, 'சமர்த்தா இங்கயே உட்கார்ந்திருக்கணும், சரியா?', என்று அவனை அங்கே உட்காரவைத்துவிட்டு, அவர்

நடிக்கச் சென்றுவிடுவார்.

சார்லிக்கு உடம்பில்தான் பலம் குறைவு, ஆனால், அந்த வயதுக்கே உரிய துறுதுறுப்பும், குறும்புத்தனங்களும் அவனிடம் ஏராளமாய் இருந்தன. ஆகவே, அம்மா அந்தப்பக்கம் நகர்ந்ததும், இவன் வேறுபக்கமாய் ஓடிப்போய், மற்ற கலைஞர்களின் ஒத்திகைகளையும், முன்தயாரிப்புகளையும் வேடிக்கை பார்ப்பான். புற வாழ்க்கையில் சோகத்தின் இருளைமட்டும் பார்த்துப் பழகிய அந்தச் சிறுவனுக்கு, வண்ண விளக்குகள், மினுமினுப்பான ஜிகினா ஆடைகள், ஒப்பனைகள், பிரம்மாண்டம் என்றிருந்த நாடக மேடை ரொம்பவும் பிடித்துப்போனது.

அந்த வயதிலேயே, அவனிடம் ஏதோ ஒரு கவர்ச்சி இருந்திருக்கிறது - அந்தக் குழுவிலிருந்த பலரும், அவனோடு வலிய வந்து பழகியிருக்கிறார்கள். சீக்கிரத்திலேயே, அங்கிருந்த எல்லாக் கலைஞர்களுக்கும், சார்லி ஒரு செல்லப்பிள்ளையாகிவிட்டான், அவனைக் கன்னத்தில் கிள்ளி, ‘ஒரு பாட்டுப் பாடுடா கண்ணா!’, என்று நேயர் விருப்பம் கேட்குமளவு எல்லோரோடும் நெருங்கிவிட்டான்!

சார்லிக்கு யாரும் பாடச் சொல்லித்தரவில்லை. என்றாலும், அம்மாவும், மற்ற கலைஞர்களும் பாடுவதைக் கேட்டு, அதே பாடல்களைத் தனது மழலைக் குரலில் அழகாய்ப் பாடிக் காண்பிப்பான் அவன். பாடி முடித்ததும், அவனைப் பாராட்டிக் கைதட்டவும், செல்லம் கொஞ்சிக் கட்டிக்கொள்ளவும், ஒரு சிறிய ரசிகர் மன்றமே அங்கே உருவாகிவிட்டது.

விளையாட்டாய்த் தொடங்கிய இந்தப் பழக்கம்தான், ஐந்து வயதில், சார்லியை திடீரென்று மேடையேற்றி, அரங்கேற்றம் செய்யவைத்தது - யாரும் எதிர்பாராத அந்த நிகழ்ச்சி, சந்தோஷமும், சோகமும், சம விகிதத்தில் கலந்தது!

2. A Dog's Life

'சங்கராபரணம்' திரைப்படத்தில் பார்த்திருக்கிறோம் - கச்சேரியின்போது, தொடர்ந்து பாடமுடியாமல் குருநாதர் துடிக்க, அவருடைய சிஷ்யப்பிள்ளை அதைப் பாடிப் பூர்த்தி செய்கிறது!

கிட்டத்தட்ட அதேபோன்றதொரு நிகழ்ச்சிதான். ஆனால், சார்லி கொஞ்சமும் எதிர்பாராத ஒரு துயரமும் இதில் கலந்திருந்தது.

அப்போது அவனுக்கு வயது ஐந்து (1894ம் ஆண்டு), வழக்கம்போல், அன்றைய மேடை நிகழ்ச்சிக்கும் அவனை அழைத்துச்சென்ற அவன் அம்மா, அவனை ஓரமாய் உட்காரச்செய்துவிட்டு, மேடைக்குச் சென்றுவிட்டார்.

அன்றைக்கும் எப்போதும்போல்தான் பாடத்தொடங்கினார் அவர். ஆனால் சில நிமிடங்களுக்குள், திடுமென்று குரலில் கரகரப்பு கூடிப்போனதாய் ஒரு உணர்வு, எத்தனை முயன்றாலும், அபஸ்வரமாய்க் குரல் சிதைகிறது, கிசுகிசுப்பதுபோல், ரகசியம்போல் ஏதோ சில அர்த்தமற்ற ஒலிகள் வந்து விழுகின்றன, அதற்குமேல் தொடர்ந்து பாடமுடியாமல் ஏதோ

தொண்டையை அடைக்கிறது, வாயைத் திறந்தால், வெறும் காற்றுதான் வருகிறது.

என்ன செய்வதென்று புரியாமல் திகைத்துப்போனார் ஹென்னா. ஏற்கெனவே சில சந்தர்ப்பங்களில் அவருக்கு இப்படிக் குரல் உடைந்து, பாடமுடியாதபடி நேர்ந்ததுண்டு. ஆனால், இன்றைக்கு ரொம்ப மோசமாகிவிட்டது - அதுவும், இத்தனை ரசிகர்களுக்குமுன்னால், பாதிப் பாடலைப் பாடிக்கொண்டிருக்கும்போது இப்படி நடந்துவிட்டதே என்று நினைக்கும்போது, அவருக்கு அழுகையே வந்துவிட்டது.

ஆனால், அங்கே கூடியிருந்த ரசிகர்கள், அவருடைய தவிப்பைப் புரிந்துகொள்ளாமல், கேலியாய்க் குரல் எழுப்பினார்கள், கிண்டலடித்துச் சிரித்தார்கள், 'நீ பாடியது போதும்!', என்று உரக்கக் கத்தினார்கள், போ, போ!', என்று அவரை வெளியேறச்சொல்லி சைகை காட்டினார்கள்.

இதையெல்லாம் பார்த்தபடி மேடையோரமாய் நின்றுகொண்டிருந்தான் சார்லி. என்ன நடக்கிறது என்றே அவனுக்குப் புரியவில்லை. திடீரென்று அம்மா ஏன் பாடுவதை நிறுத்திவிட்டாள் ? அம்மாவுக்கு என்ன ஆச்சு ? அம்மா ஏன் அழுகிறாள் ? - இப்படித் தனக்குள் கேள்விகளை எழுப்பியபடி தவிப்போடு நின்றிருந்தான் அவன்.

சில நிமிடங்களில், கண்களைத் துடைத்துக்கொண்டபடி மேடையோரமாய் நகர்ந்துவிட்டார் ஹென்னா. அந்த நிகழ்ச்சிக்கு ஏற்பாடு செய்திருந்தவர்கள் அவரைச் சூழ்ந்துகொண்டு, 'என்னம்மா நீ, போனாப்போகுது-ன்னு உனக்கு சான்ஸ் கொடுத்தா, இப்படி சொதப்பிட்டியே' என்னும்வகையில் அவரை மேலும் வதைக்கலானார்கள்.

இதையெல்லாம் பொறுமையாய்ப் பார்த்துக்கொண்டிருந்த ஒருவர், ஓரமாய் நின்றிருந்த சிறுவன் சார்லியைத் தன்னருகே அழைத்தார், 'சார்லி, நீ மேடையில பாடுவியா?', என்று அன்போடு விசாரித்தார்.

சார்லியின் அம்மா ஹென்னா இடம்பெற்றிருந்த கலைஞர் குழுவின் தலைவர் அவர். ஏற்கெனவே, பல ஒத்திகை நிகழ்ச்சிகளின்போது சார்லியைப் பார்த்திருந்த அவர், அந்தச் சிறுவன் நன்றாகப் பாடுகிறான் என்பதையும் கவனித்திருந்தார். ஆகவே, இப்போது, இந்த மேடையில், ஹென்னாவுக்குபதிலாக, சார்லியைப் பாடவைக்க விரும்பினார்.

ஹென்னாவுக்கு இதில் சம்மதம்தானா என்று தெரியவில்லை. ஆனால், அப்போதைக்கு அவருக்கு வேறு வழியும் தெரியவில்லை, சிறுவன் சார்லியும், மேடையில் பாடுவதற்கு ஆவலாகவே இருந்தான்.

கண்மூடித் திறப்பதற்குள் எல்லாம் நடந்துவிட்டது - சிறுவன் சார்லியின் கைகளைப் பிடித்தபடி, அவனை மேடைக்கு அழைத்துச்சென்றார் அந்த மேலாளர், 'ஹென்னாவுக்குபதிலாக, அவருடைய மகன் பாடுவான்' என்பதுபோல் ஏதோ ஒன்றிரண்டு வார்த்தைகள் பேசினார், பிறகு, 'மகனே, உன் சமத்து', என்பதுபோல் சார்லியை ஒருமுறை பார்த்துவிட்டு, அவனைத் தனியே விட்டுச் சென்றுவிட்டார் அவர்.

அதுவரை, நிகழ்ச்சிகள் நடைபெறும் மேடையை, அதன் ஓரத்திலிருந்து பார்த்து ரசித்திருந்த சார்லிக்கு, அந்த மேடையின் மத்தியின் நிற்பது ஒரு இனம்புரியாத பரவசமாய் இருந்தது. ஆனால் அதேசமயம், பளீரென்று முகத்தில் மோதும் பிரகாசமான விளக்குகளும், தன்முன்னே கூடியிருக்கும் ரசிகர்களையும் பார்க்கையில், அவனுக்குள் ஒரு கலவரம் பரவியது.

நல்லவேளையாக, அந்த எண்ணங்கள் சார்லியின் இயல்பான திறமையைத் தடுத்து நடுக்கமூட்டிவிடவில்லை. அழகான, மென்மையான குரலில் தனது பாடலைத் தொடங்கினான் அவன்.

ஏற்கெனவே, ஹென்னாவின் பாடல் பாதியில் தடைபட்டு விட்டதால், அங்கிருந்த ரசிகர்களிடையே ஒரு பரபரப்பும்,

மெலிதான கலாட்டா உத்தேசங்களும் பரவியிருந்தன. அந்தத் துறுதுறுப்பினிடையே, 'யார் இந்தப் பொடியன்? அப்படி என்னதான் பாடப்போகிறான்?' என்று அந்த ரசிகர்கள் நின்று கவனித்தது, சார்லியின் அதிர்ஷ்டம்தான்.

சில நிமிடங்களுக்குள், அந்த அரங்கத்திலிருந்த எல்லோரும், சார்லியின் குரலில் கட்டுப்பட்டுவிட்டார்கள் - முறைப்படி இசை கற்காத சார்லி, உண்மையாகவே அப்படி அற்புதமாய்ப் பாடினானா, அல்லது, வழக்கமான மேடை நிகழ்ச்சிகளுக்குமாற்றாக, ஒரு சின்னஞ்சிறுவனின் குரலைக் கேட்டதில் மக்கள் நெகிழ்ந்துவிட்டார்களா என்று சொல்வதற்கில்லை, ஆனால், அங்கிருந்த ரசிகர்கள் சார்லியின் பாடலில் மிகுந்த உற்சாகமடைந்து, கைதட்டல்களைக் குவித்தார்கள்!

அந்தக் கைதட்டல்களைக் கேட்டதும், சார்லிக்கு மேலும் தெம்பு கூடியது. ஆகவே, அப்போது அவன் பாடிக்கொண்டிருந்த பாடலின் இடையே, குறும்புத்தனமாய் ஒரு வேலை செய்தான் - சிறிது நேரத்துக்குமுன், அவனுடைய அம்மாவுக்கு திடீரென்று தொண்டை சிக்கிக்கொண்டு, பாடமுடியாதபடி குரல் உடைந்ததே, அதேபோல், தன்னுடைய குரலும் உடைவதாக மிமிக்ரி செய்துகாண்பித்தான் அவன்.

நிஜமாகவே இவனுக்கும் குரல் உடைந்துவிட்டதா என்று எல்லோரும் சந்தேகமாய்ப் பார்க்கையில், சட்டென்று குரலைச் சரியாக்கிக்கொண்டு, தொடர்ந்து பாடினான் சார்லி - அந்தச் சிறுவனிடமிருந்து இப்படியொரு வேடிக்கையான உத்தியை எதிர்பார்க்காத ரசிகர்கள், வாய்விட்டுச் சிரித்தார்கள், அவனைப் பாராட்டும்விதமாக, கையிலிருந்த காசுகளை மேடையில் எறிந்தார்கள்.

அந்தக் காசுகளைப் பார்த்ததும், சட்டென்று சார்லிக்குள்ளிருந்த பொறுப்பான சிறு பையன் விழித்தெழுந்தான், அதுவரை பாடிக்கொண்டிருந்த பாடலை அந்தரத்தில் நிறுத்திவிட்டு, 'கொஞ்சம் பொறுங்கள், இந்தக் காசுகளைப் பொறுக்கிக்கொண்டு,

பிறகு தொடர்ந்து பாடுகிறேன்!', என்று சொல்லிவிட்டு, சட்டென்று கீழே குனிந்து, அங்கிருந்த காசுகளை அள்ளத்தொடங்கினான் சார்லி.

இதைப் பார்த்ததும், அங்கிருந்த கூட்டம் குலுங்கிக் குலுங்கிச் சிரிக்கலானது. வேண்டுமென்றே, சும்மா வேடிக்கைக்காக அவன் அப்படிச் செய்கிறான் என்று நினைத்துக்கொண்டு, மேலும் காசுகளை அவன்மீது எறிந்தது.

ஐந்து வயது சார்லி சாப்ளின், தனது முதல் கைதட்டலைப் பெற்றது அன்றுதான். முதன்முதலாக, தன்னைக் கண்டு ஜனங்கள் சிரிப்பதைப் பார்த்தது அன்றுதான் - இந்த இரண்டும் அவன் மனதில் அழுத்தமாய்ப் பதிந்துபோனது. பின்னாள்களில், உலகிலேயே மிக அதிகமான கைதட்டல்களுக்கும், மிக அதிகமான ரசிகர்களின் சந்தோஷத்துக்கும் உரியவனாய் வளர்ந்தான் அவன்!

ஆனால், அப்போது, இந்த சந்தோஷத்தை உடனடியாக அனுபவிக்கமுடியாதபடி, சார்லியின் குடும்பத்துக்கு ஒரு பெரிய அதிர்ச்சி காத்திருந்தது - சார்லி மேடையேறிய அதே நிகழ்ச்சி, ஹென்னாவின் கடைசி நிகழ்ச்சியாகிவிட்டது. அதன்பின் அவரை யாரும் பாட அழைக்கவில்லை. கொஞ்சநஞ்சம் இருந்த வருமானமும் கெட்டுவிட்டது.

ஆகவே, சார்ளியும், சிட்னியும் வேலைக்குப் போவது கட்டாயமாகிவிட்டது. அவர்கள் இருவரும் தங்களுக்குக் கிடைத்த சிறு வேலைகளைச் செய்து, அம்மாவுக்கு உதவியாய்ப் பணம் சேர்த்தார்கள். ஹென்னாவும், தனக்குத் தெரிந்த தையல் வேலையைச் செய்து, குடும்பத்தை ஓரளவு நகர்த்தினாள்.

ஆனால், இந்தச் சிரம வாழ்க்கையிலும் பல பிரச்சனைகள், பொருளாதாரப் பற்றாக்குறை அந்தக் குடும்பத்தை வாட்டி வதைத்தது - ஓரளவு வசதியான பெரிய வீட்டிலிருந்து, சிறிய, மிகச்சிறிய, மிகமிகச் சிறிய வீடுகளுக்குக் குடிபெயர்ந்தார்கள் அவர்கள். ஒவ்வொரு 'புதிய' வீட்டிலும், வாடகை தரமுடியாத

நிலைமை வரும்போது, வீட்டுக்காரரைப் பார்த்து ஓடி ஒளிவது, பின்னர் அங்கிருந்து அடுத்த 'சிறிய' வீட்டுக்குத் தாவுவது என்று அவர்களின் வாழ்க்கை ஓட்டமாய் ஓடிக்கொண்டிருந்தது.

இப்படி நிகழும் ஒவ்வொரு இடப்பெயர்ச்சியும், அவர்கள் வசிக்கிற வீட்டின் அளவைமட்டும் குறைக்கவில்லை - அந்தக் குடும்பத்தின் வாழ்க்கை நிலைமையும் ஒவ்வொரு படியாய்க் கீழே இறக்கிக்கொண்டிருந்தது. ஒருகட்டத்தில், லண்டனின் மிக மோசமான, சுத்தமில்லாத குடியிருப்புப் பகுதிகளில்தான் அவர்கள் நிரந்தரமாய் வாழவேண்டியிருந்தது.

தாங்கமுடியாத துயரங்களும், பிள்ளைகளின் எதிர்காலம்குறித்த பயமும், ஹென்னாவின் மனதில் தீராத அழுத்தத்தை ஏற்படுத்தியது. அடிக்கடி அவருக்குத் தலைவலி வரத் தொடங்கியது, சில சமயங்களில் மண்டைக்குள் பலவிதமான குரல்கள் கேட்கத்தொடங்கின.

ஒருகட்டத்தில், தன்னால் இந்தக் குடும்பத்தைச் சமாளிக்கமுடியாது என்று முடிவுசெய்தார் அவர். வேறுவழி தெரியாமல், ஏழைகளுக்கான உதவி இல்லமொன்றில், தனது பிள்ளைகளோடு சென்று சேர்வதாக முடிவுசெய்தார்.

அந்தக் கால இங்கிலாந்தில், போதுமான வருமானம் இல்லாத ஏழைகளுக்கு அடைக்கலம் தரும் சில அமைப்புகள் இருந்தன. அப்படிப்பட்டவர்களைத் தங்களின் இருப்பிடத்தில் தங்கச்செய்து, அவர்களுக்குச் சாப்பாட்டுக்கும் ஏற்பாடு செய்வார்கள் - கிட்டத்தட்ட, நம் ஊர் தர்ம சத்திரங்களைப்போல.

ஆனால், சாப்பிட்டுவிட்டு நாள்முழுதும் சும்மா கிடக்கமுடியாது - இல்ல நிர்வாகிகள் சொல்லும் வேலைகளைச் செய்துதரவேண்டும். ஆகவே, இந்த இல்லங்களுக்கு 'கருணை இல்லம்' என்று இல்லாமல், 'வேலை இல்லம்' என்று பொருள்படும்படி, '*Work House*' என்றுதான் பெயர்!

நியாயப்படி பார்த்தால், வேலை செய்கிறோம், அதற்கான கூலிக்குபதிலாக, சாப்பாடும், இருக்க இடமும் தருகிறார்கள்

- கௌரவமான பிழைப்புதான். என்றாலும், இப்படிப்பட்ட உதவி இல்லங்களில் சென்று சேர்வது, அந்தக் காலத்தில் பெரும் அவமானமாய்க் கருதப்பட்டது, பிழைப்பதற்கு வேறு வழியே இல்லை என்ற நிலைமையில், பட்டினிச் சாவை நெருங்குபவர்களும், ஏற்கெனவே தெருக்களில் பிச்சையெடுத்துக்கொண்டிருக்கிறவர்களும்தான், இந்த இல்லங்களில் சென்று சேர்வார்கள்.

சார்லியின் குடும்பம் இதைப்பற்றியெல்லாம் யோசிக்கிற நிலைமையில் இல்லை - வெள்ளம் தலைக்குமேலே செல்வதற்குமுன்னால், எப்படியாவது கரையேறிவிடவேண்டும் என்ற தவிப்பில் இருந்த ஹென்னாவும், இரண்டு பிள்ளைகளும், அந்த தர்ம சத்திரங்களில் தஞ்சமடைந்தார்கள்.

சிட்னிக்கும், சார்லிக்கும், இந்தப் பயணம் ஒரு உற்சாகமான அனுபவமாகவே இருந்தது - ஏதோ ஒரு புதிய இடத்துக்குப் போகிறோம் என்கிற சந்தோஷம், எதிர்பார்ப்பு.

ஆனால், அங்கே சென்றவுடன் அவர்களுக்கு முதல் அதிர்ச்சி - அங்கிருந்த நிர்வாகிகள், சார்லியையும், சிட்னியையும், அவர்களின் அம்மாவிடமிருந்து பிரித்துவிட்டார்கள், பெண்களுக்குரிய தனிப்பிரிவில் ஹென்னாவும், சிறுவர்களுக்கான பிரிவில் சிட்னி, சார்லியும் தங்கினார்கள்.

சார்லிக்கும், அவன் அண்ணன் சிட்னிக்கும் இப்போது சாப்பாட்டுக்குப் பிரச்சனை இல்லை. ஆனால், எப்போதும் கூடவே இருந்த அம்மா, இப்போது அவர்களோடு இல்லை - அந்தச் சிறுவர்களை, இந்தப் பிரிவு ரொம்பவும் பாதித்தது.

அந்த 'வேலை இல்ல'த்தில் சேர்ந்தவுடனே அம்மாவைப் பிரிந்துவிட்ட சிட்னியும், சார்லியும், பின்னர் அவரை மீண்டும் சந்தித்த நாளை, தனது சுயசரிதையில் உணர்ச்சிமயமாய் விவரிக்கிறார் சார்லி சாப்ளின்.

"அம்மாவின் முகத்தில் ஒரு சோகமான, சங்கடமான உணர்வு, இந்த ஒரு வாரத்திற்குள், அம்மாவுக்கு ரொம்ப

வயதாகிவிட்டதுபோல், ரொம்பவும் மெலிந்துவிட்டதுபோல் இருந்தது. என்றாலும், எங்களைப் பார்த்ததும் அவள் முகத்தில் வெளிச்சம் பரவியது!"

இதுபோன்ற ஒரு இடத்தில், வேறொருவர் தயவை நம்பித் தங்கியிருப்பதின் சோகங்களும், இழப்புகளும், அதிலிருக்கிற மெலிதான அவமானமும்கூட, ஆறு வயது சார்லிக்கும், பத்து வயது சிட்னிக்கும் புரியத்தொடங்கியிருந்தது, 'எப்படியாவது இந்த இடத்தைவிட்டு வெளியேறிவிடவேண்டும்!', என்று தங்களுக்குள் முடிவுசெய்துகொண்டார்கள்.

ஆனால், பிழைப்புக்கு ஒரு வழி செய்துகொள்ளாமல், எப்படி வெளியே போகமுடியும் ? விரும்பினாலும், விரும்பாவிட்டாலும், அடுத்த இரண்டு வருடங்களுக்கு, சிட்னியும், சார்லியும் அந்த இல்லத்திலேயேதான் தங்கியிருக்கவேண்டியிருந்தது.

அந்த நாள்களைத் தனது வாழ்க்கையின் மிகக் கொடுமையான நாள்கள் என்று வர்ணிக்கிறார் சார்லி சாப்ளின். பிறர் கருணையை எதிர்பார்த்திருப்பதன் அவமானம் ஒருபக்கம் இருக்க, அங்கிருக்கும் நிர்வாகிகள், சார்லியையும், மற்ற பையன்களையும் அநியாயத்துக்குக் கொடுமைப்படுத்தினார்கள், ஒரு சிறையில் கைதிகளாய்த் தங்கியிருப்பதுபோல்தான் எல்லோரும் உணர்ந்தார்கள்.

அங்கிருக்கும் சிறுவர்கள், சின்ன தப்பு செய்தாலும், அதற்காகப் பெரிய தண்டனைகள்தான் வழங்கப்பட்டன - கையில் கிடைக்கும் குச்சியை எடுத்துக்கொண்டு, பையன்களைக் கண்மண் தெரியாமல் விளாசித்தள்ளிவிடுவார்களாம். இதற்குக் காரணம் வேண்டும் என்பதில்லை, இம்மென்றால் குச்சியைத் தூக்கிவிடுவதில், அந்த நிர்வாகிகளுக்கும், இதர பணியாளர்களுக்கும் ஒரு கொடூர சந்தோஷம்.

இதுதவிர, வேறுவிதமான, மனரீதியிலான சித்திரவதையும் அவர்கள் கற்றிருந்தார்கள் - அப்படியொரு நிகழ்ச்சியில், சிறுவன் சார்லி நேரடியாக பாதிக்கப்பட்டான்.

ஒருமுறை, கிறிஸ்துமஸ் சமயத்தில், சார்லி ஏதோ ஒரு சின்னப் பிழை செய்துவிட்டான். அதற்காக, கிறிஸ்துமஸ் கொண்டாட்டங்களின்போது, அவனுக்குமட்டும் இனிப்புகள், பழங்கள் கொடுக்காமல், தனியே உட்கார்ந்து அழச்செய்தார்களாம்!

மற்ற சிறுவர்களெல்லாம் பழங்களைத் தின்றபடி, பரஸ்பரம் இனிப்புகளைப் பரிமாறிக்கொண்டபடி உற்சாகமாய்ப் பண்டிகை கொண்டாட, சார்லிமட்டும் தனது மேஜையில் அமர்ந்து அழுதுகொண்டிருந்தான்.

நல்லவேளை, அதிகாரிகளுக்கு இல்லாத 'ஈர மனசு', அந்தக் குழந்தைகளிடம் இருந்தது. எல்லோரும் ஆளுக்குக் கொஞ்சமாய் இனிப்புகளைச் சேகரித்து, சார்லிக்குக் கொடுத்தார்கள்.

ஆனால், சார்லியின் உள்மனது, வெறும் இனிப்புகளுக்குமட்டும் ஏங்கவில்லை. அந்தச் 'சிறை'யிலிருந்து விடுதலைக்காகவும், இனிமேல் மீண்டும் இதுபோன்ற ஒரு இடத்துக்கு வந்துவிடக் கூடாது என்பதற்காகவும்தான் ஏங்கினான் அவன்.

அவனுக்கு ஏழு வயதானபோதுதான், சார்லி எதிர்பார்த்த சுதந்திரம் அவனுக்குக் கிடைத்தது. பழையபடி, அம்மாவும், இரண்டு பிள்ளைகளும் ஒரே வீட்டில் குடியேறினார்கள். இப்போதும், அவர்களுக்குக் கைகொடுத்தது, அம்மாவின் தையல் பயிற்சிதான்.

ஆனால், சீக்கிரத்திலேயே, அவர்கள் குடும்பத்தை ஒரு பெரிய இடி தாக்கியது!

3. His New Job

சார்லியின் குடும்பத்தை அங்கே கொஞ்சம், இங்கே கொஞ்சம் என்று கிள்ளி விளையாடிப்பார்த்துக்கொண்டிருந்த வறுமை, அவர்கள்மீது முழுவேகத்தில் பாயத் தொடங்கியபோது, அந்த மன அழுத்தத்தைத் தாங்கமுடியாமல், அம்மா ஹென்னா தடுமாறிவிட்டார்.

போதாக்குறைக்கு, மிகச்சிறிய வயதிலேயே வேலைக்குச் செல்லத்தொடங்கிவிட்ட 'குழந்தைத் தொழிலாளிகள்' சார்லியையும், சிட்னியையும் நினைக்கும்போது, தாங்கமுடியாத வேதனையும், அவர்களை அந்த நிலைக்கு ஆளாக்கிவிட்டோமே என்கிற மெலிதான குற்றவுணர்ச்சியும் அவரை ரொம்பவே பாதித்தது.

சார்லியாவது பரவாயில்லை, பெரும்பாலான நேரம் அம்மாவோடுதான் இருந்தான். ஆனால், அவனுடைய அண்ணன் சிட்னி, ஒரு கப்பலில் வேலைக்குச் சேர்ந்திருந்தான். ஆகவே, பல நாள்கள் குடும்பத்தைப் பிரிந்து, எங்கோ நடுக்கடலில் அவனுடைய காலம் கழிந்தது - அவன் பத்திரமாய்த் திரும்பி வரவேண்டுமே என்கிற கவலையில் ஹென்னாவின் மனம் குழம்பித் திணறியது.

சாதாரண ஒற்றைத் தலைவலியாய்த் தொடங்கியதுதான், ஆனால் மெல்லமெல்ல வலுவடைந்து, பார்வைக் கோளாறுகளை ஏற்படுத்தி, பிறகு, மூளையையும், நரம்பு மண்டலங்களையும் பாதிக்கும் கடுமையான மனநோயாகிவிட்டது. உடனடியாக மருத்துவமனையில் சேர்க்கப்பட்டார் ஹென்னா.

அவருடைய பையன்கள் இருவரும்தான், பாவம்! இப்போதுதான் ஒரு சிறையிலிருந்து தப்பித்து வந்தவர்கள், மீண்டும் அதேபோன்ற உதவி இல்லங்களிலும், அநாதைச் சிறுவர்களுக்கான பள்ளிகள், சமூகக் கூடங்களிலும் அடைக்கலம் புகும்படி நேர்ந்துவிட்டது. அவர்கள் விரும்பினாலும், விரும்பாவிட்டாலும், யாருடைய தயவையோ எதிர்பார்த்து வாழ்கிற வாழ்க்கைதான் அவர்களுக்கு என்று காலம் விதித்துவிட்டது.

நல்லவேளையாக, ஹென்னாவைத் தாக்கிய வியாதி, அவரை முழுமையாய்ச் சாப்பிட்டுவிடவில்லை. அவ்வப்போது சித்தம் தெளிவாகி, மருத்துவமனையிலிருந்து விடுவிக்கப்படுவார், அங்கொருவனும், இங்கொருவனுமாய்ச் சிதறிக் கிடக்கும் பிள்ளைகளைத் தன்னோடு அழைத்துக்கொண்டுவந்து, மீண்டும் பழைய வாழ்க்கையைத் தொடங்குவார்.

ஆனால், அதற்காகவே காத்துக்கொண்டிருந்ததுபோல், மீண்டும் அந்த மன நோய் தலைதூக்கும், ஹென்னாவை மருத்துவமனையிலும், பிள்ளைகளை நடுத்தெருவிலும் அள்ளி வீசும்.

இப்படியே சில காலம் கழிந்தது. பின்னர், நோய் முற்றிய நிலையில், அதற்கான சிகிச்சை மையமொன்றில் நிரந்தரமாய்ச் சேர்க்கப்பட்டார் ஹென்னா. சார்லியும், சிட்னியும், கிட்டத்தட்ட 'அநாதை'களாகிவிட்டார்கள்!

சிட்னியாவது பரவாயில்லை, கப்பல் வேலையில், வேளாவேளைக்குச் சாப்பிட்டுக்கொண்டு, கொஞ்சம் பணமும் சேமித்துக்கொண்டிருந்தான். ஆனால், அவன் பணத்தோடு திரும்பி வரும்வரை, அவனுடைய தம்பி சார்லி அனுபவித்த

கஷ்டங்களையெல்லாம் வரிசைப்படுத்திச் சொல்வது சிரமம் - சாப்பாட்டுக்கு வழியில்லாமல் மற்றவர்களிடம் கையேந்துவதில் தொடங்கி, குப்பைத் தொட்டிகளில் ஏதேனும் தின்னக் கிடைக்குமா என்று தேடுவதுவரை, நாம் கேள்விப்பட்டிருக்கக்கூடிய பால காண்டத் துயரங்கள் அனைத்தும் சார்லியின் வாழ்க்கையில் உண்டு.

அப்போதெல்லாம், தெருத்தெருவாய்ச் சுற்றித் திரிவதுதான் சார்லியின் முழுநேரப் பொழுதுபோக்கு. பல நாள்கள் தெருவோரத்தில்தான் தூக்கம், வீட்டிலிருந்த பொருள்களையெல்லாம் அடகு வைத்துத் தீர்த்தாயிற்று, பசிக் கொடுமை தாளாதபோது, வீதியோரமாய்ப் பாட்டுப் பாடி, அல்லது நடனமாடிக் காசு சேர்ப்பது, அதுவும் முடியாதபோது, மற்றவர்களிடமிருந்து திருடித் தின்ற காலங்களும் உண்டு.

இப்படித் தனது இளமைப் பருவத்தை, ஒரு துயரம் மிகுந்த காலமாகவே வர்ணிக்கிறார் சார்லி சாப்ளின். ஆனால், அவர் சொல்வதெல்லாம் மிகை என்று வாதிடுகிறவர்களும் உண்டு - அவருடைய குடும்பம் கஷ்டப்பட்டதும், ஓரளவு வறுமையை அனுபவித்ததும் உண்மைதான். ஆனால், வேண்டுமென்றே அதைப் பெரிதுபடுத்தி, சுய இரக்கம் தேடுகிறார் என்பதாக, அந்தக் காலத்தைச் சேர்ந்த சிலர் சொல்கிறார்கள்.

எது எப்படியோ, சிறுவன் சார்லியின் வாழ்க்கை, சந்தோஷமானதாக இல்லை என்பதைமட்டும் உறுதியாகச் சொல்லலாம். மற்றவர்கள் ஒரு வாழ்நாளில் அனுபவித்திருக்கக் கூடிய துயரங்களை, அந்தச் சில வருடங்களில் அனுபவித்துவிட்ட அபாக்கியசாலி அவன். (பின்னாள்களில், சார்லி சாப்ளினின் பெரும்பாலான படங்களில் (பிரபலமான உதாரணம்: *The Kid*, அவரது இளவயதுத் துயரங்களும், வீடில்லாமல் வீதியின் பிள்ளையாய் இருப்பதன் சோகமும் அழுத்தமாய்ப் பதிவுசெய்யப்பட்டிருக்கிறது!)

இந்தக் காலகட்டத்தில்தான், கைக்குக் கிடைத்த வேலைகளையெல்லாம் ஒப்புக்கொண்டு செய்ய ஆரம்பித்தான்

சார்லி - எப்படியாவது பணம் சேர்க்கவேண்டும், நிறைய சம்பாதிக்கவேண்டும், இன்னொருவரிடம் உதவி கேட்டுச் சென்று கையேந்தி நிற்கிற நிலைமை, இனி எப்போதும் வேண்டாம் - இது ஒன்றுதான் அவனுடைய சிந்தனையாய் இருந்தது.

இந்த எண்ணத்தின் தொடர்ச்சியாகதான், அவன் ஒரு மேடைக் கலைஞனாக விரும்பினான். அந்த வயதில், அவனுக்குத் தெரிந்த ஒரே தொழில் அதுதான் - எப்படியாவது ஒரு நடிகனாகவோ, நகைச்சுவைக் கலைஞனாகவோ உருவெடுத்துவிட்டால், தனக்கும், தன் குடும்பத்துக்கும் தேவையான அளவு பணம் சம்பாதித்துவிடலாம் என்று அவன் உறுதியாக நம்பினான்.

வயிறு காயும்போது, லட்சியங்கள் எல்லாம் மறந்துபோய்விடும் என்று பொதுவாகச் சொல்வார்கள். ஆனால், சார்லியின் விஷயத்தில் அது நேரெதிர் - அத்தனை சிரமங்களுக்கு இடையிலும், தன்னை ஒரு மிகப் பெரிய கலைஞனாய்க் கற்பனை செய்துகொண்டு, அந்தக் கனவை நிஜமாக்குவதற்கான முயற்சிகளில் படிப்படியாய் இறங்கினான் சார்லி.

'முதலில், நம்மை நாம் நம்பவேண்டும்! அந்த நம்பிக்கை இல்லாவிட்டால், ஜெயிக்கமுடியாது!', என்பது அவனுடைய கட்சி. சார்லிக்கு அந்தத் தன்னம்பிக்கை அபரிமிதமாய் இருந்தது - உள்ளூரில் எந்த வேலை பார்த்துக்கொண்டிருந்தாலும், அவ்வப்போது அதைத் தற்காலிகமாய் ஒத்திவைத்துவிட்டு, தன்னிடம் இருப்பதிலேயே நல்ல ஆடையாய் உடுத்திக்கொண்டு, நாடகக் கம்பெனிகளுக்கும், பிற கலைக்குழுக்களுக்கும் நேரில் சென்று, வாய்ப்பு கேட்பான் சார்லி.

சார்லிக்கு ஒன்பது வயதாகியிருந்தபோது, அவனுடைய முயற்சிகளுக்கு முதல் பலன் கிடைத்தது - 1898ம் ஆண்டு, 'Eight Lancashire Lads' என்ற சிறுவர் நடனக் குழுவில் பங்கேற்றான் அவன். (இந்த வேலைக்கு சார்லியை சிபாரிசு செய்தது, அவனுடைய அப்பா சார்லஸ் சாப்ளின்.)

அந்தக் குழுவினர் நடத்திய சிறுவர் நாடகங்களிலும், பிற வேடிக்கை நிகழ்ச்சிகளிலும் வெவ்வேறு கதாபாத்திரங்களை ஏற்று நடித்த சார்லி, '*Clog Dance*' என்னும் ஒருவகை நடனத்தையும் நன்கு கற்றுக்கொண்டான் (மரத்தளத்தில், இசைக்கேற்ப கால்களால் தட்டித்தட்டி தாளம் செய்துகொண்டு ஆடும் வித்தியாசமான நடனம் அது.)

நடனக் குழுவில் ஒருவனாகத் தனது மேடை வாழ்க்கையை தொடங்கிய சார்லி, சீக்கிரத்திலேயே, தனி நடனங்கள், நிகழ்ச்சிகளை நடத்துமளவு வளர்ந்தான் - அந்தக் குழுவில் பெரிதாய் வருமானம் எதுவும் இல்லை. என்றாலும், தொடர்ந்து, இங்கிலாந்தின் பல பகுதிகளில் தனது நிகழ்ச்சிகளை நடத்தி, ஓரளவு புகழ்பெற்றான் சார்லி.

லங்காஷயர் பொடியர்களின் குழுவோடு இங்கிலாந்து முழுவதும் சுற்றிவந்த சார்லி, தனது நிகழ்ச்சிகளைப் பார்க்க வருகிறவர்கள், என்னென்ன எதிர்பார்க்கிறார்கள், எதெல்லாம் அவர்களுக்குப் பிடிப்பதில்லை என்று ஓயாமல் சிந்தித்துக்கொண்டிருந்தான். ஆனால், அந்தச் சிந்தனைகளின் விளைவாக எழும் யோசனைகளையும், உத்திகளையும் சோதித்துப்பார்ப்பதற்கான வாய்ப்புதான் (இன்னும்) அமையவில்லை.

இந்தக் காலகட்டத்தில்தான், நகைச்சுவை நிகழ்ச்சிகளிலும், வேறு சில சர்க்கஸ் வேலைகளிலும் தனது கவனத்தைத் திருப்பினான் சார்லி. ஆனால், எதுவும் அவ்வளவாய்ச் சரிப்பட்டுவரவில்லை.

1901ம் ஆண்டு, சார்லியின் அப்பா சார்லஸ் சாப்ளின் இறந்தார் - அப்போது அவருக்கு வயது முப்பத்தேழுதான், அந்தக் காலத்தில் (இந்தக் காலத்திலும்தான் !) பெரும்பாலான மேடைக் கலைஞர்களைத் தொற்றிக்கொண்டிருந்த குடிப்பழக்கம், அவரையும் கரைத்து அழித்துவிட்டது.

சார்லிக்குத் தனது அப்பாவின்மீது பெரிய பாசம் ஏதும் இருந்ததாகச் சொல்லமுடியாது. இன்னும் குறிப்பாய்ச் சொல்வதானால், சிறுவயதிலிருந்து, அவர் தனது அப்பாவைப்

பார்த்த சந்தர்ப்பங்களே மிகக் குறைவு. ஒரே ஒருமுறை, அம்மா ஹென்னாவுக்கு மனநிலை சரியில்லாமல்போனபோது, அப்பாவோடு சில மாதங்கள் தங்கியிருக்கிறார் சார்லி. அப்போதும், பாசமயமான காட்சிகள் ஏதும் அரங்கேறியதில்லை - சார்லி சாப்ளினின் சுயசரிதையைப் படிக்கும்போது, தன் அப்பாவின்மீது அவருக்கு இருந்தது ஒருவிதமான பிரம்மிப்பு என்று சொல்லலாம்.

என்றாலும், இப்போது அப்பாவின் மரணம் சார்லியை வேறொரு விதத்தில் பாதித்தது - அம்மா ஹென்னாவின் நிலைமை, முன்பைவிட மோசமாகிவிட்டது. (ஒருவேளை, தான் சீக்கிரத்தில் இறந்துவிட்டால், சார்லியையும், சிட்னியையும் தன்னுடைய முன்னாள் கணவர் கவனித்துக்கொள்வார் என்று ஹென்னா எண்ணியிருந்தாரோ என்னவோ, இப்போது அதற்கு வழியில்லாமல்போய்விட்டது!)

போதாக்குறைக்கு, அதுவரை சார்லியோடு இருந்த அண்ணன் சிட்னியும், சீக்கிரத்திலேயே அவனைப் பிரிந்துபோய்விட்டான். சார்லியைப்போலவே, சிறுவயதிலிருந்து வெவ்வேறு வேலைகளைச் செய்து பழகிய சிட்னி, பல திசைகளில் தனக்கான செல்வத்தைத் தேடக் கிளம்பினான்.

சார்லிக்கு இது இன்னொரு பெரிய இழப்பு - அப்பா, அம்மா, அண்ணன் என்று எல்லோரும் ஒவ்வொரு திசையில் சென்றுவிட்டபின், தன்னந்தனியே, எதிர்காலத்தை நினைத்து ஏங்கியவனாய்க் கிடந்தான் அவன்.

விபரம் தெரியாத சிறுவயதில், அம்மாவை, பிற உறவுகளைப் பிரிந்து வாழ்வதும், நிலையற்ற வாழ்க்கையின் பயங்களும், கலவர உணர்வும், மற்றவர்களை எதிர்பார்த்துப் பிழைத்திருப்பதன் அவமானமும் சார்லியின் மனதில் ஆழமாய்ப் பதிந்துவிட்டன. அதன்பின், வாழ்நாள்முழுவதும், இந்த அனுபவங்களை அவன் மறக்கவே இல்லை.

ஆனால், இந்தத் துயரங்களை நினைத்துக்கொண்டு சுருண்டு

கிடப்பதிலும் அவனுக்கு விருப்பமில்லை. சீக்கிரத்திலேயே, பழைய உற்சாகத்துடன் லண்டன் நாடகக் குழுக்களைச் சுற்றிவந்தான் சார்லி.

சார்லிக்குப் பதினைந்து வயது நெருங்கும்போது, அவனுக்குச் சில மேடை நாடகங்களில் நடிப்பதற்கான வாய்ப்பு கிடைத்தது. முதலில், *'Jim, A Romance of Cockney'* என்ற நாடகத்தில் பங்கேற்றான் சார்லி.

இதில் பெரிய வேடிக்கை என்னவென்றால், அங்கே கொஞ்சம், இங்கே கொஞ்சம் என்று சொற்பகாலமே பள்ளிக்கூடத்துக்குச் சென்றிருந்த சார்லிக்கு, அவ்வளவாய் ஆங்கிலம் படிக்கக்கூட தெரியாது. ஆனாலும், சிறுவயதிலிருந்தே அவனுடைய அம்மா ஹென்னா, அவனுக்கு நல்ல, இலக்கண சுத்தமான ஆங்கிலம் பேசப் பயிற்சி தந்திருந்தார். ஆகவே, அண்ணன் சிட்னியின் உதவியுடன், வசனங்களை மனப்பாடம் செய்துவைத்துக்கொண்டு சமாளித்தான் சார்லி.

'Jim, A Romance of Cockney' நாடகம் பெரிய வெற்றியடையவில்லை. என்றாலும், துறுதுறுப்பான சார்லியின் உருவம், அந்த வயதுக்கேற்ற கதாபாத்திரத்தில் சரியாகப் பயன்படுத்தப்பட்டிருந்ததால், மக்களைச் சுலபமாய்ச் சென்று சேர்ந்தது. சில விமர்சகர்கள் சார்லியை கவனித்து, பத்திரிகைகளில் பாராட்டி எழுதினார்கள்.

அடுத்து, புகழ்பெற்ற 'ஷெர்லக் ஹோம்ஸ்' கதையின் நாடக வடிவமொன்றில் நடித்தான் சார்லி, 'பில்லி' என்ற சிறிய கதாபாத்திரம்தான். என்றாலும், பலரும் கவனித்து, ரசித்துப் பாராட்டும்படி அவனுடைய நடிப்புத் திறமை இருந்தது.

இந்த நாடகம், நாட்டின் பல பகுதிகளிலும் மேடையேறியது. மெல்லமெல்ல, இங்கிலாந்து மேடை நாடக உலகில், குறிப்பிடத்தக்க இளம் நட்சத்திரமாக வளர்ந்துவிட்டான் சார்லி.

'ஷெர்லக் ஹோம்ஸ்' நாடகத்தில் பங்கேற்றபோது, சார்லிக்கு வயது, சுமார் பதினான்கு. மழலைப் பருவத்துக்கும், இளமைப் பருவத்துக்கும் இடையே அவனுடைய உருவமும், குரலும்

சிக்கிக்கொண்டிருந்தது. ஒரு கட்டத்தில், குரல் உடைந்து கரகரப்பாகிவிட்டதால், இனிமேலும் குழந்தை நாடகங்களிலும், சிறு பிள்ளை கதாபாத்திரங்களிலும் பங்கேற்கமுடியாது என்று புரிந்துகொண்டு, வேறொரு கலகலப்பான துறைக்குத் தாவினான் அவன்.

அந்த 'வேறொரு' துறையைப்பற்றிப் பார்க்குமுன், ஒரு சின்ன ஃப்ளாஷ்பேக்.

சிறுவயதில், தன்னுடைய ஒல்லியான தோற்றத்தைக் கண்டு, இந்த உருவம், சோகமான நடிப்புக்குதான் பொருந்தும் என்று முடிவுகட்டியிருந்தான் சார்லி. ஆகவே, நிறைய மேடை நாடகங்களில் பங்கேற்று, 'டிராஜடியன்' என்று சொல்லப்படும் 'சோக' நாயகனாகவேண்டும் என்று விரும்பினான் அவன்.

ஆனால், அவனுடைய அண்ணன் சிட்னிக்கு, சார்லியின் இந்த ஆசையைக் கேட்கும்போது சிரிப்புதான் வந்தது, 'கோமாளிமாதிரி இருக்கிறாய், உன்னைப் பார்த்தால் யாருக்கு சோகம் வரும்? நீ பெரிய காமெடியனாகதான் வரப்போகிறாய்!', என்று கேலி செய்து கொக்கரிப்பான் சிட்னி.

இதைக் கேட்டதும் சின்னப் பையன் சார்லி, கையை, காலை உதைத்துக்கொண்டு அழுவான், 'இல்லை, இல்லை, நான் டிராஜெடியனாகதான் வருவேன், சோக நாடகங்களில்தான் நடிப்பேன்!', என்று விசும்பலினூடே சொல்வான் அவன்.

பின்னர், ஓரளவு பெரியவனாகி, ஒன்றிரண்டு மேடை நாடகங்களிலும் பங்கேற்று நடிக்கத்தொடங்கியபின், என்றேனும், தன்னுடைய 'டிராஜெடியன்' ஆசை நிறைவேறும் என்றுதான் சார்லி உள்மனதில் நினைத்திருந்தான், எதிர்பார்த்திருந்தான். ஆனால், சூழ்நிலை அவனை வேறொரு திசைக்குத் தள்ளியது – '*The Casey Circus*' என்பது அந்தக் குழுவின் பெயர். அங்கே பலவிதமான வேடிக்கை நிகழ்ச்சிகள் செய்யும் கோமாளியாகச் சேர்ந்தான் சார்லி.

தன்னுடைய 'சோக நாயகன்' கனவு கலைந்துவிட்டதே என்று

நினைக்கும்போது, சார்லிக்குக் கொஞ்சம் ஏமாற்றம்தான். என்றாலும், ஏற்கெனவே, இதுபோன்ற வேறொரு பல்சுவைக் குழுவில் பங்கேற்றிருந்த அனுபவம், அவனுக்குக் கை கொடுத்தது. மெல்லமெல்ல, பல மேடைகள் கண்டபின், பல ரசிகர்களைப் பொங்கிப்பொங்கிச் சிரிக்கவைத்தபின், ஏராளமான கைதட்டல்களைச் சம்பாதித்தபின், இந்த 'நகைச்சுவை நாயகன்' பாத்திரமும் அவனுக்குப் பிடித்துவிட்டது!

மேடையில் வேடிக்கைக் கதைகளையும், நகைச்சுவைத் துணுக்குகளையும் சுவையாய்ச் சொல்லி, ஜனங்களைச் சிரிக்கவைப்பதில் சார்லிக்கு மிகுந்த ஆர்வம் உண்டானது. விதவிதமான முகபாவனைகளுடன், விநோதமான குரல்களை எழுப்பி, ஒவ்வொரு நகைச்சுவையையும், ஒரு சிறு நாடகம்போல் நடித்துக் காண்பித்து, ரசிகர்களிடம் பாராட்டுகளைப் பெற்றான் அவன்.

ஆனால், இப்படிப்பட்ட ஒரு நிகழ்ச்சியின்போதுதான், அவனுடைய நகைச்சுவைக் கதைகளும், வேடிக்கையான சம்பவங்களும் முற்றிலுமாய் நிராகரிக்கப்பட்டன - அவன் எப்படி சிரமப்பட்டு ஜோக்கடித்தாலும், கேட்டுக்கொண்டிருந்த ரசிகர்கள், நம் முன்னாள் பிரதமர் நரசிம்மராவைப்போல, உம்மென்று முகத்தை வைத்துக்கொண்டு, 'தேமே' என்று அமர்ந்திருந்தார்கள்.

சார்லி தன்னால் இயன்றவரை எவ்வளவோ சிரமப்பட்டுப் பார்த்தான், ம்ஹூம், அவர்களைச் சிரிக்கவைக்கவே முடியவில்லை!

நொந்துபோன சார்லி, அந்த நிகழ்ச்சியை ஏற்பாடு செய்திருந்த ஒருவரைப் பக்கத்தில் அழைத்து விசாரித்தான், 'என்னாச்சு சார்? உங்க ஜனங்க எல்லாரும் இன்னிக்கு முழுக்க சிரிக்கிறதில்லைன்னு மொத்தமா விரதம் அனுஷ்டிக்கறாங்களா, என்ன?'

இதைக் கேட்டதும் அவர் மெல்லச் சிரித்து, 'அப்படியில்லை சார்லி, இங்கிருக்கிறவர்களில் பெரும்பாலானோருக்கு ஆங்கில

மொழி அவ்வளவாய்த் தெரியாது!', என்றார், 'அதனால்தான், உன் பேச்சில் இருக்கும் நகைச்சுவையைப் புரிந்துகொள்ளமுடியாமல் திகைத்துப்போய் உட்கார்ந்திருக்கிறார்கள்!'

அப்போதுதான் சார்லிக்குக் கண் திறந்தது. அதுவரை, நகைச்சுவையான பேச்சும், நடிப்பும்தான் தன்னுடைய பலம், இதை வைத்துக்கொண்டு உலகையே விலைக்கு வாங்கிவிடலாம் என்று உறுதியாய் நினைத்துக்கொண்டிருந்த அவனுக்கு, ஆங்கிலம் தெரியாதவர்களும் இந்த உலகத்தில் இருக்கிறார்கள், அவர்களையும் ஈர்க்கும்படி ஏதாவது செய்யவேண்டும், அப்போதுதான் நம்மால் அதிக உயரத்துக்குப் போகமுடியும் என்று புரிந்தது!

அதன்பிறகு, அந்த நிகழ்ச்சியின் தோற்றமே மாறிப்போனது. முற்றிலும் பேச்சைத் தவிர்த்துவிட்டு, நடை, உடை, பாவனைகளாலேயே நகைச்சுவை செய்யத்தொடங்கினான் சார்லி. அதுவரை 'சும்மா' அமர்ந்திருந்த மக்கள், அவனுடைய சேஷ்டைகளை உற்சாகமாய்க் கைதட்டி ரசித்தார்கள்!

அன்றிலிருந்து, தன்னுடைய மேடை நிகழ்ச்சிகள் அனைத்திற்கும், பேச்சை நம்பாமல், அங்க அசைவுகளின்மூலம், '*Action Comedy*' என்னும் பாணியைப் பயன்படுத்தத்தொடங்கினான் சார்லி. இதனால், இங்கிலாந்தில்மட்டுமின்றி, உலகின் எந்தப் பகுதியில் சென்றாலும், மொழிப் பிரச்சனை இல்லாமல் அந்தந்த ஊர் மக்கள் அவனுடைய நகைச்சுவையை நன்றாகப் புரிந்துகொண்டு ரசிக்கமுடிந்தது. (பின்னாள்களில், பூமிப் பந்தைச் சுற்றிவிட்டால் கண்ணில் படக்கூடிய ஒவ்வொரு நகரத்திலும் சார்லி சாப்ளினின் திரைப்படங்கள் தூள் கிளப்பின - அதற்கான காரணமும், இந்த 'மௌன' உத்திதான்!)

கிட்டத்தட்ட ஒரு வருடத்துக்குமேல் '*Casey Circus*' குழுவின் முக்கியக் கலைஞர்களில் ஒருவனாக வளர்ந்தான் சார்லி. அப்போது, ஏற்கெனவே மேடை நாடக / கலைத்துறையில் நுழைந்திருந்த அவனுடைய அண்ணன் சிட்னி, அவனை வேறொரு குழுவுக்கு அழைத்தான்.

அந்தக் குழுவின் பெயர் ‘கார்னோ’, (முழுக்க சொல்வதானால், *‘Fred Karno Pantomime Troupe’*). இங்கிலாந்தின் புகழ்பெற்ற கலைக்குழுக்களில் ஒன்றான கார்னோவில், சிட்னிக்கு வேலை கிடைத்திருந்தது. அதே சூட்டில், தன்னுடைய தம்பிக்கும் சிபாரிசு செய்து, உள்ளே இழுத்துப்போட்டுவிட்டான்.

இந்த ‘கார்னோ’ குழுதான், சிறுவன், இளைஞன் சார்லியை, புடம்போட்டு மெருகேற்றி, சிறந்த நகைச்சுவைக் கலைஞனாக்கியது. சார்லிக்குத் திரைப்பட வாய்ப்புக் கிடைப்பதற்கும், ‘கார்னோ’தான் காரணமாய் அமைந்தது.

4. Limelight

வளரும் நிலையிலிருக்கிற கலைஞர்களுக்கு, அவர்களை ஊக்குவிக்கும்படியான, ஆனால் அதேசமயம், அவர்களுக்குச் சவாலாய் அமைந்து, மேலும் முன்னேறத் தூண்டும்படியான ஒரு சூழ்நிலைதான் ரொம்ப அவசியமாய்த் தேவைப்படுகிறது.

நல்ல மேடைக் கலைஞனாக வளர்ந்துகொண்டிருந்த சார்லிக்கு, அப்படியொரு பலமான அடித்தளத்தை அமைத்துக்கொடுத்தது, 'கார்னோ' குழு.

மற்ற சில குழுக்களைப்போல, வெறுமனே வேடிக்கை நிகழ்ச்சிகள்தானே நடத்துகிறோம் என்று அலட்சியமாய் எண்ணிக்கொண்டு, சும்மா ஏனோதானோவென்று நிகழ்ச்சிகளைத் தயாரித்து அளிப்பது 'கார்னோ'வின் வழக்கமில்லை. அந்தக் குழுவின் ஒவ்வொரு நிகழ்ச்சியும், கச்சிதமாய்த் திட்டமிடப்பட்டு, நன்றாக ஒத்திகை பார்க்கப்பட்டு, மேடையில் சிறப்பாக நடிக்கப்பட்டது - இந்தக் காரணத்தால்தான், இங்கிலாந்து ரசிகர்கள் 'கார்னோ'வின்மீது நல்ல மதிப்பு வைத்திருந்தார்கள்.

அண்ணன் சிட்னியின் சிபாரிசில் அந்தக் குழுவில் புதிதாய்ச் சேர்ந்த சார்லி சாப்ளினுக்கு, ஒரு 'சோதனை முயற்சி'யாகதான் இந்த வேலை கிடைத்திருந்தது. முதல் சில வாரங்களுக்கு

அவன் ஒழுங்காக நடித்தால்தான், முறைப்படி ஒப்பந்தம் கையெழுத்தாகும்.

ஆனால், எப்படியாவது இங்கே ஒரு நிரந்தரமான வேலை வாங்கிவிடவேண்டும் என்ற உறுதியான எண்ணத்திலிருந்த சார்லி சாப்ளின், அதற்குப் பல புதுமையான வழிமுறைகளைக் கண்டுபிடித்தான். அவனுக்கு மேடையேறும் வாய்ப்புக் கிடைத்தபோதெல்லாம், அதுவரை வழக்கத்தில் இல்லாத, யாரும் ஒத்திகை பார்த்திராத இந்தப் புது உத்திகளைச் சிறப்பாகப் பயன்படுத்தி, மக்களிடம் பாராட்டுகளையும், கைதட்டல்களையும் அள்ளினான் அவன்.

சீக்கிரத்திலேயே, 'கார்னோ'வுடன் சார்லி சாப்ளினின் ஒப்பந்தம் கையெழுத்தானது. அன்றைய தினம், சார்லிக்கு ஒரு பெரிய சாதனையைச் செய்துவிட்ட திருப்தி. அந்த வேலையும், சம்பளமும், அதன் நிரந்தரத்தன்மையும் அவனை பிரம்மிப்பில் ஆழ்த்தியது!

'கார்னோ'விலிருந்த ஒவ்வொரு நடைமுறையையும் ஆச்சரியமாய்ப் பார்த்தான் சார்லி. மேடையேறி நடிப்பது வெறும் விளையாட்டு அல்ல, அதிலும் சில ஒழுக்க விதிகள் உண்டு, சில கட்டாயங்கள், கட்டுப்பாடுகள் உண்டு, கடுமையான பயிற்சிகள் உண்டு, அவற்றை முறைப்படி பின்பற்றும்போது, நம்முடைய நடிப்பில் மெருகேறும் என்பதையெல்லாம், அனுபவபூர்வமாய்ப் புரிந்துகொண்டான் அவன்.

இயல்பாகவே நல்ல நடிப்புத் திறனைப் பெற்றிருந்த சார்லி, 'கார்னோ'வில் புதிதாய்க் கற்றுக்கொண்ட விஷயங்கள் ஏராளம் – கையில் கிடைத்த கரிக்கட்டையால், சுவரில் அணில், ஆடு, இலை, ஈ என படம் வரைந்து பார்த்த சிறுவனுக்கு, முறைப்படி சித்திரப் பயிற்சி கொடுத்ததுபோல!

இந்தப் பயிற்சிகளை, ஒரு சுமையாக நினைக்காமல், தன்னுடைய திறமைக்குச் சவாலாகவே எண்ணினான் சார்லி. ஆகவே, மேலும் மேலும் கடினமான பாத்திரங்களை ஏற்று, சிரமப்பட்டு

உழைத்து, மணிக்கணக்காய் ஒத்திகை பார்த்து, அற்புதமாய் மேடையேற்றினான் அவன்.

அடுத்த சில மாதங்களுக்குள், 'கார்னோ'வின் முன்னணி நடிகர்களில் ஒருவனாகப் புகழ்பெற்றான் சார்லி. அவனுடைய அரை மணி நேர நிகழ்ச்சிகள் ஒவ்வொன்றும், நாடெங்கிலுமிருந்த ரசிகர்களின் பாராட்டுகளைப் பெற்றன. பத்திரிகையாளர்களும், மேடை விமர்சகர்களும் அவனுடைய நடிப்பைப் புகழ்ந்து தள்ளினார்கள்.

மீசை முளைக்கும் வயதில் அந்தக் குழுவில் இணைந்த சார்லி, அடுத்த ஒன்றிரண்டு ஆண்டுகளுக்குள், 'கார்னோ' குழுவின் நட்சத்திரக் கலைஞனாக, குழுவிலேயே அதிக சம்பளம் வாங்கும் நடிகனாகத் திகழ்ந்தான்.

அவன் ஆசைப்பட்டபடி, புகழ் வெளிச்சம் அவனைச் சூழ்ந்துகொண்டிருந்தது. ஆனாலும், சார்லியின் மனதினுள் ஒரு தொடர்ந்த உதைப்பு, 'புகழ் வருகிறது, சந்தோஷம், ஆனால், பணம்? நிறைய பணம்? அதுதானே எனக்கு வேண்டும்? அதை எப்படிச் சம்பாதிப்பது?'

இந்தக் கேள்வியைத் தனக்குள் பதுக்கியபடி, மேடைகளில் உற்சாகமாய் நடமாடிக்கொண்டிருந்தான் சார்லி. அவனுடைய கோணங்கித்தனங்களைப் பார்த்து மக்கள் சிரித்து ரசிக்கும்போதெல்லாம், அதை ஓரக்கண்ணால் ரசித்தபடி அவனுடைய சிந்தனை வேறெங்கோ உலவிக்கொண்டிருக்கும் - நிறைய பணம் சம்பாதிக்கவேண்டும், ஆனால் எப்படி?

அவன் எதிர்பார்க்கும் அளவு பெரும்செல்வம், நாடகங்களிலும், மேடை நிகழ்ச்சிகளிலும் கிடைக்குமா என்று அவனுக்குச் சந்தேகமாகவே இருந்தது. ஆகவே, ஒழிந்த நேரத்தில் வேறு ஏதேனும் தொழில் செய்யலாமா என்றுகூட யோசித்தான் அவன். அப்போதுதான், 'கார்னோ'வில் அவனோடு இணைந்து நடித்துக்கொண்டிருந்த ஒரு நண்பர், புதுமையான யோசனை ஒன்றைச் சொன்னார், 'சார்லி, நீயும், நானும் பணம் சேர்த்து, ஒரு பன்றிப் பண்ணை வைக்கலாம்! அதில் நல்ல காசு!'

இதைக் கேட்ட விநாடியிலிருந்து, சார்லியின் சிந்தனைகள் அனைத்தும், பன்றி வளர்ப்பதில் குவிந்துவிட்டது. நண்பர்கள் இருவருமாய்ப் பணம் சேர்த்து, ஒரு பண்ணையை விலைக்கு வாங்கி, பன்றிகளை வளர்த்து, விற்றுப் பணம் சேர்க்கலாம் என்று முடிவுசெய்துகொண்டார்கள்.

சார்லிக்கு இந்த யோசனையைச் சொன்ன நண்பர், நிஜமாகவே சொன்னாரா, அல்லது சும்மா 'ஜோக்' அடித்தாரா என்று அவருக்குதான் வெளிச்சம். ஆனால், சார்லி இந்த விஷயத்தில் மிகத் தீவீரமாய் இறங்கிவிட்டான், பன்றி வளர்ப்புபற்றிய சில புத்தகங்களை வாங்கி வைத்துக்கொண்டு, மும்முரமாய்ப் படிக்கத்தொடங்கிவிட்டான்!

பின்னர், சில பல காரணங்களால் அந்த யோசனை நிறைவேறவில்லை. ஆகவே, ஒரு மாபெரும் கலைஞன், 'பண்ணை'யாராகாமல் தப்பினான்!

ஆனால், உண்மையில் இந்தச் சுயதொழில் ஆர்வங்களெல்லாம், சார்லிக்குள் இன்னும் மீதமிருந்த சிறுபிள்ளை ஆர்வத்தின் விளைவுகள்தான். மற்றபடி, ஒரு சிறந்த நடிகனாகவேண்டும் என்ற ஆசைதான் அவனுக்குள் கொழுந்துவிட்டு எரிந்துகொண்டிருந்தது.

இந்த ஆசை நிறைவேறவேண்டுமானால், இப்போது 'கார்னோ'வில் தனக்குக் கிடைத்திருக்கும் அற்புதமான வாய்ப்பை முழுமையாய்ப் பயன்படுத்திக்கொள்ளவேண்டும் என்று அவனுக்கு நன்றாய்ப் புரிந்திருந்தது. ஆகவே, சவாலான நிகழ்ச்சிகளையும், புதுமையான பாத்திரங்களையும் கேட்டு வாங்கி நடித்தான் அவன்.

குறிப்பாக, '*A Night in London Music Hall*' என்ற குறுநாடகத்தில், நடுத்தர வயதுக் குடிகாரனாக வேடமேற்று நடித்தான் சார்லி. தன்னுடைய வயதுக்குப் பொருத்தமில்லாத அந்தக் கதாபாத்திரத்தில், ஒரு அசல் குடிகாரனைப்போலவே அநாயாசமாய் நடித்து பாராட்டுப் பெற்றான் அவன்.

இப்போது சார்லியும், சிட்னியும் ஓரளவு நன்றாக சம்பாதித்தார்கள். வசதியான வீடு ஒன்றை வாடகைக்கு எடுத்துக்கொண்டு, தங்களால் முடிந்த அளவு வாழ்க்கை சுகங்களை அனுபவிக்க முயன்றார்கள்.

1910ம் ஆண்டு, 'கார்னோ' குழு அமெரிக்காவுக்குச் சென்று, அங்கே பல நிகழ்ச்சிகளை நடத்துவதாக ஏற்பாடானது. குழுவின் முதன்மைக் கலைஞர்களில் ஒருவனான சார்லியும், பெரும் கனவுகளோடு அமெரிக்காவுக்குப் புறப்பட்டான்.

'கார்னோ' குழுவினர், அமெரிக்காவின் பெருநகரங்கள் ஒவ்வொன்றுக்கும் பயணம் செய்து, நிகழ்ச்சிகளை நடத்தினார்கள். சார்லியின் 'மௌன' காமெடிக்கு, அமெரிக்க மக்களிடையே ஓரளவு வரவேற்பு கிடைத்தது.

அந்த அமெரிக்கப் பயணத்தை சார்லி ரொம்பவும் ரசித்தான். அவனுக்குள் நீக்கமற நிறைந்திருந்த கலை ஆர்வத்தை, இந்த அனுபவங்கள் மேலும் கிளறித் தூண்டிவிட்டன. தவிர, இந்தப் பயணத்தின்போது அவனால் நிறைய பணம் சேமிக்கமுடிந்தது.

அமெரிக்காவின் புகழ்பெற்ற நாடகக் குழுக்கள், அவர்களின் நிகழ்ச்சிகள் நடைபெறும் அரங்கங்கள், ஒத்திகைகள், அவர்களுடைய பழக்கவழக்கங்கள், மக்களிடையே அவர்களுக்குக் கிடைக்கும் புகழ், மரியாதை - இவற்றையெல்லாம் மிகவும் ஆர்வமாய்ப் பார்த்து ரசித்தான் சார்லி. அப்போதே, 'இதுதான் என் இடம்', என்று மனதிற்குள் ஒரு முடிச்சுப் போட்டுக்கொண்டான்.

'கார்னோ'வின் அந்த அமெரிக்கப் பயணம், கிட்டத்தட்ட இரண்டு ஆண்டுகளுக்குத் தொடர்ந்தது. ஒருவழியாக எல்லா நிகழ்ச்சிகளும் முடிந்து, லண்டனுக்குப் பெட்டியைக் கட்டும்போதுதான், அந்தத் தகவல் தெரியவந்தது, 'அமெரிக்காவிலேயே இன்னும் பல நிகழ்ச்சிகளை நடத்துவதற்கான ஒரு பெரிய ஒப்பந்தம் கையெழுத்தாகியிருக்கிறது, ஆகவே, ஊருக்குப் போன கையோடு, எல்லோரும் இங்கேயே திரும்பி வரவேண்டும்!'

குழுவிலிருந்த மற்றவர்கள் இந்தச் செய்தியை எப்படி வரவேற்றார்களோ, தெரியாது. ஆனால் சார்லிக்கு இதில் பரம சந்தோஷம், மனதளவில், தன்னுடைய அடுத்த அமெரிக்கப் பயணத்துக்குத் தயாராகிவிட்டான் அவன்.

1912ம் ஆண்டு, மீண்டும் அமெரிக்காவுக்குத் திரும்பினான் சார்லி. மேலும் பல நிகழ்ச்சிகள், பாராட்டுகள்.

'கார்னோ' குழுவின் வெற்றிகரமான இந்த அமெரிக்கப் பயணங்களைப்பற்றிச் சொல்லும்போது, இரண்டு முக்கியமான தகவல்களைக் குறிப்பிட்டாகவேண்டும்.

முதலாவது - இந்தப் பயணங்களின்போது, ஒருவேளை சார்லி சாப்ளினுக்கு உடம்பு சுகமில்லாமல்போய்விட்டால், அவருக்குபதிலாக நடிப்பதற்கு இன்னொரு நடிகரையும் அழைத்துவந்தார்கள் - விளையாட்டுப் போட்டிகளில் 'மாற்று ஆட்டக்காரர்' *(Substitute)* என்கிறார்களே, அதுபோல!

ஆனால், என்னதான் உடம்பு படுத்தினாலும், தனக்குபதிலாக, அந்தக் கதாபாத்திரத்தில் இன்னொருவர் நடிப்பது சார்லி சாப்ளினுக்குக் கொஞ்சமும் சம்மதமில்லை. ஆகவே, எந்த ராஜா எந்தப் பட்டணம் போனாலும், என் கேரெக்டரில் நான்தான் நடிப்பேன் என்று அவர் பிடிவாதமாய் இருக்க, அந்த அப்பாவி 'மாற்று நடிகர்', கடைசிவரை மேடையேறவேமுடியவில்லை!

அந்த நடிகர், பின்னாள்களில் குறிப்பிடத்தக்க திரை நட்சத்திரமாய் வளர்ந்தார் - 'லாரல் & ஹார்டி' என்னும் புகழ்பெற்ற நகைச்சுவை ஜோடிகளில் ஒருவரான 'ஸ்டான் லாரல்' *(Stan Laurel)*தான் அவர்! நாம் பார்க்கப்போகும் இரண்டாவது சம்பவம், அதிமுக்கியமானது, சார்லியின் வாழ்க்கையில் ஒரு மிகப் பெரிய திருப்புமுனையை உண்டாக்கியது. சார்லி சாப்ளினின் 'கார்னோ' குழுவினர், அமெரிக்கா முழுவதும் சுற்றி, நிகழ்ச்சிகள் நடத்திக்கொண்டிருந்தார்கள். அப்போது, மாக் சென்னெட் *(Mack Sennett)* என்ற ஒரு பிரமுகர், யதேச்சையாய் அந்தக் குழுவின் நிகழ்ச்சிகளைப் பார்ப்பதற்காக வந்தார்.

பின்னாள்களில் அமெரிக்காவின் புகழ்பெற்ற திரைப் பிரபலங்களில் ஒருவராய் வளர்ந்தவர் மாக் சென்னெட். குறிப்பாக, அந்த நாள் நகைச்சுவைத் திரைப்படங்களின் 'ராஜா' என்று அவரைப் புகழ்ந்து சொல்வார்கள். (ஆனால், நாம் குறிப்பிடும் இந்தச் சம்பவம் நடந்தபோது, அவர் தனது சொந்த திரைப்பட நிறுவனத்தைத் தொடங்கியிருக்கவில்லை.)

அன்றைக்கு, மாக் சென்னெட்டின் சிநேகிதி ஒருவர், அவரைச் சந்திக்க வருவதாகச் சொல்லியிருந்தார். கடைசி நேரத்தில், அவரால் வரமுடியவில்லை. ஆகவே, மிச்சமிருக்கும் மாலைப்பொழுதை எப்படிக் கழிப்பது என்று தெரியாமல், கண்போனபோக்கில், கால்போன போக்கில் நடந்துகொண்டிருந்த மாக் சென்னெட், 'கார்னோ' குழுவினரின் நிகழ்ச்சிகள் நடைபெற்றுக்கொண்டிருந்த அரங்கினுள் நுழைந்தார்.

அப்போது, அங்கே *'A Night in London Music Hall'* நாடகம் நடைபெற்றுக்கொண்டிருந்தது. நாம் ஏற்கெனவே பார்த்ததுபோல், ஒரு குடிகார வேஷத்தில் ரகளையாய்க் கலக்கிக்கொண்டிருந்தார் சார்லி சாப்ளின்.

மாக் சென்னெடுக்கு 'கார்னோ'வையும் தெரியாது, சார்லி சாப்ளினையும் தெரியாது. ஏதோ, நேரத்தைக் கழிக்கலாம் என்றுதான் அங்கே நுழைந்திருந்தார் அவர். ஆகவே, பெரிதாய் எந்த எதிர்பார்ப்பும் இல்லாமல் அவர் அந்த நிகழ்ச்சியை கவனிக்கத்தொடங்கினார்.

சில நிமிடங்களுக்குள், சார்லி சாப்ளினின் நடிப்பாளுமை அவரை மொத்தமாய் ஈர்த்துவிட்டது, 'இந்த ஆள் நன்றாகச் செய்கிறானே!', என்று எண்ணியபடி, தன் இருக்கையில் நிமிர்ந்து உட்கார்ந்தார் அவர்.

அடுத்த அரை மணிநேரமும், அவருக்குத் தான் எங்கே இருக்கிறோம் என்பதே மறந்துவிட்டது. ஒரு பரம்பரைக் குடிகாரனுடைய வீட்டினுள் நுழைந்து, அவனுடைய சேஷ்டைகளைப் பக்கத்திலிருந்து வேடிக்கை பார்ப்பதாகவே

உணர்ந்தார் அவர், அந்த அளவு தத்ரூபமான நடிப்பை வெளிப்படுத்தினார் சார்லி சாப்ளின்.

அந்த நிகழ்ச்சி முடிந்தபோது, பிரமித்துப்போனவராய் அமர்ந்திருந்தார் மாக் சென்னெட், 'இந்த நடிகருக்கு நல்ல எதிர்காலம் இருக்கிறது!', என்று தனக்குள் சொல்லிக்கொண்டவர், பக்கத்திலிருந்தவரை அழைத்து, 'யார் அந்த ஆள்? நன்றாக நடிக்கிறாரே!', என்று விசாரித்தார்.

சென்னெடுக்குப் பக்கத்தில் அமர்ந்திருந்தவருக்கும், 'கார்னோ' குழுவினரைப்பற்றி அவ்வளவாய்த் தெரிந்திருக்கவில்லை. ஆகவே, 'என்னவோ பெயர் சொன்னார்கள், எனக்கு மறந்துவிட்டது!', என்று பொதுவாய்ச் சொல்லிவைத்தார், 'சார்லி என்று சொன்னதாய் ஞாபகம்!'

அவர் சொன்னது சென்னெடுக்குச் சரியாய்ப் புரியவில்லை. ஆகவே, மையமாய்த் தலையாட்டியபடி, அந்தக் குடிகாரனின் பிம்பத்தை மீண்டும் மனதினுள் ஓட்டிப்பார்த்துச் சிரித்துக்கொண்டார். பிறகு அங்கிருந்து வெளியேறிவிட்டார்.

இந்த விஷயங்கள் எதுவுமே சார்லி சாப்ளினுக்குத் தெரியாது. எப்போதும்போல் அந்தக் காட்சிக்கான ஒப்பனையைக் கலைத்துவிட்டு, அவர் தனது அடுத்த நிகழ்ச்சிக்குத் தயாராகிக்கொண்டிருக்கும்போது, அங்கே மாக் ஸென்னெட், பெயர் தெரியாத இந்த சார்லியைப்பற்றியேதான் நினைத்துக்கொண்டிருந்தார், சார்லி சாப்ளினின் தரமான நடிப்பு, அந்த அளவு ஓர் அழுத்தமான பாதிப்பை அவருக்குள் உண்டாக்கியிருந்தது.

சில காலம் சென்றபின், 'கீஸ்டோன்' (Keystone) என்னும் திரைப்பட நிறுவனத்தின் பங்குதாரராய் ஆனார் மாக் சென்னெட். 'கீஸ்டோன்' படங்களில் நடிப்பதற்காகவே, சில திறமைசாலி நடிகர்களைத் தேர்ந்தெடுத்து, அவர்களை வாரச் சம்பளத்தில் வேலைக்கு அமர்த்திக்கொண்டார் அவர். இந்த நடிகர்களைக் கொண்டு, ஒரு ரீல், இரண்டு

ரீல்கள் அளவில் நல்ல நகைச்சுவைப் படங்களைத் தயாரித்து வெளியிட்டுக்கொண்டிருந்தார்.

1913ம் ஆண்டு, கீஸ்டோன் நிறுவனத்தில் சென்னெடிடம் வேலைசெய்துகொண்டிருந்த ஃப்ரெட் மேஸ் (Fred Mace) என்ற நடிகர், அங்கிருந்து விலகுவதாய்த் தீர்மானித்தார். இந்த விபரம் கேள்விப்பட்டதும், அவருக்கு பதிலாக வேறொரு நடிகரைத் தேர்ந்தெடுக்கவேண்டுமே என்ற கவலை சென்னெடைத் தொற்றிக்கொண்டது.

அப்போது, அவருடைய ஞாபகத்தில் 'பளிச்'சென்று தோன்றிய பிம்பம், முன்பு எப்போதோ, நாடக மேடையில் பார்த்த அந்தக் 'குடிகார'ரின் உருவம்தான்!

'உடனடியாக அந்த நடிகரைத் தேடிக் கண்டுபிடியுங்கள்', என்று தன் உதவியாளர்களிடம் ஆணையிட்டார் சென்னெட்.

'அது எப்படி சார் முடியும்?', என்று அவர்கள் திருதிருவென்று விழித்தார்கள், 'அந்த நடிகரின் பெயர்கூட உங்களுக்குத் தெரியவில்லை, நாங்கள் அவரை எங்கே, எப்படித் தேடுவோம் ?'

இதைக் கேட்டதும், சென்னெடுக்கு ரொம்பக் கவலையாகி விட்டது, ஒருவேளை அந்த நடிகரைக் கண்டுபிடிக்க முடியாமலேபோய்விடுமோ என்ற சிந்தனையோடு நெற்றி சுருக்கி யோசித்தபோது, அந்த நடிகரின் பெயர் 'சார்லி' என்பதுமட்டும் அரைகுறையாய் நினைவுக்கு வந்தது, ஆனால், நல்லவேளையாக, அந்த நாடகக்குழுவின் பெயர், 'கார்னோ' என்று அவருக்கு நன்றாக ஞாபகமிருந்தது.

'அந்த கார்னோ குழு இப்போது எங்கே இருக்கிறது என்று கண்டுபிடியுங்கள்', என்றார் சென்னெட், 'நான் சொன்னபடி, அந்தக் குடிகார வேஷத்தில் நடித்த நடிகர் யார் என்பதை விசாரித்து, உடனடியாக அவர்களுக்கு ஒரு தந்தி கொடுங்கள், எப்படியாவது அந்த நடிகரைக் கண்டுபிடித்தாகவேண்டும்!'

5. Making a Living

'ஈஸ்டோன்' நிறுவனத்திலிருந்து, 'கார்னோ'வைத் தேடி வந்த அவசரத் தந்தி, சார்லி சாப்ளினின் கையில் கிடைத்தபோது, அவர் ஃபிலடெல்ஃபியாவில் ஒரு நாடகத்துக்கான முன்னேற்பாடுகளில் மூழ்கியிருந்தார்.

உண்மையில், அந்தத் தந்தியில் 'சார்லி சாப்ளின்' என்ற பெயரே இல்லை. '*Ch*' என்று தொடங்கி, அதன்பின் ஏதோ கிறுக்கலாய் எழுதியிருந்தது. அதை வைத்துக்கொண்டு, அது சாப்ளினுக்கான தந்திதான் என்று யாரோ ஒரு புண்ணியவான் முடிவுசெய்திருக்கிறார்.

எது எப்படியோ, உரியவர் கையில் தந்தி சேர்ந்துவிட்டது. ஆனால், அதில் என்ன எழுதியிருக்கிறது என்று படித்தபின், அந்த 'உரியவர்' ரொம்பவே குழம்பிப்போய்விட்டார்.

இத்தனைக்கும், அந்தத் தந்தியில் முழ நீளத் தத்துவங்களோ, இருண்மை சூழ்ந்த நவீன கவிதைகளோ ஏதுமில்லை - இரண்டே வரியில் ஒரு சுருக்கமான செய்தி, அதுதான் சார்லிக்குப் புரிய மறுத்தது.

'மூன்று வருடங்களுக்குமுன்னால், ஒரு நாடகத்தில், குடிகாரராய் நடித்த நடிகர் நீங்கள்தானா ?' - இதுதான் அந்தத் தந்தியிலிருந்த முதல் கேள்வி.

தலையுமில்லாமல், வாலுமில்லாமல் இருந்த இந்தக் கேள்வியை, சாப்ளின் எப்படியோ புரிந்துகொண்டுவிட்டார், இந்த வாக்கியம், '*A Night in London Music Hall*' நாடகத்தைதான் குறிப்பிடுகிறது என்று ஊகித்துக்கொண்டதும், இந்தத் தந்தி தனக்கானதுதான் என்று அவருக்கு நிச்சயமாய்த் தெரிந்துவிட்டது.

ஆனால், அடுத்த வாசகம், அவரை மீண்டும் குழப்பத்தில் தள்ளியது - 'நீங்கள் உடனடியாக நியூயார்க் சென்று, லாங்ஏகர் *(Longacre)* கட்டிடத்தில் இருக்கும் கெஸ்ஸெல் *(Kessel)*, போமென் *(Bauman)* இருவரையும் சந்திக்கவேண்டும்.'

இதைப் படித்துவிட்டு, சார்லி சாப்ளின் முடியைப் பிய்த்துக்கொள்ளாத குறைதான், யார் இந்தத் தந்தியை அனுப்பியிருக்கிறார்கள்? இவர்களுக்கு என்னை எப்படித் தெரியும்? நான் எதற்காக நியூயார்க் செல்லவேண்டும்? இந்த லாங்ஏகர் கட்டிடம் எங்கே இருக்கிறது ? யார் இந்த கெஸ்ஸெல், யார் இந்த போமென்? நான் இவர்களை எதற்காகச் சந்திக்கவேண்டும்? - யோசிக்க, யோசிக்க, அவருடைய குழப்பம் மேலும் அதிகமானது.

உடனடியாக, தன்னுடைய அமெரிக்க நண்பர்கள் சிலரை அழைத்து, 'லாங்ஏகர் கட்டிடம் என்றால் என்ன? அது எங்கே இருக்கிறது?', என்று மேலோட்டமாய் விசாரிக்கத்தொடங்கினார் சார்லி சாப்ளின்.

'லாங்ஏகர் கட்டிடம் என்பது, நியூயார்க்கின் பிரபலமான வக்கீல்கள் தொழில் செய்யும் இடம்', என்று பதில் கிடைத்தது, 'ஏராளமான வக்கீல்களின் அலுவலகங்கள் அங்கே இருக்கின்றன.'

'அப்படியானால், இந்த கெஸ்ஸெலும், பாமெனும் வக்கீல்களாகதான் இருக்கவேண்டும்', என்று ஊகித்துக் கொண்டார் சார்லி சாப்ளின், 'இந்த வக்கீல்கள் என்னை எதற்காகப் பார்க்க விரும்புகிறார்கள்?'

இந்தத் திசையில் தீவிரமாய் யோசித்தபோது, அவருக்குள் ஒரு ஞாபகம் பளிச்சிட்டது - சார்லியின் தூரத்து உறவினர் ஒருவர், ஏராளமான சொத்துகளோடு சாகக் கிடந்தார். ஒருவேளை, அந்த 'தூரத்து அத்தை'தான், மிச்சமிருக்கும் தனது சொத்துகளையெல்லாம் சார்லி பெயருக்கு உயில் எழுதிவைத்துவிட்டு மண்டையைப் போட்டுவிட்டாரோ ?

அந்தத் தந்தியைக் கையில் வைத்துக்கொண்டு, இப்படிப் பலவிதமான கற்பனைகளில் மூழ்கிப்போனார் சார்லி சாப்ளின். எப்படி யோசித்தாலும், அவருடைய சிந்தனைகள் எல்லாம் ஒரே புள்ளியில்தான் வந்து குவிந்தன - இந்த கெஸ்ஸெலும், பாமெனும் வக்கீல்கள், அந்த அத்தையின் சொத்துகளை வாங்கி, என்னிடம் ஒப்படைக்கப்போகிறார்கள் !

இந்த நம்பிக்கையோடுதான், சார்லி சாப்ளின் நியூயார்க் நகருக்கு வந்து சேர்ந்தார், லாங்ஏகர் கட்டிடத்தைத் தேடிக் கண்டுபிடித்து, அங்கிருந்த கெஸ்ஸெல், பாமெனின் அலுவலகத்திற்குச் சென்றார்.

அங்கே சென்றதும்தான், அவர்கள் இருவரும் வக்கீல்கள் இல்லை என்ற உண்மை சாப்ளினுக்குத் தெரிந்தது. தன்னுடைய மனக்கோட்டைகளெல்லாம் சடசடவென்று இடிந்து விழுவதைச் சமாளித்துக்கொண்டு, 'அப்படியானால், நீங்கள் இருவரும் யார்? இது என்ன ஆஃபீஸ்?', என்று விசாரித்தார் அவர்.

'கீஸ்டோன் என்ற சினிமாக் கம்பெனியின் அலுவலகம் இது', என்று பதில் வந்தது.

'சினிமாக் கம்பெனியா?', ஏமாற்றமாய்க் குவிந்திருந்த சார்லி சாப்ளினின் வாய், சட்டென்று மீண்டும் திறந்துகொண்டது, அவருக்குள் மறுபடி புதுப்புது கற்பனைகள் பிறக்கத்தொடங்கின. இந்த சினிமாக்காரர்கள் என்னை ஏன் அழைக்கவேண்டும்? ஒருவேளை, அவர்களுடைய திரைப்படத்தில் என்னை நடிக்கவைக்கப்போகிறார்களோ?

இங்கிலாந்திலும், அமெரிக்காவிலும் பல மேடை நிகழ்ச்சிகளில்,

நாடகங்களில் தொடர்ந்து பங்கேற்றுக்கொண்டிருந்த சார்லி சாப்ளினுக்கு, லேசான சினிமாக் கனவும் இருந்தது, அதற்காக அவர் வாய்ப்புத் தேடி அலையவில்லை. என்றாலும், உள்ளே ஒரு ஆசை துடித்துக்கொண்டிருந்தது.

அந்த ஆசையின் உச்சத்தில், அவருக்குச் சில அதீதமான யோசனைகளும் தோன்றியிருந்தன - ஒரு சினிமாக் கேமெராவை விலைக்கு வாங்கி, 'கார்னோ' குழுவினரின் நாடகங்களைப் படம் பிடித்து, திரைப்படங்களாக வெளியிடலாமா என்று தீவீரமாய் யோசித்துக்கொண்டிருந்தார் அவர்.

இத்தனைக்கும், சினிமாவின் ஆனா, ஆவன்னாகூட சார்லி சாப்ளினுக்குத் தெரியாது. என்றாலும், மேடை நாடகங்களுக்குப்பின், தனது பரிணாம வளர்ச்சியில் அடுத்த நிலை, திரைப்படங்களாகதான் இருக்கமுடியும் என்று அவருக்குத் தெரிந்திருந்தது. ஆகவே, அதிகம் செலவு செய்யாமல், தன்னுடைய குழுவினரின் நாடகங்களையே சினிமாவாக எடுத்து வெளியிடலாம் என்று நினைத்தார்.

ஆனால், அவருடைய இந்த யோசனையை நிறைவேற்றமுடியாதபடி, 'கார்னோ' குழுவினர் ஆண்டுமுழுதும் 'பிஸி'யாகவே இருந்தார்கள், ஒரு இடத்தில் நாடகம் நடத்தி முடித்து ஓய்வெடுப்பதற்குள், அடுத்த இடத்தில் நாடகம் தொடங்கிவிடும், உடனடியாக பெட்டியைக் கட்டிக்கொண்டு ஓடவேண்டும். இந்த நாடோடி வாழ்க்கையினிடையே, சினிமா எடுப்பதைப்பற்றிக் கனவுகூட காணமுடியவில்லை.

இந்த நிலையில்தான், கீஸ்டோன் நிறுவனம் சார்லி சாப்ளினைத் தந்தி கொடுத்து அழைத்தது, நியூயார்க்கில் அவர்களின் அலுவலகத்தில் அமர்ந்துகொண்டு, 'என்னை எதற்காக அழைத்தீர்கள்?', என்று மிகுந்த எதிர்பார்ப்புடன் கேட்டார் சாப்ளின்.

அவர்கள் விஷயத்தை உடனடியாகச் சொல்லிவிடவில்லை. மாக் சென்னெடைப்பற்றியும், கீஸ்டோன் நிறுவனத்தைப்பற்றியும்

விபரமாய்ச் சொல்லி, 'எங்கள் முதலாளி, உங்கள் நாடகத்தைப் பார்த்திருக்கிறார், அவருக்கு உங்களை ரொம்பப் பிடித்திருக்கிறது!', என்று நிறுத்தினார்கள்.

'ரொம்ப சந்தோஷம்', என்றார் சாப்ளின், 'ஆனால், என்னை ஏன் அழைத்தீர்கள் என்று சொல்லவில்லையே.'

'எங்கள் கீஸ்டோன் நிறுவனத்தில் சேர்ந்து, திரைப்படங்களில் நடிப்பதற்குச் சம்மதமா என்று உங்களிடம் விசாரிக்கச் சொன்னார் மிஸ்டர். மாக் சென்னெட்', என்றார் கெஸ்ஸெல், 'நீங்கள் என்ன சொல்கிறீர்கள்?'

சார்லி சாப்ளினுக்கு இதைக் கேட்டதும், உடனடியாக மேஜை மேலேறி ஆட்டம்போடவேண்டும்போலிருந்தது. என்றாலும், தனது உற்சாகத்தை அவ்வளவாய் வெளிக்காட்டிக்கொள்ளாமல், 'நான் கொஞ்சம் யோசிக்கவேண்டும்', என்றார் அவர் - நேற்றுவரை கொஞ்சமும் எதிர்பார்த்திருக்காத இந்த வாய்ப்பும், அதனுள் ஒளிந்திருக்கிற சுப சாத்தியங்களும், இப்போது அவரை மொத்தமாய் மூழ்கடித்துக்கொண்டிருந்தது, கோர்வையாய்ச் சிந்திக்கக்கூடமுடியவில்லை.

'நீங்கள் நிதானமாக யோசித்து உங்கள் முடிவைச் சொல்லலாம்', என்றார் கெஸ்ஸெல், 'இப்போது நீங்கள் கார்னோ-வில் என்ன சம்பளம் வாங்குகிறீர்கள்?'

இந்தக் கேள்விக்கு சாப்ளின் உடனடியாக பதில் சொல்லிவிடவில்லை. சுலபத்தில் யாருக்கும் கிடைத்துவிடாத, மிகவும் அரிதான திரைப்பட வாய்ப்பு, நாம் தேடி அலையாமல், அதுவாக நம்மைத் தேடி வந்திருக்கிறது, இதைப் பாழாக்கிக்கொள்ளக்கூடாது. ஆனால், அதேசமயம், புது நடிகன்தானே என்று இவர்கள் நம்மை அடிமாட்டுச் சம்பளத்துக்குக் கொத்திக்கொண்டுவிடாமலும் பார்த்துக்கொள்ளவேண்டும்.

இப்படிப் பலவிதமாய் யோசித்த சாப்ளின், தன்னுடைய இப்போதைய சம்பளத்தைக் 'கொஞ்சம்' உயர்த்திச்

சொல்லவேண்டும், அப்போதுதான், இந்த சினிமாக்காரர்கள் ஓரளவு நல்ல சம்பளம் கொடுப்பார்கள் என்று தீர்மானித்துக் கொண்டார்.

அப்போது ‘கார்னோ’வில் சாப்ளினின் சம்பளம் - வாரத்துக்கு எழுபத்தைந்து டாலர். ஆனால், கெஸ்ஸெலிடம் பேசும்போது, ‘என்னுடைய வாரச் சம்பளம் இருநூற்றைம்பது டாலர்’, என்று சொன்னார் சாப்ளின்.

‘ஐயோ அது ரொம்ப அதிகம், அவ்வளவு எங்களால் தரமுடியாது’, என்று உடனடியாய்த் தலையசைத்து மறுத்துவிட்டார் கெஸ்ஸெல்.

இதைக் கேட்டதும் சார்லி சாப்ளின் பதறிப்போய்விட்டார், அவசரப்பட்டு விஷயத்தைச் சொதப்பிவிட்டோமோ என்று பயந்தவர், எப்படியானாலும் இந்த வாய்ப்பைத் தவறவிட்டுவிடக்கூடாது என்பதற்காக, அவசரமாய் வேறு சில காரணங்களை உருவாக்கி, சமாளிக்க முயன்றார்.

‘கார்னோவில் எனக்குச் சம்பளம் அதிகம்தான், ஆனால், திரும்பத் திரும்ப ஒரேமாதிரியாய் நடித்துக்கொண்டிருப்பது எனக்குப் பிடிக்கவில்லை. தவிர, ஊர்ஊராய்ச் சுற்றுவதாலும், பெரும்பாலான நேரம் மூடிய அறைகளுக்குள் அடைந்து கிடப்பதாலும், உடம்பு கெட்டுப்போகிறது. ஆகவே, நிதானமான, வேறு நல்ல வேலையாய்த் தேடிக்கொண்டிருக்கிறேன்’, என்றார் சாப்ளின், ‘நான் உங்களிடம் இருநூற்றைம்பது டாலர் சம்பளம் எதிர்பார்க்கவில்லை, உங்களால் என்ன முடியுமோ அதைச் சொல்லுங்கள்.’

‘நூற்றைம்பது டாலர்’, என்றார் சென்னெட்.

இதைக் கேட்டதும் சார்லி சாப்ளினுக்கு ஒரு நிமிடம் மூச்சடைத்தாற்போலிருந்தது. நூற்றைம்பது டாலர் என்பது, இப்போது அவர் வாங்குகிற சம்பளத்தைப்போல் இரண்டு மடங்கு!

தனக்கு இப்படியொரு பெரிய அதிர்ஷ்டம் அடித்திருக்கிறது என்பதை நம்பக்கூடமுடியாதவராய்த் தலையாட்டினார் சார்லி சாப்ளின், 'எனக்கு முழுச் சம்மதம்'

அவருடைய சம்மதத்தை ஏற்கெனவே எதிர்பார்த்திருந்தவர்போல் சிக்கனமாய்ப் புன்னகைத்தார் சென்னெட், 'ரொம்ப சந்தோஷம் மிஸ்டர். சாப்ளின், நீங்கள் எப்போது வேலைக்குச் சேரமுடியும்?'

'கார்னோவில் என்னுடைய ஒப்பந்தம் இன்னும் முடியவில்லை', என்றார் சாப்ளின், 'ஆகவே, அடுத்த வருடத் தொடக்கத்தில்தான் நான் அங்கிருந்து விலகி, கீஸ்டோனில் சேரமுடியும்.'

'பரவாயில்லை, நாங்கள் உங்களுக்காகக் காத்திருப்போம்', என்று சாப்ளினுடன் கைகுலுக்கினார் சென்னெட்.

அங்கிருந்து கிளம்பியபோது, சார்லி சாப்ளினுக்கு நடக்கிற உணர்வே இல்லை, எங்கோ வானத்தில், நட்சத்திரங்களுக்கு இணையாக மிதந்து கொண்டிருக்கிறவரைப்போலதான் தென்பட்டார் அவர், 'இத்தனை நாள்களாக காமெடி வேஷங்களும், கோணங்கி சேஷ்டைகளும் செய்து சிரமப்பட்டது போதும், இனிமேல் நான் சினிமாக் கலைஞன்!', என்று தனக்குள் பெருமையாய்ச் சொல்லிக்கொண்டார்.

என்றாலும், அந்த 'திடீர்' சந்தோஷத்தின் ஈரம் காய்வதற்குள், அவருக்குள் சில சந்தேகங்களும் தோன்றிவிட்டன - இந்த சினிமா கம்பெனி நிஜமானதுதானா? வாரத்துக்கு 150 டாலர் கொடுப்பதாகச் சொல்கிறார்களே, இவர்களுக்குமட்டும் பணம் என்ன மரத்திலா காய்த்துத் தொங்குகிறது? நிஜமாகவே அவ்வளவு பணம் எனக்குத் தருவார்களா? அப்படியே தந்தாலும், என்னால் அந்தத் துறையில் நிலைத்து நிற்கமுடியுமா? இந்த சினிமாக்காரர்களுக்கு என்னைப் பிடித்திருக்கிறது, நடிக்க அழைக்கிறார்கள். ஆனால், சினிமா பார்க்க வருகிற மக்களுக்கு என்னைப் பிடிக்குமா? ஒருவேளை அவர்கள் என்னை ரசிக்காமல் நிராகரித்துவிட்டால்?

சார்லி சாப்ளினின் இந்த அச்சங்களையெல்லாம், உளவியல்

கண்ணோட்டத்தில் அணுகவேண்டும். சிறுவயதிலிருந்தே, கொடிய வறுமையின் பிடியில் வாழ்ந்துவந்த சாப்ளினுக்கு, எழுபத்தைந்து டாலர் சம்பளம் என்பதே பெரிய தொகைதான். இந்த நிலைமையில், திடுதிப்பென்று யாரோ ஒருவர் அவர்முன்னே தோன்றி, 'உனக்கு ரெட்டை சம்பளம் தருகிறேன்', என்று சொல்வதை அவரால் நம்பக்கூடமுடியவில்லை - ஒருவேளை, வேண்டுமென்றே யாரேனும் தன்னிடம் விளையாடுகிறார்களோ என்றுதான் எதிர்மறையாய் நினைத்து பயந்தார் அவர்.

தவிர, இப்போது நாடக மேடையிலும், நகைச்சுவை நிகழ்ச்சிகளிலும் தனக்கென்று ஒரு ரசிகர் கூட்டத்தைச் சேர்த்துக்கொண்டிருந்தார் சாப்ளின். இப்போது, சினிமாவுக்கு ஆசைப்பட்டு, 'கார்னோ'வை விட்டுப் பிரிந்தால், திரைப்படங்களில் அவருக்கு வெற்றி கிடைக்கும் என்பது என்ன நிச்சயம்? ஒருவேளை, அவரால் திரைத்துறையில் வெற்றியடைய முடியாவிட்டால், மீண்டும் அவரால் பழைய மேடைக்குத் திரும்பமுடியுமா ? கடைசியில், அரசனை நம்பி, புருஷனைக் கைவிட்ட கதையாகிவிட்டால் என்ன செய்வது?

இப்படிப் பலவிதமாய் நினைத்து பயந்தபோதும், சினிமாவில் நடிக்கவேண்டும் என்கிற உள்மனதின் ஆசை, அவருடைய எல்லாக் கவலைகளையும் தற்காலிகமாய் மறக்கடித்துவிட்டது. 'கார்னோ' குழுவுடனான ஒப்பந்தத்தின்படி எல்லா நிகழ்ச்சிகளிலும் நடித்துக்கொடுத்துவிட்டு, அந்த வருடக் கடைசியில், லாஸ் ஏஞ்சலஸ் நகரிலிருந்த 'கீஸ்டோன்' நிறுவனத்தின் அலுவலகத்திற்கு விரைந்தார் சார்லி சாப்ளின்.

அப்போது அவருடைய மனதில் பலவிதமான எண்ணங்கள் குறுக்கும் நெடுக்குமாய் ஓடியாடிக்கொண்டிருந்தன. யாரோ ஒரு புண்ணியவான், என்னுடைய நடிப்பைப் பார்த்து ரசித்து, என்னை சினிமாவில் நடிக்கக் கூப்பிடுகிறான். ஆகவே, அந்த 'முதலாளி'யின் எதிர்பார்ப்புக்குமேலாகவே நடித்தாகவேண்டும், இல்லையென்றால், 'இந்த ஆளை ஏன்தான் நடிக்க அழைத்தோமோ?' என்று அவன்

நொந்துபோய்விடுவான் - அதற்கு இடம் கொடுக்காமல், நல்லபடியாய் நடித்துப் பெயர்வாங்கவேண்டும், முடிந்தவரை பணம் சம்பாதிக்கவேண்டும், நோய்வாய்ப்பட்டிருக்கும் அம்மாவுக்கு, தரமான சிகிச்சை தரவேண்டும்.

லாஸ் ஏஞ்சலஸில் வந்திறங்கிய சாப்ளின், நேராக மாக் சென்னெடைப் பார்க்கச் சென்றார், அவர்கள் சந்தித்தது, ஒரு நாடக அரங்கத்தில். ஒருவிதமான தயக்கத்துடன் சென்னெடை அணுகிய சார்லி சாப்ளின், தன்னை அவரிடம் அறிமுகப்படுத்திக்கொண்டார்.

சாப்ளின் சொல்வதை நம்பமுடியாதவர்போல், அவரை மேலும் கீழும் பார்த்தார் சென்னெட், 'கார்னோ குழுவின் அந்த நாடகத்தில், குடிகாரனாக வேஷம் போட்டு நடித்தது நீங்கள்தானா?', என்று சந்தேகமாய்க் கேட்டார்.

'ஆமாம் ஸார்' என்றார் சாப்ளின்.

ஆனால், அவர் சொன்னதை சென்னெடால் நம்பமுடியவில்லை. மீண்டும் ஒருமுறை சாப்ளினை சந்தேகமாய்ப் பார்த்தவர், 'ரொம்பச் சின்னப்பையனாக இருக்கிறீர்களே', என்றார் ஏமாற்றத்துடன்.

இதற்கு என்ன பதில் சொல்லமுடியும்? திருதிருவென்று விழித்தார் சாப்ளின். ஆனால், 'அந்தக் குடிகார வேஷத்தில் நடித்தது நான்தான் சார்', என்று மறுபடி சொன்னார்.

'ஹ்ம்ம், இருக்கலாம்', என்று திருப்தியில்லாமல் தலையாட்டினார் மாக் சென்னெட். எப்போதோ ஒரு மேடையில் பார்த்த அந்தக் குடிகாரனின் உருவம், அவர் மனதில் அழுத்தமாய்ப் பதிந்திருந்தது, இப்போது அவர்முன்னே வந்து நிற்கும் இந்த இளைஞனை, அந்தக் குடிகாரனின் பிம்பத்தோடு கொஞ்சமும் பொருத்திப்பார்க்கமுடியவில்லை. இதில் ஏதோ தவறு நடந்திருக்கிறது என்றுதான் ஊகித்தார் அவர்.

அவருடைய குழப்பம் நியாயமானதுதான். மாக் சென்னெட்

பார்த்து ரசித்த 'குடிகார'னுக்கு, நடுத்தர வயது. ஆனால், இப்போது ஒப்பனைகள் ஏதும் இல்லாமல் வந்திருக்கும் சாப்ளினுக்கு, இன்னும் இருபத்தைந்து வயதுகூட நிறையவில்லை. அப்படியிருக்கும்போது, இந்தச் சின்னப் பையன்தான், தன்னுடைய வயதுக்கு மீறிய வேஷத்தை ஏற்று அப்படி அற்புதமாய் நடித்தான் என்று அவரால் எப்படி நம்பமுடியும்? (இப்போதும், அந்த நாடகத்தின் பழைய புகைப்படங்களைப் பார்க்கிறபோது, அந்தக் குடிகாரன் வேஷத்தில் நடித்திருப்பது சார்லி சாப்ளின்தானா என்று நம்மால் அடையாளம் காணவேமுடியாது!)

சிறிது நேர சிந்தனைக்குப்பின், எப்படியோ தன்னை சமாதானப்படுத்திக்கொண்டார் மாக் செனெட், 'சரி, நாளை நம் ஸ்டூடியோவுக்கு வந்து, வேலைக்குச் சேர்ந்துகொள்' என்று சாப்ளினிடம் சொன்னார்.

மறுநாள், தன்னால் முடிந்தவரை கண்ணியமாய் உடுத்திக்கொண்டு, 'கீஸ்டோன்' ஸ்டூடியோவுக்குக் கிளம்பினார் சார்லி சாப்ளின். இனம்புரியாத ஒரு பதட்டம் அவரை ஆக்கிரமித்திருந்தது. அந்தக் கட்டிடத்தை நெருங்கியபோது, அவரால் இயல்பாக நடக்கக்கூடமுடியவில்லை.

ஸ்டூடியோ வாசலை நெருங்கியபின், சட்டென்று திகைத்து நின்றுவிட்டார் அவர். அதுவரை அவரைச் செலுத்திக்கொண்டிருந்த தைரியமெல்லாம், இப்போது எங்கோ ஓடி மறைந்துவிட்டது, கால்கள் நகர மறுத்தன, ஸ்டூடியோவினுள் போவதற்கு வெட்கப்படுகிறவர்போல், அங்கேயே சிலையாய்ச் சமைந்துவிட்டார் சாப்ளின்.

கொஞ்ச நேரமாகியும், அவரால் ஒரு முடிவுக்கு வரமுடியவில்லை. ஸ்டூடியோவினுள் சென்று, அங்கிருக்கிறவர்களைச் சந்திக்கிற துணிச்சல் இல்லை. ஆகவே, பேசாமல் தன்னுடைய ஹோட்டல் அறைக்குத் திரும்பிவிட்டார்.

மறுநாளும், மூன்றாவது நாளும் இதே கதைதான் நடந்தது. காலை

எழுந்தவுடன், ஏதோ வேண்டுதல்போல் ஸ்டூடியோ வாசல்வரை செல்வது, அதற்குமேல் போவதற்கு தைரியமில்லாமல், ஹோட்டலுக்குத் திரும்பிவிடுவது - தொடர்ந்து, ஏதோ ஒரு தயக்கம் அவரைத் தடுத்துக்கொண்டிருந்தது - இப்படியே ஊருக்குத் திரும்பிவிடலாமா என்றுகூட யோசிக்கத்தொடங்கிவிட்டார் சாப்ளின்.

நல்லவேளையாக, நான்காவது நாள் காலையில் மாக் சென்னெட் சாப்ளினைத் தொலைபேசியில் அழைத்தார், 'என்னப்பா ? என்னாச்சு ? எங்கே காணாமபோய்ட்டே நீ? நாங்க எல்லாரும் உனக்காகக் காத்திருக்கோம்.'

இதைக் கேட்டதும், சாப்ளினுக்குள் ஏதோ ஒரு நம்பிக்கை பிறந்தது. ஸ்டூடியோவினுள் சென்று, ஒரு வருட ஒப்பந்தத்தில் கையெழுத்திட்டு, முறைப்படி 'கீஸ்டோன்' நிறுவனத்தின் நடிகனாக இணைந்துகொண்டார்.

அன்றிலிருந்து, தினந்தோறும், மற்றவர்கள் வருவதற்குமுன்பாகவே ஸ்டூடியோவுக்குச் சென்றுவிடுவார் சார்லி சாப்ளின். அங்கிருக்கும் ஒவ்வொரு விஷயத்தையும் ஆச்சரியத்தோடு பார்த்து, ரசித்துக் கற்றுக்கொண்டார், பக்கத்திலிருப்பவர்களிடம் கேட்டுத் தெரிந்துகொண்டார்.

ஆனால், அந்தக் கம்பெனியிலிருந்த மற்ற நடிகர்களும், தொழில்நுட்பக் கலைஞர்களும், சாப்ளினை அவ்வளவாய் மதிக்கவில்லை, 'யாரோ ஒரு புதுப் பையன்', என்னும் அலட்சியத்தோடு, அவரைப் புறக்கணித்துக் கொண்டிருந்தார்கள்.

உண்மையில், இது ஒரு மகா தந்திரம் - கீஸ்டோனில் புதிதாக வேலைக்குச் சேரும் எந்த நடிகரையும், அவர்கள் இப்படித்தான் அலட்சியமாய் நடத்துவார்களாம், 'நான் பெரிய நடிகனாக்கும்' என்கிற மிதப்பில் வருகிற புதுப் பையன்களையெல்லாம் இப்படி மொத்தமாய் ஒதுக்கிவைத்து, மெல்லமெல்ல, 'நம்மை இங்கே ஒரு பயலும் மதிப்பதில்லையே', என்று புலம்பும்படி செய்துவிடுவார்கள். அதன்பிறகு, அந்தப் பையன்களை,

கம்பெனியின் சவுகர்யப்படியெல்லாம் இழுக்கமுடியும், ‘இப்படித்தான் நடிப்பேன்’, ‘அப்படி நடிக்கமாட்டேன்’, என்றெல்லாம் பிடிவாதம் பிடிக்காமல், சொன்னதைச் செய்துவிட்டு சும்மா கிடப்பார்கள்.

இந்தத் திட்டப்படிதான், சாப்ளினும் ஆரம்ப காலத்தில் அலட்சியப்படுத்தப்பட்டார், அவமானப்படுத்தப்பட்டார். ஆனால், அதையெல்லாம் பெரிதாய் நினைக்காமல், அவர் தன்னுடைய வேலையைப் பார்த்துக்கொண்டிருந்தார்.

காலையின் முதல் ஆளாக ஸ்டூடியோவினுள் நுழைகிற சாப்ளின், மாலை மயங்கி, இரவு தொடங்கியபின், கடைசி ஆளாக வெளியேறுவாராம். அதுவரை, அந்த வளாகத்திலேயே சுற்றிவந்து, கதை விவாதம், படப்பிடிப்பு, எடிட்டிங் போன்ற பல்வேறு விஷயங்களைக் கூர்ந்து கவனித்துக்கொண்டிருப்பார், ஆரம்பத்தில் அவரைச் சாதாரணமாய் நினைத்தவர்கள்கூட, அவருடைய ஆர்வத்தையும், கடின உழைப்பையும் பார்த்து அசந்துபோனார்கள்.

இப்படி ஏகப்பட்ட விஷயங்களைக் கற்றுக்கொண்டாலும், தனக்கு இன்னும் நடிக்கிற வாய்ப்பு கிடைக்கவில்லையே என்ற ஆதங்கம் சார்லி சாப்ளினுக்கு இருந்தது. இப்படியே போனால், சில நாள் கழித்து நம்மை வெளியே துரத்திவிடுவார்களோ என்றுகூட பயப்பட்டார்.

நல்லவேளையாக, அவருடைய எதிர்மறைக் கற்பனைகள் எதுவும் நிஜமாகவில்லை – *‘Making a Living’* என்னும் திரைப்படத்தில் நடிக்கத் தேர்வானார் சார்லி சாப்ளின்.

அந்தப் படத்தில் அவருக்கு முக்கியமான கதாபாத்திரம்தான். ஆனால், கிட்டத்தட்ட ‘வில்லன்’ வேஷம் ! கதாநாயகனாகிற கனவோடு நடிக்கவந்த சாப்ளினுக்கு, இது பெரிய அதிர்ச்சியாய் இருந்தது.

என்றாலும், அந்த நிலைமையில் அவரால் என்ன செய்யமுடியும்? தன் ஏமாற்றத்தை மறைத்துக்கொண்டபடி, இயக்குநர் சொல்வதைக் கேட்டு ஒழுங்காக நடிக்கத்தொடங்கினார்.

ஆரம்பத்தில், கேமெராவுக்கு முன்னே இயல்பாக நடிப்பதற்குக் கொஞ்சம் சிரமப்பட்டார் சாப்ளின். அப்போது, அவருடைய நாடக மேடை அனுபவம்தான் கைகொடுத்து உதவியது.

சார்லி சாப்ளின் நடிக்கப் பழகியது இங்கிலாந்தில். அந்த ஊர் மேடைகளும், ரசிகர்களும்தான் அவருக்கு நன்கு பழக்கம். ஆகவே, இப்போது திரைப்படங்களில் நடிக்கும்போது, அவர் விரும்பினாலும், விரும்பாவிட்டாலும், அந்த மெது நாடகபாணியில்தான் அவரால் நடிக்கமுடிந்தது.

ஆனால், அவருடைய இயக்குனருக்கும், சக நடிகர்களுக்கும், சார்லி சாப்ளினின் நடிப்பு கொஞ்சமும் பிடிக்கவில்லை, 'ஒரு வேகமே இல்லையே!', என்று அவரைப் பார்த்து அலுத்துக்கொண்டார்கள் அவர்கள், 'தூங்கி வழியறதுபோல் சவசவன்னு என்னய்யா இது நடிப்பு?'

இதற்கு நேரெதிராக, சார்லி சாப்ளினுக்கு, கீஸ்டோன் நிறுவனத்தின் நகைச்சுவை பாணி பிடிக்கவில்லை. சும்மா ஓடுவதும், விழுவதும், ஒருவர்மீது இன்னொருவர் எதையாவது வீசி எறிவதுமா காமெடி? மக்களைச் சிரிக்கவைக்க வேறு நளினமான வழிமுறைகளே இல்லையா என்று அவர் நினைக்கத்தொடங்கினார்.

ஆனால், அந்த நினைப்பைத் தனக்குள் வைத்துக்கொள்ளாமல், மற்றவர்களிடமும் சொன்னார், அதுதான் அவர் செய்த பெரிய தவறு.

சாப்ளினைப் பார்த்துப் பொறாமைப்பட்ட அந்த 'மற்றவர்கள்', பெரிய இடத்தில் வத்திவைத்துவிட்டார்கள், முதலாளி மாக் சென்னெட் அவரைக் கூப்பிட்டு விசாரிக்கும் அளவுக்கு விஷயம் பெரியதாகிவிட்டது.

ஆனாலும், சாப்ளின் தனது கொள்கையை விட்டுக் கொடுக்கவில்லை, 'நீங்கள் செய்யும் காமெடியெல்லாம் கரடுமுரடானது', என்று தைரியமாய்த் தொடர்ந்து சொல்லிக்கொண்டிருந்தார் அவர்.

சும்மா விமர்சனம் செய்வதோடு நிறுத்தினாரா? அவரை நடிக்க அழைக்கும் டைரக்டர்களிடமெல்லாம், 'இந்தக் காட்சியை வேறுவிதமாக அமைத்தால் நன்றாக இருக்குமே', என்று பலவிதமான யோசனைகள் சொல்ல ஆரம்பித்தார்.

அந்த யோசனைகளில் ஏதேனும் ஒன்று ஏற்கப்பட்டு, படமாக்கப்பட்டு, சுற்றியிருக்கிறவர்கள் லேசாய்ச் சிரித்துவிட்டால், சாப்ளினுக்கு மேலும் உற்சாகமாகிவிடும். இன்னும் இன்னும் புதிய யோசனைகளாகப் பொழிந்து தள்ளுவார்.

சாப்ளின் இப்படிப் பேசப்பேச, அவரை வைத்துப் படமெடுத்துக்கொண்டிருந்த இயக்குநர்களும், மற்றவர்களும் ரொம்ப டென்ஷனாகிவிட்டார்கள், 'என்ன இந்த ஆள் எல்லாம் தெரிந்ததுபோல் ஏதேதோ பேசுகிறானே', என்று எரிச்சல்பட்டு, மீண்டும் 'முதலாளி'யிடம் சென்று முறையிட்டார்கள், 'இந்தப் பையன் சரிப்படமாட்டான், உடனடியா அவனை வேலையைவிட்டுத் தூக்கிடுங்க.'

மாக் சென்னெடுக்கும், சார்லி சாப்ளின்மீது லேசான கோபம் இருந்தது. என்றாலும், அவசரமாக எதுவும் முடிவுசெய்யவேண்டாம் என்று எண்ணிய அவர், 'ஒரு படம் முடியட்டும், அப்புறம் யோசிக்கலாம்', என்று சொல்லிவிட்டார்.

1914ம் ஆண்டு தொடக்கத்தில், சாப்ளினின் முதல் திரைப்படமான, '*Making a living*' வெளிவந்தது. அந்தப் படத்தின் இறுதி வடிவத்தைத் திரையில் பார்த்த சார்லி சாப்ளின், நொந்துபோய்விட்டார் - அவர் நடித்த பல காட்சிகள் வெட்டப்பட்டிருந்தன, மிச்சமிருந்த காட்சிகளும் படு திராபை !

இந்தப் படம் நிச்சயமாய்த் தேறாது என்று முடிவுசெய்துகொண்ட சார்லி சாப்ளின், இனி, தன்னுடைய திரை வாழ்க்கையும் 'முதல் கோணல், முற்றிலும் கோணல்' என்றாகிவிடுமோ என நினைத்து பயந்துபோனார்.

6. The Tramp

சாப்ளினின் முதல் படம் வெளிவந்த கையோடு, பெட்டிக்குள் தோல்விகரமாய்ச் சுருண்டது. ஆகவே, அவருக்கு எதிராகப் போர் தொடுத்திருந்தவர்கள் எல்லோரும் புதிய வேகத்தோடு அவரை மீண்டும் தாக்கத்தொடங்கினார்கள், 'இந்த ஆள் சரிப்படமாட்டான், வெத்துவேட்டு, இவனைத் தூக்கி முதல்ல வெளியே வீசுங்க', என்று பிடிவாதமான கோரிக்கைக் குரல்கள் எழுந்தன.

ஆனால், அந்த 'எதிரி'களை சாப்ளின் அவ்வளவாய்க் கண்டுகொள்ளவில்லை. இந்தப் படம் ஓடாவிட்டால், அதற்கு நான் காரணமில்லை என்ற கருத்தில் அவர் மிகத் தெளிவாக இருந்தார். படப்பிடிப்பின்போதே, அவர் பல நல்ல யோசனைகளைச் சொல்லியிருந்தார், ஆனால், அவருடைய இயக்குநர் அதையெல்லாம் கவனிக்கவில்லை. பிறகு, வெறும் நடிகர், அவர் என்னதான் செய்து படத்தைத் தூக்கி நிறுத்திவிடமுடியும்?

இப்படி அவர் பேசிக்கொண்டிருக்க, விவகாரம் மீண்டும் மாக் சென்னெடிடம் சென்றது. 'இந்தப் பையன் பெரிய கலாட்டாக்காரனாய் இருக்கிறானே', என்று முகம்சுளித்த

அவர், சாப்ளினை இங்கே வேலைக்குச் சேர்த்தது தவறோ என்று தீவீரமாய் யோசிக்கஆரம்பித்தார்.

சீக்கிரத்திலேயே, முதலாளியிடமிருந்து சார்லி சாப்ளினுக்கு 'சம்மன்' போனது - அவரைத் தனியேஅழைத்து, 'இப்போ நீ என்னதான் சொல்றே?', என்று அதட்டி விசாரித்தார் சென்னெட்.

சார்லி சாப்ளின் பயப்படாமல், தன் தரப்பு நியாயத்தை எடுத்துச்சொன்னார், 'நான் என்னென்னவோ யோசனைகள் சொன்னேன், அதையெல்லாம் இந்த டைரக்டர் குப்பையில் வீசிவிட்டார்', என்று ஆதங்கத்தோடு குறிப்பிட்டார்.

அவருடைய வாதத்தை மாக் சென்னெட் ஏற்கவில்லை, 'எந்தப் படமானாலும், இயக்குனர்தான் ராஜா, படத்தில் எந்தக் காட்சிகள் இடம்பெறவேண்டும், எதெல்லாம் இடம்பெறக்கூடாது என்று முடிவுசெய்யவேண்டியது அவர்தான் - அவர் சொல்வதைக் கேட்டு நடிப்பதுமட்டும்தான் நடிகர்களின் வேலை', என்றார் அவர்.

என்றாலும், சாப்ளினின் தைரியமான பேச்சும், சினிமாவில் புதுமையான நகைச்சுவையைக் கொண்டுவரவேண்டும் என்று அவர் அடிக்கடி சொன்னதும், மாக் சென்னெடின் கவனத்தைக் கவர்ந்தது, இந்தப் பையன் நிஜமாகவே விஷயஞானத்தோடுதான் பேசுகிறானா, அல்லது சும்மா வாய்ச்சொல் வீரனா என்று சோதித்துத் தெரிந்துகொள்ள விரும்பினார் சென்னெட்.

ஆகவே, 'கீஸ்டோன்' நிறுவனத்தின் அடுத்த படத்தைப்பற்றிப் பேசும்போது, அவர் சாப்ளினை அழைத்து, ஒரு சவாலை முன்வைத்தார், 'இந்தப் படத்தில் சில நல்ல நகைச்சுவைக் காட்சிகள் தேவைப்படுகிறது. அதையெல்லாம் சரியாகச் செய்வதற்கு, ஒரு முக்கியமான கதாபாத்திரம் வேண்டும் - அந்தக் கதாபாத்திரத்தைப் பார்த்ததுமே, மக்களுக்குப் பிடித்துப்போகவேண்டும். அப்படியொரு புதுமையான வேடத்தைச் செய்து காட்டு பார்க்கலாம்.'

அவர் சொன்னதை மனதில் அசைபோட்டபடி நடிகர்களின் ஓய்வு அறைக்குத் திரும்பினார் சாப்ளின். இதுதான் தனக்குக் கிடைத்திருக்கும் கடைசி வாய்ப்பு, இதைச் சரியாகப் பயன்படுத்திக்கொண்டால்தான், இந்த சினிமாத்துறையில் தொடர்ந்து குப்பைகொட்டமுடியும் என்று அவருக்கு நன்றாகப் புரிந்திருந்தது.

ஆகவே, எந்தமாதிரியான வேஷம் போட்டால், முதலாளிக்குப் பிடிக்கும் என்று யோசித்தார் சாப்ளின் - அவருக்கும் பிடிக்கவேண்டும், மக்களுக்கும் பிடிக்கவேண்டும். அப்படிப்பட்ட ஒரு வித்தியாசமான வேஷம் வேண்டும்! கிடைக்குமா?

சிறிது நேரம் தீவிரமாய்ச் சிந்தித்தபின், அவருக்கு ஒரு நல்ல யோசனை தோன்றியது - சார்லி சாப்ளின் எப்போதோ நடித்த ஒரு 'குடிகார' வேஷம்தான், மாக் சென்னெடுக்கு ரொம்பப் பிடித்திருந்தது, அதை மறக்காமல் நினைவில் வைத்திருந்துதான், சாப்ளினை 'கீஸ்டோன்' நிறுவனத்துக்கே அழைத்து, நடிக்கும் வாய்ப்புக் கொடுத்திருக்கிறார். அந்த அளவுக்கு அவர் மனதில் பதிந்துவிட்ட அந்தக் குடிகார வேஷத்தை, இப்போது மீண்டும் அவருக்கு நடித்துக்காட்டினால் என்ன?

இந்த எண்ணத்துடன், தனக்கு 'வாழ்வு கொடுத்த' அந்த நடுத்தர வயது வேஷத்தை மீண்டும் அணிந்துகொண்டார் சார்லி சாப்ளின். பழைய லண்டன் மேடை ஞாபகங்கள் அவரை ஆக்கிரமிக்க, அதே வேகத்துடன், அதே புத்துணர்ச்சியுடன், அந்தக் குடிகாரனுக்குள் புகுந்துகொண்டார்.

ஆனால், அவருடைய நடிப்பைப் பார்த்துக்கொண்டிருந்த மாக் சென்னெடுக்கு, இப்போது அந்தக் குடிகார வேஷம் அவ்வளவாய்ப் பிடிக்கவில்லை. மெல்ல உதட்டைப் பிதுக்கி, தன்னுடைய திருப்தியின்மையைத் தெரிவித்தார் அவர், 'இது சரிப்படவில்லை சாப்ளின், வேறு ஏதாவது முயற்சி செய்.'

சாப்ளினுக்குப் பெருத்த ஏமாற்றம். ஆனால், முதலாளிக்கு முன்னால் அதையெல்லாம் காட்டிக்கொள்ளவா முடியும்,

மீண்டும் ஒப்பனை அறைக்குச் சென்று, வேறொரு வேஷத்தை அணிந்து திரும்பினார்.

இந்தமுறையும், மாக் சென்னெடுக்குத் திருப்தியில்லை. திரும்பத் திரும்ப, வெவ்வேறு வேஷங்களுடன், வெவ்வேறுவிதமான நகைச்சுவைக் காட்சிகளை சாப்ளின் சித்தரித்துக் காட்டியும்கூட, கிளிப்பிள்ளைபோல் ‘இது போதாது’, ‘இது போதாது’ என்றுதான் திரும்பத்திரும்ப சொல்லிக்கொண்டிருந்தார் அவர்.

ஒருகட்டத்தில், சாப்ளினுக்கே இந்த விளையாட்டு அலுத்துவிட்டது - நிஜமாகவே இந்த முதலாளி என்னிடம் ஏதேனும் ஒரு புதிய வேஷத்தை எதிர்பார்க்கிறாரா, அல்லது, என்னை மொத்தமாய் ஒழித்துவிடத் திட்டம் தீட்டியிருக்கிறாரா?

இப்படி அவர் சந்தேகமாய் யோசித்துக்கொண்டிருக்கும்போது, யதேச்சையாய், மிக யதேச்சையாய் அவருக்கு ஒரு அற்புதமான யோசனை தோன்றியது - அதை ‘யோசனை’ என்றுகூட சொல்லமுடியாது, ஒரு சின்ன சிந்தனைப்பொறி, அவ்வளவுதான், அந்த அக்கினிக் குஞ்சை நன்றாக ஊதிப் பெரிதாக்கியது, சாப்ளினின் புத்திசாலித்தனம்.

அவருக்குத் தோன்றிய அந்த யோசனை, மிகவும் எளிமையானது - பொதுவாக எல்லோருமே கச்சிதமாக உடை உடுத்தவேண்டும், அதற்குப் பொருத்தமாக, நன்றாக அலங்காரம் செய்துகொள்ளவேண்டும் என்றுதான் நினைப்பார்கள். ஆனால், இதற்கு நேரெதிராக, ஒரு ஆள், கன்னாபின்னாவென்று, சம்பந்தாசம்பந்தமில்லாமல் உடுத்திக்கொண்டு வெளியே நடமாடினால்? தான் இப்படி அபத்தமாய் உடையணிந்திருக்கிறோம் என்று தெரியாதவன்போல், அவன் சகஜமாய் எல்லோருடனும் பேசிப் பழகினால்?

இந்தச் சிறிய கற்பனையில், ஏகப்பட்ட நகைச்சுவைக் காட்சிகளுக்கான சாத்தியங்கள் சாப்ளினின் மனக்கண்ணில் தெரிந்தன, பரபரவென்று, அபத்தமான உடை அலங்காரங்களைத் தேடத்தொடங்கினார் அவர்.

முதலாவதாக அவருடைய கண்ணில் மாட்டியவர், ரோஸ்கோ ஆர்பக்கிள் (Roscoe Arbuckle) என்ற சக நடிகர் - சாப்ளினின் மெலிந்த தோற்றத்துக்கு நேரெதிராக, கொழுகொழுவென்று சதைப்பிடிப்பாய் இருப்பவர் ஆர்பக்கிள், (இதனால் அவருக்கு 'குண்டு ஆர்பக்கிள்' என்று செல்லப்பெயரும் உண்டு.)

அந்த அர்பக்கிளிடமிருந்து, அவருடைய கால்சட்டையை வாங்கிக்கொண்டார் சாப்ளின். அதை அவர் அணிந்து கொண்டபோது, தொளதொளாவென்று மிக விநோதமாய் இருந்தது.

இந்த 'தொளதொளா' பேன்ட்டுக்கு நேரெதிராக, ஒரு இறுக்கமான மேல் சட்டையைத் தேர்ந்தெடுத்து அணிந்துகொண்டார் சார்லி சாப்ளின் - இந்தச் சட்டை, சார்லஸ் ஏவ்ரி (Charles Avery) என்ற இன்னொரு நடிகரின் உபயம்.

அடுத்ததாக, கால்களுக்கு ஏதாவது அணியவேண்டும். சாதாரணமான ஷூ அல்லது செருப்பு அணிந்தால் மக்கள் சிரிப்பார்களா? அங்கேயும் ஏதாவது வித்தியாசம் காட்டவேண்டும் என்று யோசித்து, ஃபோர்ட் ஸ்டெர்லிங் (Ford Sterling) என்ற நடிகரின் மிகப் பெரிய ஷூக்களை வாங்கி அணிந்துகொண்டார் சாப்ளின். (அந்தக் காலணிகள் சாப்ளினின் சின்னக் கால்களில் நிற்கவே இல்லை, அடிக்கடி கழன்று விழுந்துகொண்டே இருந்தன. ஆகவே, வலது கால் ஷூவை, இடது காலிலும், இடது கால் ஷூவை, வலது காலிலுமாய் மாற்றி அணிந்து சமாளிக்கவேண்டியிருந்தது - இதுவும் ஒரு நகைச்சுவை அம்சமாய் அமைந்துவிட்டது.)

குண்டு அர்பக்கிளின் மாமனார், 'டெர்பி' என்று அழைக்கப்படும் ஒரு விளையாட்டுத் தொப்பியை அணிந்திருப்பார். இப்போது அந்தத் தொப்பி, அர்பக்கிளிடம்தான் இருந்தது, அந்தச் சிறிய தொப்பியை வாங்கித் தலையில் கவிழ்த்துக்கொண்டார் சார்லி சாப்ளின். கையில் தன்னுடைய பிரம்புத் தடியை எடுத்து சுழற்றிக்கொண்டார்.

கடைசியாக, முகத்துக்கு ஏதாவது செய்யவேண்டுமா என்று யோசித்தார் சாப்ளின். எதுவும் தேவையில்லை என்றுதான் தோன்றியது. ஆனால், தன்னுடைய இப்போதைய உருவத்தைக் கண்ணாடியில் பார்த்தபோது, ஏதோ குறைபடுவதாய்த் தோன்றியது.

கொஞ்சம் யோசித்ததும், அந்தக் 'குறை' என்னவென்று அவருக்குத் தெரிந்துவிட்டது. ஏற்கெனவே ஒல்லிப்பிச்சானாகவும், குள்ளமாகவும் இருக்கும் சாப்ளின், இந்த விநோத அலங்காரங்களால், மேலும் சின்னப் பையனாகத் தெரிந்தார் - முதலாளிக்கு இது பிடிக்குமோ, பிடிக்காதோ.

சின்னப் பையனை எப்படிப் பெரிய பையனாக்குவது? ரொம்ப சுலபமான யோசனை, அவனுக்கு ஒரு மீசை வரைந்துவிடுவதுதான்!

ஆகவே, ஒரு போலி மீசையைத் தேர்ந்தெடுத்து, முகத்தில் ஒட்டிக்கொண்டார் சாப்ளின்.

ஆனால், இப்போது வேறொரு புதிய பிரச்சனை. மூக்குக்கும், வாய்க்கும் நடுவில் அபத்திரமாய்த் தொற்றிக்கொண்டிருக்கும் இந்த மீசை, அவருடைய முக பாவனைகளையும், உணர்ச்சி வெளிப்பாடுகளையும் தடைசெய்வதாக சாப்ளினுக்குத் தோன்றியது. என்ன செய்யலாம்? மீசையைச் சின்னதாக்கலாம் - அந்த ஒட்டு மீசையின் இரண்டு பக்கங்களையும் சம அளவு கத்தரித்து எறிந்தார் சாப்ளின். இப்போது, அவருடைய சிரிப்பும், சோகமும் பளிச்சென்று முகத்தில் தெரிந்தது. என்றாலும், இந்த மீசை இன்னும் கொஞ்சம் சிறிதாக இருக்கலாமே என்று அவருக்குத் தோன்றியது.

ஆகவே, மறுபடி மீசையைக் கத்தரித்தார். கண்ணாடியில் பார்த்தார், இன்னும் கொஞ்சம் கத்தரித்தார், கண்ணாடியைப் பார்த்தார், மேலும் கத்தரித்தார், மறுபடி பார்த்தார், கத்தரித்தார், பார்த்தார், கத்தரித், பார்த்,. கத்தரி, பார், ...

கடைசியில், அந்த மீசை மிகச் சிறியதாகிவிட்டது - மூக்குக்குக்கீழே, ஒரு டூத் பிரஷ் முனையைக் கறுப்புச் சாயத்தில் தோய்த்து

ஒட்டவைத்ததுபோல், இருந்தும், இல்லாத சின்னஞ்சிறிய மீசை. சும்மா, சாஸ்திரத்துக்கு ஒரு மீசை, 'இந்த உருவத்துக்கு இது போதும்' என்று திருப்தியோடு நினைத்துக்கொண்டார் சாப்ளின். பிறகு, தன்னை மீண்டும் ஒருமுறை கண்ணாடியில் பார்த்துக்கொண்டு, வெளியேறி நடக்க ஆரம்பித்தார்.

இப்போது அவருடைய உடைமட்டுமில்லை, நடையும் மாறியிருந்தது. சாதாரணமாய் நீங்களும், நானும் நடப்பதுபோலில்லாமல், கால்களை லேசாக அகட்டிக்கொண்டு, சற்றே விநோதமான பாணியில், ஏதோ அவசரத்திற்குக் கட்டுப்பட்டவர்போல் விறுவிறுவென்று நடந்தார் சார்லி சாப்ளின். (பின்னாள்களில், அவருடைய இந்த உடையலங்காரமும், நடையும்தான் அவருக்கு ஏராளமான ரசிகர்களையும், '*Little Fellow*', '*Tramp*' போன்ற செல்லப் பெயர்களையும் பெற்றுத்தந்தது)

மாக் சென்னெடும், அவரோடிருந்த படக்குழுவினரும், தூரத்தில் சார்லி சாப்ளினைப் பார்க்கும்போதே, கொஞ்சமாய்ச் சிரிக்கத்தொடங்கிவிட்டார்கள். அங்கிருந்து மளமளவென்று நடந்து பக்கத்தில் வந்துவிட்ட சாப்ளின், எதிர்பாராதவிதமாக, யாரோ ஒருவரின்மீது மோதி, லேசாய்ச் சரிந்து விழுந்தார், பிறகு சமாளித்து எழுந்துகொண்டு, அவரிடம் மன்னிப்பு கேட்கும்விதமாக, தனது தொப்பியை உயர்த்திக் காட்டிவிட்டு, பின்னோக்கி நகரும்போது, இன்னொருவரின்மீது மோதிக் கீழே விழுந்தார்.

இதைப் பார்த்துக்கொண்டிருந்த எல்லோரும், குலுங்கிக் குலுங்கிச் சிரிக்கலானார்கள். 'இதை, இதை, இதைத்தான் நான் எதிர்பார்த்தேன்', என்று நரசுஸ் காபி விளம்பரம்போல் சொன்னார் மாக் சென்னெட், 'சார்லி, இந்தப் படத்தில் இதுதான் உன் வேடம்!'

உலக சினிமாவின் ஒரு முக்கியமான சகாப்தம் அந்த விநாடியில் அமர்க்களமாய்த் தொடங்கியது.

7. The Adventurer

முதல் படத்தில் நடித்தபோது, சார்லி சாப்ளினை யாருக்கும் தெரியாது. அந்த அறிமுகப் படமும், வந்த சுவடு தெரியாமல் பெட்டிக்குள் சுருண்டுவிட்டது.

சாப்ளினின் இரண்டாவது படமும் பெரிய வெற்றி என்று சொல்லிவிடமுடியாது. ஆனால், நாம் சென்ற அத்தியாயத்தில் பார்த்த '*Tramp*' என்ற புகழ்பெற்ற கதாபாத்திரம், அந்தப் படத்தில்தான் அறிமுகமானது. 'யார் இந்தப் பையன்? பார்ப்பதற்கு ரொம்ப வேடிக்கையாய் இருக்கிறானே', என்று திரை ரசிகர்கள் நிமிர்ந்து உட்கார்ந்தார்கள், ரசித்தார்கள், சிரித்தார்கள்.

வெனிஸ் நகரத்தில் படமாக்கப்பட்ட அந்தத் திரைப்படத்தின் பெயர், '*Kid Auto Races at Venice*', முதல் படத்தில் சாப்ளின் செய்ய ஆசைப்பட்ட பல விஷயங்களை, இந்தப் படத்தில் செய்துபார்க்கமுடிந்தது.

என்றாலும், 'கீஸ்டோன்' குழுவிலிருந்த மற்றவர்களுக்கு, சாப்ளினின்மேலான வெறுப்பு இன்னும் குறைந்திருக்கவில்லை. மாக் சென்னெடுக்குப் பிடித்துப்போய்விட்ட சாப்ளினின் புதிய

வேஷத்தைக்கூட அவர்கள் அவ்வளவாய் அங்கீகரிக்கவில்லை, 'பையன் ரொம்ப அலட்டுகிறான்', என்று அலட்சியமாய் முகத்தை நொடித்துக்கொண்டு, ஒருவித பொறாமையோடுதான் சாப்ளினைப் பார்த்தார்கள்.

ஆகவே, சாப்ளின் பங்குபெறும் படப்பிடிப்புகளெல்லாம், அனல் பறக்கும் பட்டிமன்றங்களாக உருமாறின, சாப்ளின் ஏதாவது ஒரு யோசனை சொல்வதும், அதைப் படத்தில் சேர்க்கமுடியாது என்று இயக்குநர் பிடிவாதம் பிடிப்பதும், 'அப்படியானால், நான் இந்தப் படத்தில் நடிக்கமாட்டேன்', என்று சாப்ளின் முறைத்துக்கொள்வதுமாக, தினந்தோறும் சண்டை, கூச்சல், அடாவடி.

விவகாரம் பெரிதாகி, மீண்டும் மாக் சென்னெடிடம் சென்றது. அவர் உடனடியாக சாப்ளினை அழைத்து, 'தம்பி, நீ செய்வது சரியில்லை', என்று கண்டிப்பாய்ச் சொல்லிவிட்டார், 'டைரக்டர் சொல்வதைக் கேட்டு, அதன்படி நடிக்கமுடியுமானால் உனக்கு இங்கே வேலை உண்டு, இல்லையென்றால், நீ மூட்டையைக் கட்டிக்கொண்டு கிளம்பலாம்.'

இதைக் கேட்டதும், சார்லி சாப்ளின் நொந்துபோய்விட்டார். கஷ்டங்களெல்லாம் தீர்ந்து, இனிமேல் நமக்கு நல்ல காலம்தான் என்று நினைக்கும் வேளையில், தன்னுடைய திரை வாழ்க்கை, இப்படி அல்பாயுசாக முடியவேண்டுமா என்று சோகத்துடன் நினைத்தவர், எதுவும் பேசாமல் தன் அறைக்குத் திரும்பிவிட்டார்.

இப்போது என்ன செய்யலாம்? அவர்கள் சொல்வதைக் கேட்டுக்கொண்டு, அபத்தமான நகைச்சுவை வேஷங்களில் தொடர்ந்து நடிப்பதா, அல்லது, இதெல்லாம் எனக்குச் சரிப்படாது என்று துண்டை உதறி தோளில் போட்டுக்கொண்டு, இங்கிலாந்துக்கு நடையைக்கட்டுவதா?

நாள்முழுதும் இதையே யோசித்துக்கொண்டிருந்த சாப்ளினால் எந்த உறுதியான முடிவுக்கும் வரமுடியவில்லை. கலை ஆர்வத்தையும், இருப்பியல் சார்ந்த பிரச்சனைகளையும்

சீர்தூக்கிப் பார்த்து, இவற்றில் எது முக்கியம் என்று தீர்மானிக்கமுடியாமல் திணறிக்கொண்டிருந்தார் அவர். இனம்புரியாத கோபமும், சோகமும், தோல்வி மனப்பான்மையும் அவரைச் சோர்வடையச்செய்தது.

அப்போது, அவரைப் பார்ப்பதற்கு மாக் சென்னெட் வந்திருப்பதாகத் தகவல் கிடைத்தது.

முதலாளியா? அவர் ஏன் என்னைப் பார்ப்பதற்கு வரவேண்டும்? ஒருவேளை, இப்போதே என்னை வேலையிலிருந்து தூக்கிவிட்டார்களா ? - இப்படிப் பதட்டம் தரும் கேள்விகள், கற்பனைகளுடன் மாக் சென்னெடைச் சந்திக்க ஓடினார் சாப்ளின்.

ஆனால், அவருடைய அச்சங்களுக்கு நேர்மாறாக, 'சாப்ளின், என்மீது கோபமா?', என்றுதான் பேச்சைத் தொடங்கினார் மாக் சென்னெட்.

இதற்கு என்ன பதில் சொல்வது என்று தெரியாமல் திணறினார் சார்லி சாப்ளின். காலையில் அத்தனை கோபமாய்ப் பேசிய சென்னெடுக்கு, இப்போது என்ன ஆகிவிட்டது? அவருக்குக் கீழே வேலை செய்கிற சாதாரண நடிகன் நான், என்னிடம் ஏன் இத்தனை குழைவாகப் பேசுகிறார் என்றெல்லாம் நினைத்து ஆச்சரியப்பட்டுக்கொண்டிருந்தார் அவர்.

'சாப்ளின், காலையில் நான் சொன்னது எல்லாமே, உன்னுடைய நல்லதுக்குதான்', என்று சமாதானமாய்ச் சொன்னார் மாக் சென்னெட், 'இந்தக் குழுவிலிருக்கிற எல்லோருக்கும் உன்னை ரொம்பப் பிடித்திருக்கிறது. அதனால்தான், உன்னுடைய எதிர்காலம் நன்றாக அமையவேண்டும் என்ற அக்கறையில்தான் நான் உன்னிடம் கடுமையாய்ப் பேசினேன், நீ அதைத் தவறாக எடுத்துக்கொள்ளக்கூடாது.'

அவர் இப்படிப் பேசிக்கொண்டேபோக, அடுத்தடுத்து வந்து விழும் ஆச்சரியங்களைத் தாங்கமுடியாதவராய்த் தடுமாறினார் சாப்ளின், இந்தக் கட்டத்தில் என்ன பேசவேண்டும்

என்றுகூட அவருக்குத் தோன்ற மறுத்தது. இந்த 'ஜிலீர்' பேச்சுகளுக்கெல்லாம் முத்தாய்ப்பாக, 'நீ எப்போதும்போல் நம் படங்களில் தொடர்ந்து நடிக்கலாம் சாப்ளின், உன்னுடைய யோசனைகளை முடிந்தவரை பயன்படுத்திக்கொள்ளுமாறு, நான் டைரக்டர்களிடம் சொல்லியிருக்கிறேன்' என்றார் மாக் சென்னெட்.

இதைக் கேட்டதும் சார்லி சாப்ளின் மயக்கம்போட்டு விழாதகுறைதான். இன்று காலையில், 'வெளியே போ' என்று விரட்டிய அதே மனிதர், இப்போது, 'உள்ளே வாங்க ஸார்', என்று பணிந்து, குழைகிறார். 'நீங்க எது சொன்னாலும் செஞ்சுடலாம்', என்று தாராளமாய் வரமளிக்கிறார். திடீரென்று என்னுடைய மதிப்பு இப்படி உயர்ந்துவிட்டதே, எப்படி? நான்கைந்து மணி நேரத்தில் அப்படி என்ன அதிசயம் நடந்துவிட்டது?

இந்தப் புதிருக்கான பதில், சீக்கிரத்திலேயே அவருக்குத் தெரியவந்தது - அன்று காலை, நியூயார்க் நகரிலுள்ள 'கீஸ்டோன்' அலுவலகத்திலிருந்து வந்த ஒரு தந்திதான், மாக் சென்னெடின் திடீர் மனமாற்றத்துக்குக் காரணம்!

அப்படி அந்தத் தந்தியில் என்ன தகவல் இருந்தது?

'நம்முடைய புதிய படத்தில், விநோதமாய் உடை அணிந்துகொண்டு ஒரு நடிகர் நடிக்கிறாரே, அந்த ஆளைப் பார்த்தாலே, மக்கள் விழுந்து விழுந்து சிரிக்கிறார்கள், தியேட்டர்களில் கூட்டம் குவிகிறது. மேலும்மேலும் புதிய பிரதிகள் வேண்டும் என்று வெவ்வேறு ஊர்களிலிருந்து தகவல்கள் வந்துகொண்டிருக்கிறது. ஆகவே, அந்த நடிகரை அதேமாதிரி கதாபாத்திரத்தில் நடிக்கவைத்து, நிறைய படங்களைத் தயாரிக்கலாம், ரசிகர்களிடையே நல்ல வரவேற்பு இருக்கும்!'

- இப்படி ஒரு இனிப்பான தகவல் மாக் சென்னெடுக்குக் கிடைத்தபிறகு, அவர் சார்லி சாப்ளினைப் பகைத்துக்கொள்ள வேண்டாம் என்று முடிவெடுத்தார். உடனடியாக அவரைச்

சந்தித்து, அவர் கேட்பதையெல்லாம் கொடுப்பதாக உறுதி சொல்லி சமாதானப்படுத்தி, சாப்ளின் தொடர்ந்து 'கீஸ்டோன்' நிறுவனத்திலேயே இருக்கும்படி செய்துவிட்டார்.

சீக்கிரத்திலேயே, இந்த விஷயம் சாப்ளினுக்கும் தெரிந்துவிட்டது. மக்களிடையே தன்னுடைய புதிய வேஷத்துக்குக் கிடைத்திருக்கும் வரவேற்பைப்பற்றி அவருக்கு ரொம்ப சந்தோஷம், பெருமை. அந்தத் தெம்பில், நேரடியாக மாக் சென்னெடைச் சந்தித்து, 'மற்றவர்கள் இயக்கத்தில் நடிப்பது எனக்குப் பிடிக்கவில்லை', என்றார், 'என்னுடைய படங்களை நானே சொந்தமாய் இயக்க விரும்புகிறேன்!'

இதைக் கேட்ட மாக் சென்னெட் திகைத்துப்போய்விட்டார். ஏனெனில், ஒரு திரைப்படத்தை இயக்குவது என்பது சாதாரண விஷயமில்லை, பட உலகில் நெடுநாள் பணியாற்றிய, பழம் தின்று, கொட்டை போட்ட அனுபவசாலிகளே, டைரக்ஷனின் நுணுக்கங்கள் புரியாமல் தடுமாறிக்கொண்டிருக்கும்போது, நேற்று வந்த சின்னப் பையன், இன்றைக்கு படம் இயக்குகிறேன் என்று சொல்கிறானே, இது என்ன அசட்டு தைரியம்?

இப்படி நினைத்த அவர், 'அதெல்லாம் முடியாது', என்று சாப்ளினிடம் கண்டிப்பாய்ச் சொல்லிவிட்டார், 'படங்களில் நடிப்பதற்காகதான் உன்னை அழைத்தோம், உன்னுடைய ஒப்பந்தத்திலும் அப்படிதான் எழுதியிருக்கிறது, இப்போது திடீரென்று படம் இயக்குகிறேன் என்று சொன்னால் எப்படி? அதற்கெல்லாம் ஒரு தகுதி, தராதரம் வேண்டாமா?'

ஒருவிதத்தில், மாக் சென்னெட் இப்படிதான் பேசுவார் என்று சாப்ளின் ஏற்கெனவே எதிர்பார்த்திருக்கவேண்டும். ஆகவே, அவரும் தன்னுடைய கட்சியை விட்டுக்கொடுக்காமல் தொடர்ந்து வாதம் செய்தார். 'இன்னொருவர் சொல்வதைக் கேட்டு நடிப்பது எனக்குப் பிடிக்கவில்லை, எனக்கு மேலும் சுதந்திரம் வேண்டும், புதுமையான நகைச்சுவைக் கதைகளை, காட்சிகளை நானே சிந்தித்து அமைக்கமுடியும், இயக்குநராகப் பணியாற்றுவதற்கு எனக்குக் கூடுதல் சம்பளம் எதுவும்

வேண்டாம்', என்றெல்லாம் பேசி, மாக் சென்னெடின் மனதை மாற்ற முயன்றார்.

மெல்லமெல்ல அவருடைய பேச்சில் சென்னெடுக்கு நம்பிக்கை பிறந்தது. என்றாலும், ஒரு கத்துக்குட்டியிடம் டைரக்ஷன் பொறுப்பை ஒப்படைப்பதா என்று அவர் தயங்கினார், சினிமாவைப்பற்றி இந்தப் பையனுக்கு என்ன தெரியும்? படம் எடுக்கிறேன் பேர்வழி என்று ஏகப்பட்ட ஃபிலிமையும், நேரத்தையும், பணத்தையும் வீணாக்கிவிடுவானே!

அவருடைய தயக்கத்தில் இருக்கிற நியாயம், சார்லி சாப்ளினுக்கும் புரிந்தது. என்றாலும், தன்னால் நல்ல படங்களை எடுக்கமுடியும் என்ற அபரிமிதமான நம்பிக்கை அவருக்கு இருந்தது. ஆகவே, எப்படியாவது சென்னெடின் இந்தக் கவலையைத் தீர்த்துவைத்து, டைரக்ஷன் வாய்ப்பை வாங்கிவிடவேண்டும் என்று முடிவுசெய்தார் அவர்.

இதற்காக, ஒரு மிகப் பெரிய ஆபத்தைச் சந்திக்கத் துணிந்தார் சார்லி சாப்ளின். இன்னும் தெளிவாய்ச் சொல்வதானால், தன்னுடைய வாழ்நாள் சேமிப்பைப் பணயமாக வைத்து, முதல் படத்தை இயக்கும் வாய்ப்பைப் பெற்றார்.

மாக் சென்னெடுக்கு என்ன பயம்? திரைப்படங்களை இயக்கும் அனுபவம் இல்லாத சார்லி சாப்ளின் எப்படிப் படம் எடுப்பாரோ, அது ஓடுமோ, ஓடாதோ... ஒருவேளை ஓடாவிட்டால், அதனால் ஏற்படும் நஷ்டத்துக்கு யார் பதில் சொல்வது?

'நான் பதில் சொல்கிறேன்', என்றார் சார்லி சாப்ளின், 'என்னுடைய சேமிப்பு முழுவதையும், உங்கள் பெயரில் வங்கியில் போட்டுவிடுகிறேன். நான் எடுக்கிற படம் நன்றாக ஓடி, வெற்றியடைந்தால், என்னுடைய பணத்தைத் திருப்பிக்கொடுங்கள், ஒருவேளை அந்தப் படம் ஓடாவிட்டால், அந்த நஷ்டத்தை ஈடுகட்டுவதற்கு, நீங்கள் அந்தப் பணத்தை எடுத்துக்கொள்ளலாம்.'

அதுவரை ஒரு திரைப்படத்தைக்கூட இயக்கியிருக்காத, ஒரு இயக்குநரிடம்கூட உதவியாளராய்ப் பணியாற்றியிருக்காத சாப்ளின், இதுபோன்ற ஒரு 'வாழ்வா, சாவா' சவாலுக்குத் துணிந்திருக்கிறார் என்றால், அவருக்குத் தன்னுடைய திறமையில் எப்படியொரு நம்பிக்கை இருந்திருக்கவேண்டும் என்று நாம் ஊகித்துக்கொள்ளலாம்.

அதுதான் சாப்ளின்! சிறுவயதுமுதலே, அவருக்குத் தன்னுடைய திறமையில் அசைக்கமுடியாத நம்பிக்கை இருந்தது. மிகவும் சிரமமான காலகட்டங்களில்கூட, வாழ்க்கை வசதிகள் இல்லையே என்றுதான் அவர் கவலைப்பட்டாரேயொழிய, தன்னால் ஜெயிக்கமுடியாதோ என்று அவர் சந்தேகப்பட்டதில்லை. அந்த நம்பிக்கைதான், இப்படியொரு பெரிய 'ரிஸ்க்' எடுக்கும்படி அவரைத் தூண்டியது.

சார்லி சாப்ளினின் இந்தத் தன்னம்பிக்கையை மாக் சென்னெட் ரசித்தார், மதித்தார். என்றாலும், உடனடியாக அவருக்கு இயக்குநர் வாய்ப்புத் தரவில்லை. 'இன்னும் கொஞ்ச காலம் போகட்டும்', என்று விஷயத்தை ஆறப்போட்டார்.

அதேசமயம், சார்லி சாப்ளினின் '*Tramp*' கதாபாத்திரத்தை முன்வைத்து, அடுத்தடுத்த திரைப்படங்கள் தயாரிக்கப்பட்டன. பெரும்பாலான படங்களில் 'சும்மா' வந்து போகிற வேஷம்தான். என்றாலும், தன்னுடைய வித்தியாசமான அணுகுமுறை, புதுமையான நகைச்சுவை பாணியின்மூலம் மக்களிடையே பரவலாய் நல்ல வரவேற்பைப் பெற்றார் சார்லி சாப்ளின்.

உண்மையில், அவருடைய பெயர்கூட ரசிகர்கள் மனதில் அவ்வளவாய்ப் பதியவில்லை. விநோதமாய் உடுத்தியிருந்த அவருடைய கதாபாத்திரம்தான் சட்டென்று எல்லோருக்குள்ளும் இடம்பிடித்துவிட்டது - தியேட்டர் வாசல்களில், சாப்ளினின் '*Tramp*' உருவத்தைமட்டும் ஓவியமாய்த் தீட்டிவைத்தார்கள். அதைப் பார்த்ததும், மக்கள் கூட்டம் வந்து குவிந்தது, விழுந்து விழுந்து சிரித்து ரசித்தது.

சென்ற அத்தியாயத்திலிருந்து, *'Tramp'* என்ற வார்த்தையை அடிக்கடி கேட்கிறோம். யார் அந்த *Tramp?*

அகராதியைப் புரட்டி, *'Tramp'* என்னும் வார்த்தைக்கு அர்த்தம் கேட்டால், முழநீளத்துக்கு விளக்கம் கிடைக்கிறது.

வீடு இல்லாதவன், வேலை இல்லாதவன், பரம ஏழை, ஒரு இலக்கில்லாமல் நெடுந்தூரம் பயணிப்பவன், எங்கே சென்றாலும் நடந்தே செல்பவன். ஏதாவது எடுபிடி வேலைகள் கிடைத்தால், அதைச் செய்வான், இல்லாவிட்டால், பிச்சை எடுப்பான் ...

- இதையெல்லாம் படிக்கும்போது, *'Tramp'* என்று குறிப்பிடப்படும் அந்த மனிதர்கள்மீது நமக்குப் பரிதாபம்தான் வருகிறது. ஆனால், அந்தப் பரிதாபத்தையே, தன்னுடைய நகைச்சுவைக்குப் பயன்படுத்திக்கொண்ட புத்திசாலிக் கலைஞர் சார்லி சாப்ளின்.

அவருடைய ஆரம்ப காலப் படங்கள் ஒன்றிரண்டு, கடைசிப் படங்கள் நான்கு - இவற்றைத்தவிர, மற்ற அனைத்து படங்களிலும், இந்த *'Tramp'* வேஷத்தைதான், வெவ்வேறுவிதமாய்ச் செய்திருக்கிறார் சார்லி சாப்ளின். தொடக்கத்தில் சாதாரணமான கோமாளியாக ஆரம்பித்த இந்தக் கதாபாத்திரம், மெல்லமெல்ல வடிவம் பெற்று, முதிர்ச்சியடைந்து, பலவிதமான உணர்வுகளைப் பெற்று, ரசிகர்களை குலுங்கிக் குலுங்கிச் சிரிக்கவைத்து, பின்னர், உணர்ச்சிவயப்பட்டு அழவைத்து, பத்து ஆண்டுகளுக்குள் சாப்ளினின் இந்த வேஷம் சாகாவரம் பெற்றுவிட்டது!

ஆனால், அதுவரை சார்லி சாப்ளின் ரொம்பவே கஷ்டப்பட வேண்டியிருந்தது. அவருடைய அதீத புத்திசாலித்தனமும், புதிய முயற்சிகளும், அவருடைய கம்பெனியில் அவருக்குக் கெட்ட பெயரைதான் தேடித் தந்தன. அவருடைய டைரக்டர்களுக்கு அவரைப் பிடிக்கவில்லை. சக நடிகர்களுக்கும் அவரைப் பார்த்தால் பொறாமை. அவர் ரொம்ப அழுக்காக இருக்கிறார், ஒழுங்காய்க் குளிப்பதில்லை, பல நாள்களுக்கு, ஒரே துணியைத் துவைக்காமல் மீண்டும், மீண்டும் அணிகிறார் என்றெல்லாம்

குற்றச்சாட்டுகள் எழுப்பப்பட்டன - சிறுவயதுபோலவே, இங்கேயும் சாப்ளினுக்கு நண்பர்களே இல்லை.

அதற்காக சாப்ளின் வருத்தப்பட்டுக்கொண்டு சும்மா இருந்துவிடவில்லை. இன்று இல்லாவிட்டாலும், நாளை தனக்கு 'இயக்குநர்' பதவி கிடைக்கும் என்ற நம்பிக்கையுடன், தன்னுடைய படத்துக்கான புதுப்புது கதைகள், வித்தியாசமான கதாபாத்திரங்கள், காட்சி அமைப்புகள் என்று மனதினுள் ஒரு இயக்குனராகவே வாழ்ந்துகொண்டிருந்தார் அவர்.

படப்பிடிப்பு இல்லாத சமயங்களில்கூட, அவர் வம்பு வழக்குகளைத் தேடிப்போவதில்லை. ஏதேனும் ஒரு புத்தகத்தைப் படித்துக்கொண்டு ஒரு ஓரமாய் அமர்ந்திருப்பார். யாரேனும் அவரிடம் பேசினால் பதில் பேசுவார், மற்றபடி அவருடைய உலகம் தனி.

ஆனால் அதேசமயம், சாப்ளின் எத்தனைதான் முயன்றாலும், அவரால் 'வெறும்' நடிகராகமட்டும் இருந்துவிட்டுப்போக முடியவில்லை. அவர் நடிக்கும் படங்களிலெல்லாம், அவருக்கு ஒவ்வொரு காட்சி விவரிக்கப்படும்போதும், இதையே வேறுவிதமாய்ச் செய்தால் இன்னும் நன்றாக இருக்குமே என்றுதான் அவருடைய சிந்தனை ஓடியது, அதைத் தனக்குள் வைத்துக்கொள்ளாமல், தன்னுடைய படத்தின் இயக்குனர்களிடம் சொல்ல, அவர்கள் கோபமாகிக் கத்துவார்கள், மறுபடி ஒரு கலாட்டா தொடங்கும்.

இத்தனைக்கும், சாப்ளின் சொல்லும் யோசனைகள் எதுவும் மோசமானவை அல்ல. மேடை நாடகக் காலத்திலிருந்தே, எது செய்தால், எப்படிச் செய்தால் மக்கள் சிரிப்பார்கள் என்று துல்லியமாக நாடி பிடித்து அறிந்திருந்த கலைஞர் அவர். அந்த அனுபவத்திலிருந்துதான், அவருடைய புதுப்புது நகைச்சுவைச் சிந்தனைகள் பிறந்தன, அவற்றை ஏற்று ஆதரிக்கதான் ஆளில்லை.

மாக் சென்னெடைத்தவிர, 'கீஸ்டோன்' நிறுவனத்திலிருந்த எந்த இயக்குனரோடும் சாப்ளினால் ஒத்துப்போகமுடியவில்லை.

காரணம், சாப்ளின் சொல்லும் யோசனைகள், புதுப்புது காட்சி அமைப்புகள் - அவர் எது பேசினாலும், 'நேரம் இல்லை' என்றோ, 'இதெல்லாம் மேடையில் நடிக்கதான் சரிப்படும்' என்றோ ஒதுக்கித்தள்ளிவிட்டு, தாங்கள் நினைத்ததுபோல்தான் படத்தை எடுத்தார்கள் அவர்கள். ஒருவேளை, சாப்ளின் ரொம்பப் பிடிவாதம் பிடித்தால், அவர் விரும்புவதுபோல் காட்சியைப் படமாக்கிவிட்டு, பின்னர் எடிட்டிங்கின்போது அதை வெட்டித்தள்ளிவிடுவார்கள்.

இதையெல்லாம் நினைக்க நினைக்க, சாப்ளினுக்கு ஆதங்கம் கூடியது. போதாக்குறைக்கு, அவருடைய சில படங்களுக்கு, ஒரு இளம் பெண்ணை இயக்குனராக நியமித்தார்கள். இதில் சாப்ளினுக்குக் கொஞ்சமும் சம்மதமில்லை, 'அந்தப் பெண்ணுக்குமட்டும் என்ன பெரிய அனுபவம் இருக்கிறது என்று அவரை டைரக்ஷன் செய்ய அனுமதிக்கிறார்கள்?', என்று தனக்குள் பொருமினார்.

அவ்வப்போது மாக் சென்னெடை நேரில் சந்தித்த சாப்ளின், 'தனக்கு மேலும் சுதந்திரம் தேவை', என்று விடாமல் வலியுறுத்திக்கொண்டிருந்தார். ஆகவே, ஒருகட்டத்தில், அவரை உதவி இயக்குனராகப் பதவி உயர்த்தினார் சென்னெட்.

சாப்ளினின் திரை வாழ்க்கையில் முக்கியமான மாற்றம் அது. இனிமேல் அவர் வெறுமனே நடித்துவிட்டுப்போகாமல், தனக்குத் தோன்றும் யோசனைகளை இயக்குனரிடம் தைரியமாகச் சொல்லமுடியும், சாப்ளின்தான் உதவி இயக்குனர் என்பதால், 'போய்யா சர்த்தான்' என்று இயக்குனர் அவரைச் சுலபத்தில் நிராகரித்துவிடமுடியாது. அவர் நடிக்கும் காட்சிகளை இஷ்டத்துக்கு வெட்டித்தள்ளமுடியாது. அவர் சொல்லும் யோசனை நன்றாக இருந்தால், கண்டிப்பாக படத்தில் சேர்க்கப்படும்.

தன்னுடைய படங்களை இன்னும் கொஞ்சம் நன்றாகச் செதுக்கி வெளியிடுவதற்கு வாய்ப்புக் கிடைக்காதா என்று ஏங்கிக்கொண்டிருந்த சார்லி சாப்ளினுக்கு இது போதாதா?

அடுத்து வெளிவந்த ‘கீஸ்டோன்’ படங்களில், சாப்ளினின் மேதைமை நன்றாக வெளிப்படத்தொடங்கியது.

இப்படியாக, ‘கீஸ்டோன்’ நிறுவனத்தில் சேர்ந்த முதல் மூன்று மாதங்களுக்குள், பத்துக்கும் மேற்பட்ட படங்களில் நடித்துமுடித்துவிட்டார் சாப்ளின்.

வாரம் ஒரு படமா என்று வாயைப் பிளக்கவேண்டாம் - அப்போதெல்லாம் ஒரு ‘திரைப்படம்’ என்பது, ஒரு ரீல், அல்லது மிஞ்சிப்போனால் இரண்டு ரீல். அவ்வளவுதான் - மொத்தம் பதினைந்து அல்லது இருபத்தைந்து நிமிடங்களுக்குள் மொத்தப் படமும் ஓடி முடிந்துவிடும் - ஆகவே, ஐந்தாறு நாள்கள் படப்பிடிப்பு நடத்தினால் போதும், ஒரு படத்தைத் தயாரித்து வெளியிட்டுவிடலாம்!

தவிர, அந்தக் காலப் படங்களில் சப்தம் கிடையாது - எல்லாமே மௌனப்படங்கள்தான். ஆகவே, வசனம் எழுதுவது, பின்னணி இசை கோர்ப்பதுபோன்ற வேலைகள் இல்லை. இயக்குனர் மனதில் ஏதேனும் ஒரு நல்ல யோசனை அல்லது காட்சி தோன்றிவிட்டால், நேராகப் படப்பிடிப்புக்குச் சென்று, ஒன்றிரண்டு முறை ஒத்திகை பார்த்துவிட்டு, படமாக்கி முடித்துவிடுவார்கள்.

இந்த ‘அவசரம்’, சாப்ளினுக்குப் பிடிக்கவில்லை. இப்படிப் பரபரவென்று படமெடுப்பதால்தான், கீஸ்டோன் ஸ்டூடியோ முழுவதும், தேர்தல் காலப் பொதுக்கூட்டம்போல ஒரு ஒழுங்கில்லாமல் கலைந்து கிடக்கிறது என்று நினைத்தார் அவர். நல்ல காட்சிகளை நிதானமாய்த் திட்டமிட்டு, நன்றாக ஒத்திகை பார்த்துப் படமெடுத்தால், இன்னும் சிறப்பான படங்களைத் தயாரிக்கமுடியும் என்பது அவருடைய நம்பிக்கை.

ஆனால், அங்கிருந்த இயக்குனர்கள் யாரும் சாப்ளினின் கருத்தை மதிக்கவில்லை. எப்போதும்போல் அவசரப் படங்களை எடுத்துக் குவித்துக்கொண்டிருந்தார்கள். சாப்ளினும், வேண்டாவெறுப்பாக அந்தப் படங்களில் நடித்துக்கொண்டிருந்தார்.

சீக்கிரத்திலேயே, சார்லி சாப்ளினுக்கு இயக்குனராகும் வாய்ப்புக் கிடைத்தது - ஆனால், அவருடைய முதல் படம் எது என்பதில்தான் கொஞ்சம் குழப்பம்.

சாப்ளின் எழுதிய சுயசரிதையில், தான் இயக்கிய முதல் படம், *'Caught in the Rain'* என்று குறிப்பிட்டிருக்கிறார். ஆனால், அவர் தன்னுடைய சகோதரர் சிட்னிக்கு எழுதிய கடிதமொன்றில், அதற்குமுன் வெளிவந்த *'Twenty Minutes of Love'* என்ற படத்தை, தன்னுடைய படம் என்று எழுதியிருக்கிறார் - அதன்படி பார்க்கும்போது, அதுதான் இயக்குனர் சாப்ளினின் முதல் படமாக இருக்கவேண்டும்.

எது எப்படியோ, சாப்ளினின் நெடுநாள் கனவு பலித்தது - அவர் இயக்குனராகிவிட்டார். காமாசோமாவென்று படம் எடுத்துக் குவிக்காமல், பொறுமையாய்ச் சிந்தித்து, நல்ல படங்களாக எடுக்கவேண்டும் என்ற ஆசையுடன், தனது முதல் படத்தைத் தொடங்கினார்.

அந்தப் படம் முடியும்வரை, சாப்ளினுக்கு நிம்மதியே இல்லை. கஷ்டப்பட்டு, சண்டை போட்டு டைரக்ஷன் வாய்ப்பு வாங்கியிருக்கிறோம், படம் ஒழுங்காக வரவேண்டும், வாய்ப்புக் கொடுத்த மாக் சென்னெடுக்குப் பிடிக்கவேண்டும், மக்களுக்குப் பிடிக்கவேண்டும் என்ற பதட்டம்தான் அவரைச் செலுத்திக்கொண்டிருந்தது.

ஒருவழியாக அந்தப் படம் நிறைவடைந்து, வெளியாகத் தயார் நிலையில் நின்றது. தயாரிப்பாளர் மாக் சென்னெட், படத்தைப் பார்க்க வந்தார்.

மிகவும் எளிமையான, நேரடியான பாணியில், ஆனால் மிகுந்த நேர்த்தியுடன் தயாரிக்கப்பட்டிருந்த சார்லி சாப்ளினின் அந்தப் படத்தை, மாக் சென்னெட் ரசித்துப் பார்த்தார். படம் முடிந்ததும், சாப்ளினை அருகில் அழைத்து, 'என்ன சார்லி? அடுத்த படம் எப்போது ஆரம்பிக்கப்போகிறாய்?', என்று உற்சாகமாய்க் கேட்டார் அவர். சென்னெடின் சந்தோஷ

முகத்தைப் பார்க்கும்போது, தான் ஜெயித்துவிட்டோம் என்று சாப்ளினுக்குப் புரிந்தது.

அந்தப் படம் பெரிய வெற்றி என்று சொல்லமுடியாது. ஆனாலும், அதன்பிறகு, ஒன்றிரண்டு படங்களைத்தவிர, சாப்ளின் நடித்த எல்லாப் படங்களையும், அவரேதான் இயக்கினார். வேறு எந்த இயக்குனரின் கட்டுப்பாடுகளுக்குள்ளும் அகப்படாமல், பூரண சுதந்திரத்துடன், தான் விரும்பியவண்ணம் திரைப்படங்களைத் தந்தார் அவர். மக்களும் அவருடைய பாணியை விரும்பி ஏற்றுக்கொண்டார்கள்.

சினிமா உலகின் நுணுக்கங்கள் அனைத்தும் சாப்ளினுக்கு ஒரே நாளில் புரிந்துவிட்டதாகச் சொல்லமுடியாது. என்றாலும், கடின உழைப்புக்கு அஞ்சாதவர் அவர். தன்னுடைய மேடை நாடக நடிப்பு பாணியை, திரைப்படங்களுக்கு ஏற்றபடி மாற்றிக்கொண்டாற்போல், ஒரு திரைப்படத்தை எப்படி இயக்கவேண்டும் என்ற கலையையும், படிப்படியாய்க் கற்றுத் தெரிந்துகொண்டார் அவர்.

அந்தக் காலகட்டத்தில், சாப்ளினின் ஒவ்வொரு படத்திலும், அவருடைய முன்னேற்றத்தைப் பார்க்கமுடியும். குறிப்பாக, அவருடைய *'Tramp'* கதாபாத்திரத்தை, மக்கள் மனதில் நன்றாகப் பதியும்படி உருவாக்கினார் அவர். அவர் எதிர்பார்த்ததுபோல், அந்த அப்பாவிக் கதாநாயகனை எல்லோருக்கும் பிடித்துப்போனது.

'இன்னும் இன்னும், சாப்ளின் படங்கள் நிறைய வேண்டும்!', என்று விநியோகஸ்தர்களும், ரசிகர்களும் குறிப்பிட்டுக் கேட்கத்தொடங்கினார்கள். ஆகவே, அவர்கள் படங்களைப் பார்த்து ரசித்த வேகத்துக்கு, சாப்ளினும் படங்களை எடுத்துக் குவிக்கவேண்டியிருந்தது - இதை அவர் விரும்பாவிட்டாலும், மற்ற இயக்குனர்களைப்போலவே அதிவேகமாய்ப் படமெடுத்து வெளியிடுகிற கட்டாயம் அவருக்கு உண்டாகிவிட்டது.

ஆனாலும், அந்த வேகத்துக்குத் தன்னுடைய விவேகம் பலியாகிவிடாதபடி பார்த்துக்கொண்டது சாப்ளினின்

சாமர்த்தியம். அவருடைய படங்கள் அனைத்தும், கீஸ்டோன் நிறுவனத்தின் மற்ற படங்களைப்போல அவசரகோலத்தில் அள்ளித் தெறித்தவையாக இல்லாமல், நல்ல தரத்துடன், எல்லோரும் ரசித்துப் பார்க்கும்படி, நினைவில் வைத்திருக்கும்படி அமைந்திருந்தன.

கதையமைப்பில் தொடங்கி, நுண்ணிய உணர்வுகளைச் சொல்லாமல் சொல்லும் உத்தி, கேமரா கோணங்கள், எடிட்டிங் என்று ஒவ்வொரு நிலையிலும், கீஸ்டோன் நிறுவனத்தையே தலைகீழாய்ப் புரட்டிப்போட்டார் சார்லி சாப்ளின். அவரைப்போலப் புதுமையாய், கச்சிதமாய்ப் படமெடுக்கவேண்டும் என்று எல்லோரும் விரும்பும்படி அவருடைய படங்கள் சிறப்பாய் அமைந்திருந்தன.

சாப்ளினின் பிற்காலப் படங்களோடு ஒப்பிடுகையில், இந்தப் படங்களெல்லாம் 'சுமார்' ரகத்தில்தான் சேரும். என்றாலும், தன்னுடைய திரைப்படத்தின் எல்லா அம்சங்களிலும் பங்குபெற்று, தான் நினைத்ததுபோலவே அதை உருவாக்கும் வல்லமையை, இந்தப் படங்களில்தான் சார்லி சாப்ளின் பழகிக்கொண்டார்.

இதில் குறிப்பிட்டுச் சொல்லவேண்டிய ஒரு விஷயம், 'கீஸ்டோன்' நிறுவனத்தில்தான் சினிமாத் தொழிலைக் கற்றுக்கொண்டார் சார்லி சாப்ளின். ஆனால், சீக்கிரத்திலேயே, குரு, சிஷ்ய இடங்கள் மாறிவிட்டன - பல விஷயங்களை 'கீஸ்டோன்'க்குக் கற்றுத்தரத்தொடங்கிவிட்டார் சாப்ளின்.

1914ம் ஆண்டுத் தொடக்கத்தில் 'கீஸ்டோன்' நிறுவனத்தில் சேர்ந்த சார்லி சாப்ளின், அடுத்த ஆறு மாதங்களுக்குள், நகைச்சுவைத் திரைப்பட உலகின் முன்னணி நட்சத்திரங்களில் ஒருவராக வளர்ந்துவிட்டார். அவருடைய படங்களைத் தேடிப் பிடித்துப் பார்க்கும் ரசிகர் கூட்டமும், பத்திரிகைகள், விமர்சகர்களின் பாராட்டுகளும் நாளுக்கு நாள் கூடிக்கொண்டிருந்தன.

சாப்ளினின் படங்களைத் தொடர்ந்து வெளியிட்டுக்கொண்டிருந்த 'கீஸ்டோன்', ஒவ்வொரு படத்திலும் நல்ல லாபம் சம்பாதித்தது.

ஆகவே, அவரை இன்னும் வேகமாய்ப் படங்களை எடுக்கும்படி வற்புறுத்தி, மேலும் பணம் குவித்தது அந்த நிறுவனம்.

ஆனால், இந்தப் படங்களையெல்லாம் சொந்தமாய்ச் சிந்தித்து, மக்கள் ரசிக்கும்வகையில் படமாக்கி, கீஸ்டோனுக்கு ஏராளமான பணவரவைத் தந்துகொண்டிருந்த சார்லி சாப்ளினுக்கு சம்பளம் - வாரத்துக்கு வெறும் நூற்றி எழுபத்தைந்து டாலர்!

இந்த விஷயத்தைத் தெரிந்துகொண்ட மற்ற சினிமாக் கம்பெனிகள், எப்படியாவது சாப்ளினை வளைத்துப்போட முயன்றன. அவருடைய இப்போதைய சம்பளத்தைப்போல் பல மடங்கு தருவதாக ஆசை காட்டி, அவரைக் கவர்ந்து இழுக்கப்பார்த்தார்கள்.

சாப்ளினும் இந்த விஷயத்தைத் தீவீரமாக யோசித்துப்பார்த்தார். எந்தவிதத்தில் பார்த்தாலும், தன்னுடைய இப்போதைய சம்பளம் போதுமானதில்லை என்று அவருக்குத் தோன்றியது. ஆனால், அதற்காகச் சட்டென்று வேறு நிறுவனத்துக்குத் தாவுவதும் முடியாது. ஏனெனில், கீஸ்டோனுடன் இன்னும் நான்கைந்து மாத ஒப்பந்தம் பாக்கியிருக்கிறது.

ஆகவே, அவர் நேராக மாக் சென்னெடிடம் சென்று, 'எனக்கு அதிக சம்பளம் வேண்டும்', என்றார்.

சாப்ளின் இப்படிக் கேட்பார் என்று ஏற்கெனவே எதிர்பார்த்திருந்த மாக் சென்னெட், அவருடைய கோரிக்கையை மறுக்கவில்லை, 'எவ்வளவு வேண்டும்?', என்றுமட்டும் கேட்டார்.

அதையும் முன்பே யோசித்துவைத்திருந்த சாப்ளின், 'வாரத்துக்கு ஆயிரம் டாலர்', என்றார்.

மாக் சென்னெடுக்கு திக்கென்றது. ஏனெனில், 'கீஸ்டோன்' நிறுவனத்தின் முதலாளிகளில் ஒருவரான அவருக்கே, வாரத்துக்கு ஆயிரம் டாலர் சம்பளம் இல்லை!

இதை சாப்ளினிடம் பொறுமையாக எடுத்துச்சொன்னார் அவர். ஆனால் சாப்ளின் அதை ஏற்கவில்லை, 'உங்களுடைய

சம்பளத்தைப்பற்றி எனக்கு என்ன அக்கறை? மக்கள் எனக்காகத்தான் படம் பார்க்க வருகிறார்கள். ஆகவே, எனக்கு ஆயிரம் டாலர் சம்பளம் வேண்டும்', என்றார் அவர்.

'அவ்வளவு சம்பளம் எங்களால் தரமுடியாது. வேண்டுமானால், உன்னை இந்த நிறுவனத்தின் பங்குதாரராகச் சேர்த்துவிடுகிறேன். லாபத்தில் ஒரு பங்கு உனக்குக் கிடைக்கும்', என்றார் மாக் சென்னெட்.

சாப்ளின் இதை ஏற்றுக்கொண்டாரா, மறுத்துவிட்டாரா தெரியவில்லை. ஆனால், அதன்பின் கீஸ்டோனில் இருந்தவரை, அவருடைய சம்பளம் உயரவே இல்லை. ஒன்றுக்குப் பத்து வேலைகள் பார்த்தபோதும், எண்ணற்ற அமெரிக்க சினிமா ரசிகர்கள் அவரை ரசித்துப் புகழ்ந்து பாராட்டியபோதும், கீஸ்டோனில் கடைசிவரை, வாரத்துக்கு நூற்றி எழுபத்தைந்து டாலர்தான் சம்பளமாய் வாங்கிக்கொண்டிருந்தார் சார்லி சாப்ளின்.

1914ம் ஆண்டில், கீஸ்டோனுக்காக சார்லி சாப்ளின் நடித்த படங்கள் சுமார் முப்பத்தைந்து. இவற்றில், ஒரே ஒரு படத்தைத்தவிர, மற்றவை அனைத்தும் ஒரு ரீல், இரண்டு ரீல் குறும்படங்கள்தான் - இந்தக் குறும்படங்களில் இருபதுக்கும் மேற்பட்ட படங்களை, சாப்ளினே எழுதி, இயக்கி, நடித்திருந்தார். அந்த ஆண்டு இறுதியில், கீஸ்டோனுடனான சாப்ளினின் ஒப்பந்தம் முடியப்போகிற சமயத்தில், அந்த ஒப்பந்தத்தை நீட்டிக்கலாம் என்கிற பேச்சு தொடங்கியது. அப்போது, மீண்டும் அவருடைய சம்பளப் பிரச்சனை தலைதூக்கியது.

பொன் முட்டை இடும் சாப்ளினை, கீஸ்டோன் இழக்க விரும்பவில்லை. ஆகவே, சாப்ளினின் சம்பளத்தை, கிட்டத்தட்ட ஐந்து மடங்கு உயர்த்தி, 'இப்போதைக்கு வாரம் 750 டாலர் தருகிறோம்', என்றார் மாக் சென்னெட். பின்னர், கொஞ்சம்கொஞ்சமாய் இந்தச் சம்பளத்தை ஏற்றுவதாகப் பேச்சு. ஆனால், இதில் சாப்ளினுக்கு சம்மதமில்லை - அவர் எதிர்பார்த்த ஆயிரம் டாலர் சம்பளம் கிடைக்கவில்லை

என்பது ஒரு காரணம், அதுதவிர, இன்னொரு முக்கியமான காரணமும் இருந்தது - வருடத்துக்கு 35 படங்கள் என்று பரபரப்பாய் ஓடாமல், நிறுத்தி நிதானமாக, ஒவ்வொரு படத்திலும் அதிக நேரம் செலவழித்து, இன்னும் நன்றாய்ச் செதுக்கி வெளியிட விரும்பினார் சாப்ளின். ஆனால், பண ருசி கண்டுவிட்ட 'கீஸ்டோன்' நிறுவனம், அதற்குச் சம்மதிக்காது - தொழிற்சாலைகளில் ஆயிரக்கணக்கில், லட்சக்கணக்கில் பொருள்களைத் தயாரித்துக் குவிப்பதுபோல, மீண்டும் அதிவேகப் படங்கள் எடுக்கும்படிதான் அவரை வற்புறுத்தும்.

இந்தக் காரணங்களால், கீஸ்டோனிலிருந்து விலகி, வேறொரு நிறுவனத்தில் சேர்வதாக முடிவெடுத்தார் சாப்ளின். ஆனால், அந்த முடிவை தைரியமாய்ச் செயல்படுத்தமுடியாதபடி ஒரு தயக்கம் அவரைத் தடுத்துக்கொண்டிருந்தது.

ஏற்கெனவே, 'கீஸ்டோன்' நிறுவனத்திலிருந்து பிரிந்து, வேறு சிலருக்காகத் தனியே படமெடுக்கக் கிளம்பிய சில நடிகர்கள், படுதோல்வி அடைந்திருந்தார்கள். ஆகவே, மக்கள் 'கீஸ்டோன்' பேனருக்காகதான் படத்தைப் பார்க்க வருகிறார்கள் என்பதான ஒரு மாயத்தோற்றம் இருந்தது.

இப்படியொரு நிலையில், சார்லி சாப்ளின் அங்கிருந்து விலகினால், அவருடைய படங்களுக்குக் கூட்டம் குறைந்துபோகுமோ என்று அவர் பயந்தார். யாரையோ நம்பி, 'கீஸ்டோன்' போன்ற ஒரு பெரிய கம்பெனியைப் பகைத்துக்கொள்வது புத்திசாலித்தனம்தானா?

8. Pay Day

'தொன்னை நெய்க்கு ஆதாரமா? அல்லது, நெய் தொன்னைக்கு ஆதாரமா?', என்று நம் ஊரில் ஒரு வாசகம் உண்டு. அதுபோன்ற ஒரு குழப்பத்தில்தான் இப்போது சார்லி சாப்ளின் மாட்டிக்கொண்டிருந்தார் - 'கீஸ்டோன்' தயாரிப்பில் வெளிவரும் படங்கள், என்னால் ஓடுகின்றனவா? அல்லது, நான் நடிக்கிற படங்களெல்லாம், 'கீஸ்டோன்' என்ற பெத்த பெயரில் வருவதால்தான், வெற்றியடைகின்றனவா?

இப்போது யோசிக்கும்போது, இந்த விஷயத்தில் குழப்பத்துக்கே இடமில்லை என்பது தெளிவாய்த் தெரிகிறது. ஏனெனில், அந்நாளைய ரசிகர்களிடையே சார்லி சாப்ளின் பெற்றிருந்த மாபெரும் புகழ்தான், அவருடைய படங்களை, வெளிவந்த வேகத்தில் வெற்றிப் படங்களாய்ச் செய்துகொண்டிருந்தது.

இந்த உண்மை சாப்ளினுக்கும் தெரிந்ததுதான். என்றாலும், அந்த வயதுக்கே உரிய ஒரு வேகத்தில், ஏதேனும் தவறான முடிவெடுத்துவிடுவோமோ என்றுதான் அவர் தயங்கினார்.

ஆனால், அதற்காக 'கீஸ்டோன்' நிறுவனத்தில் தொடரவும் அவருக்கு விருப்பமில்லை. தான் எந்த நிறுவனத்தின் சார்பாக படம் எடுத்தாலும், தன்னுடைய திறமைக்கு,

ரசிகர்களிடையே நிச்சயமாய் நல்ல மரியாதை கிடைக்கும் என்ற தன்னம்பிக்கையுடன், அங்கிருந்து வெளியேறுவதாகத் தீர்மானித்தார் அவர்.

வெளியேறுவது சரி, ஆனால், வெளியேறி எங்கே போவது?

சாப்ளினின் புகழ் வெளிச்சத்தில் குளிர் காய விரும்பிய பல நிறுவனங்கள், அவரைத் தங்களோடு வந்துவிடுமாறு அழைத்துக்கொண்டிருந்தார்கள். பல பிரபல நிறுவனங்கள், ஆயிரக்கணக்கில் சம்பளம் தருவதாகச் சொல்லி அவரை வளைத்துப்போட்டுவிட முயன்றன.

ஆனால், அவர்கள் எல்லோருமே, சார்லி சாப்ளின் நிறைய படங்கள் எடுத்துத் தரவேண்டும் என்றுதான் விரும்பினார்கள். 'மூணு நாளைக்கு ஒரு படம்' என்ற விகிதத்தில் பப்படம் பொறிப்பதுபோல் படம் எடுத்துக் குவிக்கவேண்டும், அப்போதுதான், அவர்களுக்கும் காசு, சாப்ளினுக்கும் காசு!

அவசர கோலத்தில் அள்ளித் தெறிக்கும் இந்த விளையாட்டு, சாப்ளினுக்குச் சலித்துவிட்டது. இதுவரை பரபரப்பாய்ப் படங்களைச் சுட்டு நிரப்பியது போதும். இனிமேலாவது, பொறுமையாக, நல்ல படங்களை எடுக்கவேண்டும், ரசிகர்கள் என்றென்றும் மறக்கமுடியாதபடியான படங்களைத் தரவேண்டும் என்றுதான் அவர் விரும்பினார். ஆனால், அப்படி நிதானமாய்ப் படங்களை எடுப்பதானால், அதற்கு எந்தக் கம்பெனியும் ஒத்துக்கொள்ளாது என்று அவருக்குத் தோன்றியது.

அதனால் என்ன? இந்தக் கம்பெனிகளை நம்பியா நான் பிறந்தேன்? எனக்குப் பிடித்த படங்களை, நானே தயாரித்துக் கொள்கிறேன் - இப்படியொரு முடிவுடன், சட்டென்று அதற்கான ஏற்பாடுகளில் இறங்கினார் சாப்ளின்.

சார்லி சாப்ளின் 'கீஸ்டோன்' நிறுவனத்திலிருந்து விலகுவதற்குச் சிறிது காலம் முன்பு, அவருடைய அண்ணன் சிட்னி சாப்ளினும், அதே நிறுவனத்தில் நடிகராகச் சேர்ந்திருந்தார். இப்போது,

அவரை அழைத்துப் பேசினார் சார்லி, 'அண்ணாத்தே, அண்ணாத்தே, நாம ரெண்டு பேரும் சேர்ந்து படம் எடுக்கலாம், இந்த விஷயத்தில் நீதான் எனக்கு உதவவேண்டும்'

சிட்னியிடம் சாப்ளின் கேட்டது பண உதவி அல்ல. புதிதாய் சினிமா கம்பெனி தொடங்குவதென்றால், சாதாரண காரியமா? நிறுவனத்தைப் பதிவு செய்வதில் ஆரம்பித்து, ஆணி அடித்து போர்ட் மாட்டுவதுவரை எத்தனை வேலைகள் - அதையெல்லாம் ஒழுங்காய் நிர்வகிப்பதற்குதான், சிட்னியை அழைத்தார் அவர்.

ஆனால், அப்போதுதான் 'கீஸ்டோன்' நிறுவனத்தில் சேர்ந்து, நல்ல நடிகராகப் பெயர் வாங்கிக்கொண்டிருந்த சிட்னிக்கு, அதைப் பாதியில் நிறுத்திவிட்டு, வேறு வேலையில் இறங்கப் பிடிக்கவில்லை. தவிர, வாரத்துக்கு இருநூறு டாலர் என்பது சிட்னி சாப்ளின் கற்பனையிலும் நினைத்துப்பார்த்திருக்காத ஒரு தொகை. எனவே, அந்தச் சம்பளத்தின் சவுகர்யங்களைத் துறக்கவும் அவர் விரும்பவில்லை. இதை அவர் நேரடியாகவே சார்லியிடம் சொல்லிவிட்டார்.

ஆகவே, சார்லி சாப்ளினின் 'சொந்தப் பட' முயற்சி, ஆரம்பத்திலேயே நின்றுபோனது. இதைக் கேள்விப்பட்ட மற்ற நிறுவனங்கள் மீண்டும் அவரை மொய்க்கலானார்கள்.

அப்போது சார்லி சாப்ளின் எதிர்பார்த்த சம்பளம் - வாரத்துக்கு ஆயிரம் டாலர். இந்தத் தொகையைக் கொடுத்து, கூடவே, கொஞ்சம் அதிக சுதந்திரமும் கொடுத்து, தனக்குப் பிடித்தவிதமாய், தன்னால் முடிந்த வேகத்தில் படம் எடுக்க அனுமதிக்கிற ஒரு நிறுவனத்தைதான் அவர் தேடிக்கொண்டிருந்தார்.

'Essnay' என்ற நிறுவனம், அவருடைய கோரிக்கைகளையெல்லாம் ஏற்றுக்கொண்டது. சார்லி சாப்ளின் எதிர்பார்த்ததைவிட அதிகமாய், வாரத்துக்கு 1250 டாலர் சம்பளமும், போதாக்குறைக்கு பத்தாயிரம் டாலர் போனஸும் தருவதாகச் சொன்னது 'எஸ்னே' (எஸ்-ன்-ஏ) நிறுவனம்.

சிறு யோசனைக்குப்பிறகு, அவர்களோடு இணைவதாய்த் தீர்மானித்துவிட்டார் சார்லி சாப்ளின். 1914ம் ஆண்டு இறுதியில் ஒப்பந்தம் கையெழுத்தானது. 1915 ஜனவரியில், சாப்ளின் தனது புதுப்பட வேலைகளைத் தொடங்கிவிட்டார்.

ஆனால், இந்தப் புது நிறுவனத்தில் சார்லி சாப்ளினுக்கு ஏகப்பட்ட ஏமாற்றங்கள். ஒருகட்டத்தில், கீஸ்டோனைவிட்டு வெளியே வந்தது சரிதானா என்று அவரே யோசித்து வருந்தும்படி, பல விஷயங்களில் அவரை 'எஸ்னே' பாடாய்ப் படுத்தியது.

முதலாவதாக, தங்கள் நிறுவனத்தின் ஒப்பந்தத்தில் கையெழுத்திட்டதும், சார்லி சாப்ளினுக்கு பத்தாயிரம் டாலர் தருவதாக 'எஸ்னே'தான் ஆசை காட்டியது. ஆனால், அவர் அதை ஒப்புக்கொண்டு, கையெழுத்திட்டுப் பல மாதங்களாகியும், அந்தப் பத்தாயிரம் டாலரில் கால்வாசிகூட அவருக்குத் தரப்படவில்லை. அதுபற்றி விசாரித்தால், 'அவரைக் கேள்', 'இவரைக் கேள்', 'அதோ, அந்த சுவரைக் கேள்' என்றெல்லாம் சாக்குப்போக்குகள்.

அதுவாவது பரவாயில்லை. தனது எல்லா வெற்றிப் படங்களையும் தானே எழுதி, இயக்கிப் பழகிய சார்லி சாப்ளினை, மற்றவர்களுடைய கதை, காட்சியமைப்புகளைப் பின்பற்றி நடிக்கவேண்டும் என்று சிலர் கட்டாயப்படுத்தினார்கள். இதுவும் அவருக்குப் பெரிய எரிச்சலைத் தந்தது.

போதாக்குறைக்கு, சாப்ளினுக்குப் பிடித்த, பரிச்சயமான 'லாஸ் ஏஞ்சலஸ்' நகரில் படப்பிடிப்புகளை நடத்தவிடாமல், சிகாகோவிலும், நைல்ஸிலும்தான் அவர் தனது படங்களை எடுக்கவேண்டும் என்று இந்தப் புதுக் கம்பெனி எதிர்பார்த்தது.

இதற்கெல்லாம் சிகரம் வைப்பதுபோல், வேறொரு புதிய பிரச்சனையும் முளைத்தது - 'Essnay' கம்பெனியின் நிறுவனர்களில் ஒருவரான கில்பர்ட் ஆண்டர்ஸன் (Gilbert Anderson), பல 'கௌபாய்' வேடங்களில் நடித்துப் புகழ்பெற்றவர். அவர், சார்லி சாப்ளினின் பட விவகாரங்களில் அடிக்கடி தலை நீட்டி, தேவையில்லாத பல திருத்தங்களைச் சொன்னதாகவும்,

சாப்ளின் எப்படிப் படமெடுக்கவேண்டும் என்று அவருக்கே ஆலோசனை சொல்ல முயன்றதாகவும் சொல்லப்படுகிறது.

மொத்தத்தில், சுதந்திரமாய்ப் படமெடுக்க வேண்டும் என்கிற ஆசையில் 'கீஸ்டோன்' நிறுவனத்திலிருந்து வெளியேறிய சாப்ளின், இங்கே பலவிதமான கட்டுப்பாடுகளில் சிக்கிக்கொண்டு, படம் எடுக்கிற ஆர்வத்தையே இழந்தவர்போல் சுற்றிக்கொண்டிருக்க நேர்ந்தது.

இந்தக் களேபரங்களுக்கெல்லாம் அடிப்படையான ஒரு காரணம், சார்லி சாப்ளினின் மகிமை, இந்தப் புது நிறுவனத்துக்குத் தெரியவில்லை. ஏதோ ஒரு வேகத்தில் அவரை ஒப்பந்தம் செய்துவிட்டார்கள். ஆனால், 'இந்த ஆள் சரிப்படுவாரா? இவரைத்தவிர மற்ற நடிகர்களுக்கெல்லாம் வாரத்துக்கு நூறு டாலர், ஐம்பது டாலர்தானே சம்பளம்? இவருக்குமட்டும் இவ்வளவு சம்பளம் அள்ளிக்கொடுக்கிறோமே, இது சரிதானா? அந்த அளவுக்கு அவருடைய படங்கள் ஓடுமா? லாபம் வருமா?' என்றெல்லாம் பலவிதமான கணக்குகளைப் போட்டுப்பார்த்த முதலாளிகள், ஒரு திருப்தியான முடிவுக்கு வரமுடியாமல் திணறினார்கள். ஆகவே, சாப்ளின் அலட்சியப்படுத்தப்பட்டார்.

நல்லவேளையாக, சீக்கிரத்திலேயே இந்த நிலைமை மாறியது. ரசிகர்களிடையே சாப்ளினுக்கு இருக்கும் எதிர்பார்ப்பு, வரவேற்பையும், அவருடைய படங்களுக்குக் கிடைக்கும் அதீத கவனம், மரியாதையையும் புரிந்துகொண்டபின், 'எஸ்னே' நிறுவனத்தின் முழு ஒத்துழைப்பும் சாப்ளினுக்குக் கிடைத்தது.

'கீஸ்டோன்' நிறுவனத்தில் இருந்தவரை, ஒரு வருடத்துக்கும் குறைவான காலகட்டத்தில், சுமார் 35 படங்களில் பங்கேற்ற சார்லி சாப்ளின், இப்போது அந்த வேகத்தைக் குறைத்துக்கொண்டு, தனது படங்களை மேலும் மெருகேற்றும் முயற்சியில் இறங்கினார்.

அப்போதெல்லாம், படப்பிடிப்பின்போது செலவாகும் திரைப்படச் சுருளின் நீளம்தான், ஒரு படத்தின் பட்ஜெட்டைத் தீர்மானித்தது. ஆகவே, ஒரு காட்சியை ஒழுங்காய்ப்

படமாக்குவதற்குள், இயக்குனர்களுக்கு நுரைதள்ளிவிடும். பலமுறை ஒத்திகை பார்த்து, ஒரே முயற்சியில் சரியாக எடுக்கவேண்டும் என்றுதான் எல்லோரும் எதிர்பார்த்தார்கள், முயன்றார்கள். அந்த ஒரே 'ஷாட்'டில் யாரேனும் ஒரு நடிகர் தவறு செய்துவிட்டாலோ, சுமாராக நடித்துவிட்டாலோகூட, யாரும் கவலைப்படமாட்டார்கள், 'பரவாயில்லைப்பா', என்று சொல்லிக்கொண்டு அடுத்த காட்சிக்குப்போய்விடுவார்கள்.

பின்னே? அந்தக் காட்சியை இன்னொரு முறை படமாக்குவதென்றால், அதற்கு ஆகும் படச்சுருளின் விலையை இயக்குனரின் முப்பாட்டனாரா தருவார்?

அன்றைய திரைப்பட உலகம், இப்படிப்பட்ட சிந்தனையைச் சுற்றிதான் அமைந்திருந்தது. ஒரு படத்தில் கதை முக்கியமில்லை, நடிகர்கள் முக்கியமில்லை, காட்சி அமைப்புகள் முக்கியமில்லை, யதார்த்தம் முக்கியமில்லை, எதுவும் முக்கியமில்லை - படச்சுருளை வீணாக்கக்கூடாது, அது ஒன்றுதான் முக்கியம்.

இப்படிப் பணப்பெட்டியின்மீது கண்ணை வைத்துக்கொண்டு படமாக்கினால், அமரகாவியங்களா படைக்கமுடியும்? பெரும்பாலான படங்கள், பலவிதமான குறைகளுடன், அரைவேக்காடுகளாகவே வெளியாகிக்கொண்டிருந்தன.

இத்தனைக்கும், அந்தக் கால நடிகர்கள், இயக்குனர்களின் திறமையில் ஒரு குறையும் சொல்லிவிடமுடியாது. அந்த நாள் மௌனப்படங்களையெல்லாம், இன்னும் நிதானமாக, யோசித்துச் செய்திருந்தால், மேலும் சிறப்பாக வந்திருக்கும் என்றுதான் திரை விமர்சகர்கள் குறிப்பிடுகிறார்கள்.

இந்தக் காலகட்டத்தில்தான், ஒரு புதிய சிந்தனையாளராக சார்லி சாப்ளின் தோன்றினார். அவசரகதியில் படங்களை எடுத்துத் தீர்ப்பது முக்கியமில்லை. நல்ல, அழுத்தமான கதை அல்லது காட்சிகளை அமைக்கவேண்டும், அவசியப்பட்டால், ஒரே காட்சியை இரண்டுமுறை, மூன்றுமுறை, பலமுறை படமாக்கலாம் என்றெல்லாம் முடிவுசெய்து, அவற்றைச் சிறப்பாகப் பின்பற்றிய இயக்குனர் அவர்.

ஒரு காட்சியைப் பலமுறை எடுக்கும்போது, ஒவ்வொருமுறையும் அதில் மெருகேறுகிறது என்பதை, சார்லி சாப்ளின் அனுபவபூர்வமாய் உணர்ந்தார். அவருடைய முந்தைய படங்களோடு ஒப்பிடும்போது, இந்தப் படங்கள் மிகச் சிறப்பாக, நல்ல தரத்துடன் உருவாகின. சாப்ளின் படங்களில் வெறும் நகைச்சுவைமட்டுமின்றி, அனுபவித்து ரசிப்பதற்கான அழகியல் வெளிப்பாடுகளும், கலை அம்சங்களும், மனித உணர்வுகளும் சிறப்பாக வெளிப்படத்தொடங்கிய காலகட்டம் இது.

இந்த மாற்றத்துக்கு முக்கியக் காரணமாய் அமைந்தவர், ஒரு பெண் - அமெரிக்கத் திரைப்பட உலகில் குறிப்பிடத்தக்க ஒரு இடத்தைப் பிடித்தபின், சார்லி சாப்ளின் தனக்காகத் தேடிக் கண்டுபிடித்த முதல் கதாநாயகி அவர்.

'எஸ்னே' நிறுவனத்தின் ஒரு ஸ்டூடியோ, 'நைல்ஸ்' என்ற கிராமத்தில் இருந்தது. அங்கே தங்கி, தனது புதிய படத்துக்காகத் தயாராகிக்கொண்டிருந்த சார்லி சாப்ளின், தன்னோடு சேர்ந்து நடிப்பதற்காக ஒரு நல்ல நடிகையைத் தேடிக்கொண்டிருந்தார்.

சார்லி சாப்ளினுடன் நடிப்பதென்றால், கசக்குமா? ஏகப்பட்ட பெண்கள் விண்ணப்பம் போட்டார்கள். ஆனால், அவர்களில் யாரையும் சாப்ளினுக்குப் பிடிக்கவில்லை. வெறும் அழகுமட்டும் போதாது, நகைச்சுவையில் தனக்கு இணையாக ஈடு கொடுத்து நடிக்கக்கூடிய ஒரு திறமையான பெண்ணைத்தான் அவர் எதிர்பார்த்தார்.

அப்போதுதான், யாரோ ஏட்னாவைப்பற்றிச் சொன்னார்கள்.

'ஏட்னா' என்று செல்லமாய் அழைக்கப்படும் 'ஏட்னா பர்வியான்ஸ்' *(Edna Purviance)*க்கு, திரைப்படங்களில் நடிக்கவேண்டும் என்றெல்லாம் ஆசையோ, ஆர்வமோ இருக்கவில்லை. ஆனால், ஒரு காபிக் கடையில் அவரை அடிக்கடி பார்த்திருந்த ஒருவர், சார்லி சாப்ளினிடம் ஏட்னாவை சிபாரிசு செய்திருக்கிறார். சாப்ளினும் உடனடியாகக் கிளம்பிச் சென்று ஏட்னாவைச் சந்தித்தார்.

சாப்ளினுக்கு ஏட்னாவைப் பிடித்திருந்தது. என்றாலும், அவர் முகத்தில் ஒரு மெலிதான சோகம் படர்ந்திருப்பதாக அவர் நினைத்தார். இந்தப் பெண் நகைச்சுவை நடிப்புக்குச் சரிப்படுமா என்று அவருக்கு சந்தேகமாகவே இருந்தது.

ஆனால், அதுவரை பார்த்த பெண்களில், ஏட்னாதான் ஓரளவு பரவாயில்லை என்பதால், அரைமனதாக, அவரையே தனது படத்தில் ஒப்பந்தம் செய்தார் சாப்ளின்.

பின்னர், ஏட்னாவுடன் நெருங்கிப் பழகிய சாப்ளின், அவருக்கு அபாரமான நகைச்சுவை உணர்வு இருப்பதைப் புரிந்துகொண்டார். அதை அப்படியே திரைக்குக் கொண்டுவந்து, தன்னுடைய நகைச்சுவைப் படங்களில் அற்புதமாய்ப் பயன்படுத்திக்கொண்டார்.

சார்லி சாப்ளினும், ஏட்னா பர்வியான்ஸும் இணைந்து நடித்த முதல் படம், *'A Night Out'*. அதன்பிறகு, அடுத்த எட்டு ஆண்டுகளுக்கு, கிட்டத்தட்ட முப்பதுக்கும் மேற்பட்ட படங்களில் சாப்ளினுக்கு ஜோடியாக நடித்து, நகைச்சுவைத் திரைப்படங்களில் வரலாற்றில் ஒரு முக்கிய நடிகையாகப் பெயர்பெற்றார் ஏட்னா பர்வியான்ஸ்.

திரைப்படங்களுக்கு வெளியேயும், சாப்ளினுக்கு ஒரு நல்ல தோழியாக இருந்தார் ஏட்னா. தன்னுடைய அம்மாவுக்குப்பிறகு, சார்லி சாப்ளின் அதிகம் நெருங்கிப் பழகிய பெண், ஏட்னாவாகத்தான் இருக்கும்!

ஏட்னாவின் பாசம் கலந்த தோழமை, சார்லி சாப்ளினுக்குள்ளிருந்த மென்மையான மனிதரை வெளிக்கொண்டுவந்தது. அதன் பிறகுதான் அவருடைய படங்களில் நெகிழ்ச்சியூட்டும் மனித உணர்வுகளின் யதார்த்தமான படப்பிடிப்புகளும், நகைச்சுவையோடு, ஒரு துளி சோகமும் கலந்த சென்டிமென்ட் சித்தரிப்புகளும் இடம்பெறத்தொடங்கின.

இதற்கு உதாரணமாக, சார்லி சாப்ளினின் படங்களிலேயே மிகச் சிறந்தவற்றின் பட்டியலில் இடம்பிடித்த, *'The Tramp'* என்ற படத்தைக் குறிப்பிடலாம்.

வழக்கமான நகைச்சுவைக் கதைதான். எப்போதும்போல், ஊர் ஊராய்ச் சுற்றித் திரிந்துகொண்டிருக்கும் நாடோடி சாப்ளின், யதேச்சையாக ஒரு பெண்ணைச் (ஏட்னா) சந்திக்கிறார். ஒரு சண்டையில் அடிபட்டுக்கொண்டிருந்த சாப்ளினுக்கு, அந்தப் பெண் பணிவிடைகள் செய்கிறாள். அன்போடு அவரைக் கவனித்துக்கொண்டு, சீக்கிரத்தில் நலம் பெறச்செய்கிறாள்.

அவளுடைய இந்தப் பாசத்தை, 'காதல்' என்று தப்பாய்ப் புரிந்துகொள்கிறான் அந்த நாடோடி. அந்த நினைப்பில் உச்சி குளிர்ந்து, அவள்மீது அளவற்ற பிரியத்தையும், காதலையும் வளர்த்துக்கொள்கிறான். கடைசியில், அவள் ஏற்கெனவே இன்னொருவனைக் காதலிக்கிறாள் என்று தெரிந்துகொள்கிறான் – பயங்கர ஏமாற்றம், வேதனை.

மேலோட்டமாய்ப் பார்க்கும்போது, 'ஒரு நகைச்சுவைப் படத்துக்கு இப்படியா சோகமான முடிவு வைப்பார்கள்?', என்றுதான் நினைக்கத் தோன்றும். ஆனால், அப்படி நினைக்கிறவர்கள், '*The Tramp*' படத்தைப் பார்த்தால்தான், சாப்ளினின் புத்திசாலித்தனம் புரியும். அதுவரை நகைச்சுவையாய் விளையாடிக்கொண்டிருந்த கோமாளிக் கதாநாயகன், படத்தின் இறுதிப் பகுதியில், தாங்கமுடியாத சோகத்தில் தனக்குள் சுருள்கிறபோது, ரசிகர்கள் அவனுடைய ஏமாற்றத்தைப் பகிர்ந்துகொண்டு, அவனுக்காக அழுதார்கள்.

ஆனால், அடுத்த காட்சியில், அவன் தன்னுடைய ஏமாற்றத்தைத் துடைத்துக்கொண்டு, 'வாழ்க்கை அப்படிதான்' என்னும்விதமாய்த் தோள்களைக் குலுக்கியபடி, ஒரு நீண்ட சாலையில், தன்னந்தனியே நடந்துசெல்கிறான் – இப்படியொரு கவித்துவமான இறுதிக் காட்சி, இந்தப் படத்தின் தரத்தைப் பலமடங்கு உயர்த்திவிடுகிறது!

இந்தக் காலகட்டத்தில் வெளிவந்த சாப்ளினின் எல்லாப் படங்களிலும், இதுபோன்ற சிறப்பான பல காட்சிகளைப் பார்க்கலாம். இந்தப் படங்களின்மூலம், 'காமெடியன்' என்ற நிலையிலிருந்து உயர்ந்து, ஒரு நல்ல இயக்குனராகத் தன்னை நிலைநிறுத்திக்கொள்ள முயன்றார் சாப்ளின்.

‘எஸ்னே’வில் சார்லி சாப்ளினுக்குக் கிடைத்த ஒரு பெரிய அதிர்ஷ்டம் - அந்த நிறுவனத்தின் விளம்பர உத்திகள் மிகச் சிறப்பாய் இருந்தன. சாப்ளினின் படங்களை அமெரிக்காவின் மூலை முடுக்குகளுக்கெல்லாம் எடுத்துச்சென்று, அவருடைய திறமைகளைக் கச்சிதமாய்ச் சந்தைப்படுத்தி, மிக நல்லமுறையில் வியாபாரம் செய்தார்கள். இதனால், சார்லி சாப்ளினுக்குப் பெரிய நட்சத்திர அந்தஸ்து கிடைத்தது. அவருடைய திரைப்படங்கள், முன்பு எப்போதும் கண்டிராத அளவுக்கு வசூலைக் குவித்தன.

இதுதவிர, சாப்ளினின் புகழ்பெற்ற ‘ட்ராம்ப்’ உருவத்தை, மேலும் அதிக உயரங்களுக்கு எடுத்துச்சென்றது ‘எஸ்னே’ நிறுவனம். அந்த வடிவத்திலான பொம்மைகள், புத்தகங்கள், புகைப்படங்கள், வாழ்த்து அட்டைகள் ஆகியவற்றை ஏராளமாய்த் தயாரித்து விற்பனை செய்து, அமெரிக்கக் குழந்தைகள் மனதில் சாப்ளினின் உருவத்தை அழுத்தமாய்ப் பதியவைத்தார்கள்.

பிறகென்ன? சாப்ளினின் புதுப்படங்கள் வெளியாகும் போதெல்லாம், ‘இந்தப் படத்துக்குக் கூட்டிப்போனால்தான் ஆச்சு’, என்று குழந்தைகள் அழுது, அடம்பிடிக்கலானார்கள். எந்தப் பத்திரிகையைத் திறந்தாலும் சாப்ளினின் புகைப்படங்களைப் பார்த்துப் பழகியிருந்த பெரியவர்களும், அதே அளவு ஆவலோடு சாப்ளினின் படங்களைப் பார்க்கக் குவிந்தார்கள்.

‘எஸ்னே’வுக்காக, சார்லி சாப்ளின் எழுதி, இயக்கிய திரைப்படங்கள் பதினான்கு. இவற்றில் சில படங்கள், ‘கீஸ்டோன்’ காலத்தில் அவர் எடுத்த திரைப்படங்களின், மெருகூட்டப்பட்ட புது வடிவங்கள். மற்றவை அனைத்தும், சாப்ளினின் குறிப்பிடத்தக்க படங்களின் பட்டியலில் இடம்பெறக்கூடியவை. ஏனெனில், ஒரு தரமான இயக்குனராக சாப்ளினின் வளர்ச்சியை, இந்தப் படங்களில் தெளிவாகப் பார்க்கலாம்.

அந்த ஆண்டு இறுதியில், சார்லி சாப்ளினின் அண்ணன் சிட்னி சாப்ளின், அவரோடு மேலாளராக இணைந்துகொண்டார் -

இப்போது சிட்னிக்குத் தம்பியின் திறமையில் நல்ல நம்பிக்கை வந்திருந்தது.

'அண்ணன் உடையான், படைக்கு அஞ்சான்', என்று யாரும் புதுமொழி சொல்லவில்லை. ஆனாலும், சார்லி சாப்ளினின் வாழ்க்கையில் ஒரு பெரிய மாற்றம், அண்ணன் சிட்னி சாப்ளினால்தான் வந்தது. சாதாரண மாற்றமில்லை, பணம் கொத்துக்கொத்தாய்க் கொட்டும் வசந்த மாற்றம்!

அந்தக் காலத்தில், சார்லி சாப்ளினின் படங்கள் எல்லாமே, மிக நன்றாய் ஓடி, தவறாமல் வெற்றியடைந்துகொண்டிருந்தன. அவருடைய படங்கள் ஒவ்வொன்றும், தயாரிப்புச் செலவைப்போல் பல மடங்கு லாபம் சம்பாதித்தன.

என்றாலும், இந்த லாபத்தின் பெரும் பகுதி, சாப்ளினுக்கும் கிடைக்கவில்லை, அவருடைய தயாரிப்பாளருக்கும் கிடைக்கவில்லை! சாப்ளின் படங்களை வாங்கி, விநியோகிப்பவர்களும், திரையரங்க உரிமையாளர்களும்தான் நன்றாக அனுபவித்துக்கொண்டிருந்தார்கள்.

இதை உற்றுக் கவனித்த சிட்னி, சார்லி சாப்ளின் படங்களுக்கான விநியோகக் கட்டண முறையை மாற்றியமைக்கவேண்டும் என்று புரிந்துகொண்டார். இந்த அடிப்படையில், 'எஸ்னே' நிறுவனத்துக்கு சில நல்ல ஆலோசனைகளைச் சொன்னார் அவர். அதன்படி செயல்பட்ட 'எஸ்னே'வுக்கு, உடனடி பலன் - சார்லி சாப்ளினின் ஒவ்வொரு படத்திலும், அவர்களுக்குக் கிட்டத்தட்ட ஒரு லட்சம் டாலர்வரை லாபம் கிடைத்தது!

தயாரிப்பாளருக்குமட்டும் பணம் கிடைத்தால் போதுமா? கடினமாய் உழைத்துப் படமெடுக்கிற சாப்ளினுக்கும் இந்த லாபத்தில் ஒரு பங்கு சேர்வதுதானே நியாயம்? - இப்படி வாதிட்ட சிட்னி சாப்ளின், 'எஸ்னே'வுடனான சார்லியின் ஒப்பந்தத்தைத் திருத்தி எழுதினார். அதன்படி, சார்லி சாப்ளினின் ஒவ்வொரு படத்திற்கும், அவருக்குப் பத்தாயிரம் டாலர் போனஸ் தொகையாக வழங்கப்பட்டது!

பத்தாயிரம் அமெரிக்க டாலரின் இப்போதைய மதிப்பு, கிட்டத்தட்ட ஐந்து லட்சம் ரூபாய் - அப்படியானால், 90 ஆண்டுகளுக்குமுன்னால், அந்தக் காலத்தில், பத்தாயிரம் டாலர் என்பது எத்தனை மதிப்புமிக்கதாய் இருந்திருக்கும் என்று ஊகித்துக்கொள்ளலாம் - இளம்வயதில், சாப்பாட்டுக்குக்கூட வழியில்லாமல் தவித்த சார்லி சாப்ளின், இப்போது அமெரிக்காவின் பெரிய பணக்காரர்களில் ஒருவர்!

சார்லி சாப்ளினின் வாழ்க்கையைப்பற்றிச் சொல்லும்போது, இந்தப் பண விஷயத்தை அடிக்கடி குறிப்பிடவேண்டியிருக்கிறது. ஏனெனில், ஒவ்வொரு நிலையிலும், முன்பைவிட அதிக சம்பளத்துடன் முன்னேறியவர் சார்லி சாப்ளின். ஆகவே, அவருடைய வாழ்க்கையின் வெற்றியை அளக்கும் ஒருவித அளவுகோலாகவே, அவருடைய சம்பளத்தொகையை அவ்வப்போது சொல்லவேண்டியிருக்கிறது.

ஆனால், நாம் முன்பே பார்த்ததுபோல், இந்தப் பண வரவைக்காட்டிலும், சாப்ளின் அதிகம் விரும்பிய ஒரு விஷயம் - சுதந்திரம். ‘எஸ்னே’வில் அந்தச் சுதந்திரம் அவருக்குப் பூரணமாய்க் கிடைத்தது. அவர் ஆசைப்பட்டதுபோல் படங்களை எடுத்து, வெளியிடமுடிந்தது.

மெல்லமெல்ல, ‘கீஸ்டோன்’போலவே, ‘எஸ்னே’வும் தன்னைச் சுற்றியே இயங்கும்படி மாற்றிக்கொண்டார் சார்லி சாப்ளின். விரைவில், அவர் விரும்பியபடி, லாஸ் ஏஞ்சலஸ் நகரில் அவருக்கென்று தனி ஸ்டூடியோ அமைத்துத் தந்தது ‘எஸ்னே’.

என்றாலும், ‘எஸ்னே’வுடனான சாப்ளினின் ஒப்பந்தம் முடிவடையும் வேளையில், அவருக்கும், நிறுவனத்தாருக்கும் இடையே சில உரசல்கள் தலைகாட்டின.

மறுபடி, பண விவகாரம்தான். இந்த ஒரு வருடத்துக்குள், அமெரிக்காவின் ஒவ்வொரு திரை ஆர்வலரும் விரும்பி, ரசிக்கும்படி ஒரு மிகச் சிறந்த நடிகராக வளர்ந்திருந்த சார்லி சாப்ளின், அதற்கேற்ப, தனது சம்பளமும் அதிகரிக்கவேண்டும் என்று விரும்பினார்.

அவர் கேட்ட சம்பளம், ஐந்து லட்சம் அமெரிக்க டாலர்கள்! ஆனால், 'எஸ்னே' நிறுவனம் இப்படியொரு பெரிய தொகையைத் தருவதற்குத் தயங்கியது. ஆகவே, ஒரு வருட நல்லுறவு முறிந்து, சாப்ளின் அங்கிருந்து வெளியேறிவிடுவார் என்பது உறுதியானது.

இந்த நேரத்தில்தான், 'எஸ்னே' நிறுவனம் சில விஷமத்தனமான தில்லுமுல்லுகளில் இறங்கியது - எரிகிற வீட்டில், பிடுங்கியதுவரை லாபம் என்ற எண்ணத்தில், சாப்ளினின் பழைய படங்களிலிருந்து சில காட்சிகளையும், அவர் வேண்டாம் என்று வீசியெறிந்த சில துண்டுகளையும் இணைத்து, ஒட்டுப்போட்டு, புதுப் பெயர்களில் படமாக வெளியிட்டது.

இதைக் கேள்விப்பட்ட சாப்ளின், நொந்துபோய்விட்டார். தன்னுடைய புகழைப் பயன்படுத்தி, இப்படித் தவறான முறையில் பணம் சம்பாதிக்கப்பார்க்கிறார்களே என்று அவருக்கு வேதனை.

அவருடைய கவலையை மேலும் அதிகரிப்பதுபோல், இன்னும் சில ஒட்டுவேலைகளும் நடந்தன. '*Life*' என்ற பெயரில் அவர் எடுத்துக்கொண்டிருந்த ஒரு படத்தை, பாதியாக வெட்டி ,'*Police*' என்ற தலைப்பில் தனிப்படமாக வெளியிட்டுவிட்டது 'எஸ்னே'. (பின்னர், 1918ம் ஆண்டு, '*Life*' படத்திலிருந்து வெட்டியெடுத்த மற்ற காட்சிகளையும், வேறு பெயரில் புதுப்படமாக வெளியிட்டார்கள்!)

இப்படி அவர்கள் ஒட்டுப்போட்ட படங்கள் எல்லாம், பிச்சைக்காரன் வாந்தியெடுத்ததுபோல் பரிதாபமாய்ப் பல்லிளித்தன. அந்தப் படங்களைப் பார்த்த மக்களும், 'இந்த சாப்ளினுக்கு என்னாச்சு? ஏன் இப்படி அபத்தமாப் படமெடுக்க ஆரம்பிச்சுட்டார்?', என்று உச்சுக்கொட்டலானார்கள்.

9. The Gold Rush

ஒரு காலத்தில், 'மாடர்ன் தியேட்டர்ஸ்' நிறுவனத்துக்காக, ஏகப்பட்ட டுமீல் - டுமீல் படங்களில் நடித்தார் ஜெய்சங்கர். அவர் எந்தப் படத்தில் யாரைச் சுடுகிறார், எதற்காகச் சுடுகிறார், எந்தப் படத்தில் யாரோடு காதல் கொள்கிறார் என்றெல்லாம் சரியாய்ப் புரியாமல், ஒருவித மயக்கத்திலேயே அந்தப் படங்களைப் பார்த்து, வெற்றிப் படங்களாக்கினார்கள் ரசிகர்கள்.

அதுபோல, சென்ற நூற்றாண்டின் முற்பகுதியில், ஏராளமான 'கௌபாய்' படங்களுக்காகப் புகழ்பெற்றது 'எஸ்னே' நிறுவனம். புழுதி பறக்க ஓடும் குதிரைகளும், ஓயாத துப்பாக்கிச் சத்தங்களும்தான், 'எஸ்னே' படங்களின் நிரந்தர அடையாளமாய் இருந்தது - இன்னும் குறிப்பாய்ச் சொல்வதானால், அந்த நிறுவனத்தின் சின்னமே, ஒரு செவ்விந்தியரின் தலைதான் !

'எஸ்னே' நிறுவனத்தின் இந்த 'அடிதடி' பிம்பத்தோடு கொஞ்சமும் சம்பந்தமில்லாத சார்லி சாப்ளின், அங்கே வந்து மாட்டிக்கொண்டது காலத்தின் கட்டாயம் என்றுதான் சொல்லவேண்டும்.

என்றாலும், நாம் முன்பே பார்த்ததுபோல், 'எஸ்னே'வில் அவருக்கு நல்ல மரியாதை கிடைத்தது. தன்னுடைய ஆரம்பகால திரை வாழ்க்கையின் குறிப்பிடத்தக்க பல படங்களை 'எஸ்னே'வுக்காகத் தந்தார் சார்லி சாப்ளின். (சுருக்கமான ஒரு பட்டியல்: *'The Champion', 'In the Park', 'The Tramp' & 'A Night out in the show').*

'கீஸ்டோன்' நிறுவனத்தோடு ஒப்பிடுகையில், 'எஸ்னே'வில் சாப்ளின் ரொம்பவே சந்தோஷமாய் இருந்தார் - குறைவான படங்கள், நிறைவான இயக்கம் என்று தனது திரைப் பாதையை மெருகேற்றிக்கொண்டார்.

ஆனால், இந்தத் திருப்தியில் ஒரு லாரி மண்ணை அள்ளிக் கொட்டுவதுபோல், திடீரென்று 'எஸ்னே' நிறுவனத்தினர் சாப்ளினிடம் ரொம்ப முரட்டுத்தனமாய் நடந்துகொள்ளத்தொடங்கினார்கள். அவருடைய பழைய படங்களையும், 'அடாசு' என்று வீசியெறிந்த காட்சிகளையும் தூசு தட்டி எடுத்து, புதிய பெயர்களில் அரைவேக்காடுப் படங்களாய் வெளியிட்டுப் பணம் செய்தார்கள்.

பணப்பிரச்சனையெல்லாம் இரண்டாம்பட்சம். அவர்கள் தன்னுடைய படைப்புரிமையைக் காயப்படுத்திவிட்டார்களே என்பதுதான் சாப்ளினுக்குத் தாங்கமுடியாத வருத்தமாய் இருந்தது. (இந்தக் கெட்டதிலும் ஒரு நல்லது - பின்னாள்களில், தன்னுடைய படங்கள் எல்லாவற்றின் உரிமையும், தனக்கே சேரும்படி பார்த்துக்கொண்டார் சார்லி சாப்ளின்)

இப்படியாக, பல காரணங்களை முன்னிட்டு, 'எஸ்னே'விலிருந்து சார்லி சாப்ளின் வெளியேறவேண்டிய கட்டாயம் உண்டாகி விட்டது. இதைத் தெரிந்துகொண்ட அவருடைய அண்ணன் சிட்னி சாப்ளின், உடனடியாக நியூயார்க் விரைந்தார். சாப்ளினின் பிரதிநிதியாக, அவரை வைத்துப் படமெடுக்க விரும்பிய வெவ்வேறு தயாரிப்பு நிறுவனங்களை அழைத்துப் பேசினார்.

ஏற்கெனவே இரண்டுமுறை சூடுபட்டுக்கொண்ட சார்லி சாப்ளின், இந்தமுறை தனது நிபந்தனையைத் தெளிவாகச் சொல்லிவிட்டார் - இப்படிப் படமெடுக்கவேண்டும், அப்படி எடுக்கவேண்டும் என்றெல்லாம் யாரும் எனக்கு அறிவுரை சொல்லக்கூடாது, கட்டளை இடக்கூடாது. நான் மெதுவாகத்தான் படம் எடுப்பேன், எனக்கு முழுத்திருப்தி உண்டாகும்வரை விடமாட்டேன் - அதற்கு மூன்று மாதமானாலும் சரி, மூன்று வருடமானாலும் சரி! நீங்கள் படத்தின் தரத்தைதான் பார்க்கவேண்டும், சீக்கிரமாய்ப் பணம் பண்ணலாம் என்ற பேராசை எண்ணத்தோடு என்னிடம் வராதீர்கள்!

அப்போது அவரை அணுகிய நிறுவனங்களிடையே, 'ம்யூச்சுவல்' *(Mutual)* என்ற படக் கம்பெனியை சார்லி சாப்ளினுக்குப் பிடித்திருந்தது. தொடர்ந்த பேச்சுவார்த்தைகளுக்குப்பின், சாப்ளினுக்கு, வாரம் பத்தாயிரம் டாலர் சம்பளமும், ஒரு லட்சத்து ஐம்பதாயிரம் டாலர் போனஸ் தொகையும் தருவதாக அந்த நிறுவனம் ஒப்புக்கொண்டது.

இங்கே ஒரு சிறிய மனக்கணக்கு - 1914ல் சாப்ளினின் சம்பளம், வாரத்துக்கு நூற்றைம்பது டாலர், அதன்பிறகு, வாரத்துக்கு நூற்றி எழுபத்தைந்து டாலர். அடுத்த வருடம், 'எஸ்னே'வில் சேர்ந்தபோது, வாரத்துக்கு 1250 டாலர், இப்போது, 'ம்யூச்சுவல்' நிறுவனத்தோடு இணையும்போது, அதைப்போல் பல மடங்கு - வாரத்துக்குப் பத்தாயிரம் டாலர் சம்பளம் !

அதுதான் சார்லி சாப்ளின். அவருடைய படங்கள் ஒவ்வொன்றும், அவருக்காகத்தான் ஓடுகின்றன என்று நிச்சயமாய்த் தெரிந்துகொண்டிருந்த பட அதிபர்கள், அவர் எத்தனை டாலர் சம்பளம் கேட்டாலும் தருவதற்குத் தயாராய் இருந்தார்கள். எப்படியாவது, தங்கள் பட நிறுவனத்தில் சாப்ளின் நடித்தால் போதும், தங்கள் வீட்டில் பண மழை கொட்டுவது நிச்சயம் என்று அவர்கள் உறுதியாக நம்பினார்கள்.

இந்தச் சந்தர்ப்பத்தில், சார்லி சாப்ளினின் அண்ணன்

சிட்னி சாப்ளினைப்பற்றியும் சில வரிகள் சொல்லவேண்டும். சிறுவயதில், சார்லி அனுபவித்த அத்தனை துயரங்களையும், அவரோடு பகிர்ந்துகொண்ட ஆத்மார்த்தமான தோழர் சிட்னி. மனநலக் குறைவால் அம்மாவைப் பிரிந்தே வாழ்ந்த இந்தச் சகோதரர்கள், ஒருவருக்கொருவர் ஆறுதலாகவும், நல்ல துணையாகவும் பழகியவர்கள், ஒருவர்மீது மற்றவர் மிகுந்த பாசம் கொண்டவர்கள்.

சார்லி சாப்ளின், மேடை நாடகங்களிலும், பிற கலை நிகழ்ச்சிகளிலும் தனக்கான எதிர்காலத்தைத் தேடிக்கொண்டிருந்த போது, அதே துறையில் அவரோடு பயணம் செய்துகொண்டிருந்த சிட்னி, அவருக்கு ஒரு சிறந்த வழிகாட்டியாக இருந்தார். குறிப்பாக, சார்லி சாப்ளினின் பண விவகாரங்களையெல்லாம் சிறப்பாகப் பார்த்துக்கொண்டவர் சிட்னிதான்!

நாடகக் கம்பெனிகளிலும், திரைப்படங்களில் நடிக்கத்தொடங்கிய பிறகும்கூட, யாரிடம் எப்படிப் பேசவேண்டும், தன்னுடைய நடிப்புக்கு எவ்வளவு சம்பளம் கேட்பது, அவர்கள் அதைக் கொடுக்க மறுத்தால் என்ன செய்யலாம், இந்தச் சம்பளத்தைப் பெறுவதற்குத் தனக்குத் தகுதி உண்டு என்பதை எப்படி அவர்களுக்கு எடுத்துச்சொல்வது - இப்படி எந்த விஷயத்திலும் சார்லி சாப்ளினுக்குப் பரிச்சயமில்லை. இதுபோன்ற சந்தர்ப்பங்களிலெல்லாம், அண்ணன் சிட்னி சாப்ளினைப் பேசவிட்டு, அவர் சொல்வதை அப்படியே கேட்டுக்கொள்வார் சார்லி சாப்ளின்.

இப்படி ஏராளமாய்ச் சம்பாதித்தாலும், அந்தப் பணத்தை வைத்துக்கொண்டு என்ன செய்வது என்று சார்லி சாப்ளினுக்குத் தெரியாது. ஆகவே, அவருடைய சேமிப்பையெல்லாம், சரியான இடங்களில் முதலீடு செய்து, பலமடங்காய்ப் பெருக்கினார் சிட்னி.

முன்பு, சார்லி சாப்ளினை வைத்து ஏகத்துக்கு சம்பாதித்துக் கொழித்துக்கொண்டிருந்த 'எஸ்னே' நிறுவனத்துடன் தீவீரமாய் வாதாடி, அவருக்குக் கைநிறைய போனசும், கூடுதல் சம்பளமும்

வாங்கித்தந்தவர் சிட்னிதான். இப்போது, 'ம்யூச்சுவல்' நிறுவனத்துடனான பேச்சுவார்த்தைகளிலும், அவருடைய பங்குதான் முக்கியமானது. (இதை உணர்ந்த சார்லி சாப்ளின், தனக்குக் கிடைத்த போனஸ் தொகையில் பாதியை, சிட்னி சாப்ளினுக்குக் கொடுத்துவிட்டார் என்று சொல்லப்படுகிறது!)

'ம்யூச்சுவல்' நிறுவனத்துக்காக, பன்னிரண்டு குறும்படங்களை எடுத்துத் தருவதாக ஒப்பந்தத்தில் கையெழுத்திட்ட சார்லி சாப்ளின், 1916ம் ஆண்டு தொடக்கத்தில் தனது வேலைகளை ஆரம்பித்தார். அதே ஆண்டு மே மாதம், *'The Floorwalker'* என்ற முதல் படம் வெளியானது.

நகைச்சுவை பொங்கும் அந்தப் படம், ஒரு அட்டகாசமான ஆரம்பம். முந்தைய ஆண்டுகளின் கசப்பான அனுபவங்களை மறந்து, இதமான சூழலில், அருமையான பல படங்களை எடுக்கத்தொடங்கினார் சார்லி சாப்ளின்.

சாப்ளினுக்கு 'ம்யூச்சுவல்' நிறுவனம் மிகச் சிறப்பான ஒத்துழைப்பைக் கொடுத்தது. சாப்ளினுக்கென்று ஒரு தனி படப்பிடிப்புத் தளத்தை *(Lone Star Studio)* ஒதுக்கித்தந்து, எந்தவிதத்திலும் அவருடைய வேலையில் குறுக்கிடாமல், ஆனால், அவருக்குத் தேவையான எல்லா வசதிகளையும் செய்து தந்து, அவருடைய படங்களைச் சிறப்பாக விநியோகித்தார்கள். ஆகவே, எந்தப் பிரச்சனைக்கும் தலையைக் கொடுக்காமல், தனது படங்களின் தரத்தை மேம்படுத்துவதில்மட்டும் தீவிர கவனம் செலுத்தினார் சார்லி சாப்ளின்.

'என்னுடைய திரைப்பட வாழ்க்கையிலேயே, மிகவும் சந்தோஷமான காலகட்டம்', என்று 'ம்யூச்சுவல்' நிறுவனத்துக்காகப் பணியாற்றிய காலத்தைக் குறிப்பிடுகிறார் சார்லி சாப்ளின்.

இதற்கு முக்கியமான காரணம், இந்தக் காலகட்டத்தில் வெளிவந்த சாப்ளினின் படங்கள் அனைத்தும், மௌனத் திரைப்பட வடிவத்தின் சகல சாத்தியங்களையும் புரிந்துகொண்டு,

அவற்றை மிகச் சிறப்பாகப் பயன்படுத்தியவை. புதுமையான கதைகள், காட்சியமைப்புகள், கச்சிதமான திரைக்கதை, பொங்கும் நகைச்சுவை என்று ஒவ்வொரு அம்சத்தையும் பார்த்துப் பார்த்துச் செய்திருந்தார் சாப்ளின். இப்போதும், உலக திரைப்படங்களை அலசும் விமர்சகர்களும், மாணவர்களும், சாப்ளினின் 'ம்யூச்சுவல்' படங்களைப் பாடமாய்ப் பார்த்துப் பரவசப்படுகிறார்கள்.

தவிர, 'ம்யூச்சுவல்' நிறுவனத்திற்கு உலகமெங்கும் கிளைகள் இருந்தன. ஆகவே, அமெரிக்காவின் உச்ச நட்சத்திரமாய் இருந்த சார்லி சாப்ளினின் படங்களை, பல வெளிநாடுகளுக்கும் கொண்டுசென்று, சிறப்பாக விளம்பரம் செய்து, அவருக்கு உலகப்புகழ் தேடித்தந்தது 'ம்யூச்சுவல்'!

இதற்கு ஒரு உதாரணம் சொல்லவேண்டுமானால், 1931ம் ஆண்டு, சார்லி சாப்ளின் உலக சுற்றுலா சென்றபோது, எங்கோ பூமிப் பந்தின் ஒரு மூலையில், யாருக்கும் தெரியாமல் ஒளிந்துகொண்டிருக்கிற, குட்டியூண்டு 'பாலி'த் தீவில்கூட, அவருடைய படங்களுக்கு ரசிகர்கள் இருப்பதைக் கண்டுகொண்டார்.

ஆகவே, முன்பு எப்போதும் இல்லாத அளவுக்கு, சார்லி சாப்ளினின் படங்களுக்குத் தேவை கூடியது. அவரைத் தேடிப் பார்த்து ரசிக்கும் ஆர்வலர்கள் அதிகமானார்கள். அந்த உற்சாகத்தில், மேலும் அதிக தீவிரத்துடன் தனது படங்களைச் செதுக்கலானார் சாப்ளின்.

1916 - 17 ஆண்டுகளில், கிட்டத்தட்ட பதினெட்டு மாதங்கள் உழைத்து, 'ம்யூச்சுவல்' நிறுவனத்துக்காக மொத்தம் பன்னிரண்டு படங்களை இயக்கி, நடித்தார் சார்லி சாப்ளின். இந்தப் படங்களில், 'The Immigrant', 'Easy Street', 'The Pawnshop', 'The Vagabond' ஆகியவை குறிப்பிடத்தக்க படைப்புகள்.

இந்தப் படங்களுள், 'The Immigrant' முக்கியமான ஒரு படைப்பு. அமெரிக்காவுக்கு வருகிற ஒரு கப்பலில், சார்லி சாப்ளினும்,

பிறகும் அடிக்கிற லூட்டிகளோடு படம் தொடங்குகிறது. அந்தக் கப்பலில் சாப்ளின் ஒரு அழகிய பெண்ணையும், அவளுடைய அம்மாவையும் சந்திக்கிறார். அவர்களோடு நன்கு பழக்கமாவதற்குள், அமெரிக்கா குறுக்கிடுகிறது, 'அப்புறம் பார்க்கலாம்', என்று விடைபெற்றுக்கொண்டு, ஆளுக்கு ஒரு திசையில் பிரிந்துபோகிறார்கள்.

பின்னர், அமெரிக்காவின் தெருக்களில், பிழைப்புக்கு வழி தெரியாமல் திணறும் சார்லி சாப்ளின், அவரை மீண்டும் சந்திக்கும் அந்தக் 'கப்பல்' பெண், சில பல வேடிக்கைச் சம்பவங்களுக்குப்பின், அவர்களிடையே காதல், கல்யாணம் என்று படம் நகர்கிறது.

ஆனால், விநாடிக்கு ஒரு கலாட்டா என்ற விகிதத்தில் நகைச்சுவையை அள்ளித் தெறித்த இந்தக் கலகலப்பான படத்தின் நடுவே, ஓர் உருக்கமான காட்சி - படத்தில் சில விநாடிகளே இடம்பெறும் அந்தக் காட்சியை, ரசிகர்கள் கொஞ்சம் கண்ணிமைத்தாலும் தவறவிட்டுவிடச் சாத்தியமுண்டு. ஆனால், அந்தச் சிறிய காட்சியை கவனித்துப் பார்க்கிறபோது, மௌனத் திரைப்படங்களின் பலவீனங்களைக்கூட நுட்பமான கதை சொல்லும் உத்தியாகப் பயன்படுத்தும் சார்லி சாப்ளினின் ஆளுமை வெளிப்படுகிறது.

கப்பலில் சாப்ளின் சந்தித்த அந்தப் பெண், இப்போது ஒரு உணவகத்தில் அமர்ந்திருக்கிறாள். முகத்தில் சோகம், ஆனால், அது ஏன் என்று தெரியவில்லை.

அப்போது, அவளைப் பார்க்கும் சார்லி சாப்ளின், பழைய ஞாபகத்தில் உற்சாகமாக அவளை அழைக்கிறார். அவளும் அவருக்கு அருகே வந்து அமர்கிறாள், 'ஏன் இப்படி உன் முகம் சோகமா இருக்கு?', என்பதுபோல் சைகை செய்கிறார் சாப்ளின். அவள் பதில் பேசவில்லை. கையிலிருந்த ஒரு கைக்குட்டையை விரித்துக் காண்பிக்கிறாள். சட்டென்று சாப்ளினின் முகத்திலும் சோகம் கவிகிறது. அவர் அவளுக்கு ஆறுதல் சொல்ல முயல்கிறார்.

மௌனப்படம் என்பதால், 'என்னாச்சு?', என்ற சைகைக்கு, அவளால் விரிவாக பதில் சொல்லமுடியாது. ஆனால், அந்தக் கைக்குட்டையைப் பார்த்ததும் சாப்ளினுக்கு என்ன புரிந்தது?

முதல் காட்சியில், (கப்பலில்) சாப்ளின் அந்தப் பெண்ணைச் சந்தித்தபோது, அவளோடு, அவளுடைய அம்மாவும் இருந்தார். அப்போது, அவர் தலையில் கட்டியிருந்த கைக்குட்டைதான், இப்போது அந்தப் பெண்ணின் கையில் இருக்கிறது. அதாவது, அம்மா இறந்துவிட்டார், அந்தச் சோகம்தான் அவளுக்கு.

நகைச்சுவைப் படம்தான். என்றாலும், அதனுள் கொஞ்சூண்டு செருகப்பட்டிருக்கும் இந்தச் சோகம், பார்வையாளர்கள் மனதில் அழுத்தமாய்ப் பதிந்துவிடுகிறது - நுணுக்கமான இந்தக் காட்சியைப்போலவே, இன்னும் பல உதாரணங்களை சாப்ளினின் 'ம்யூச்சுவல்' காலப் படங்களில் பார்க்கலாம். இந்தப் படங்களின்மூலம், சார்லி சாப்ளினின் கதாபாத்திரம், நம் எல்லோரையும்போல, ஆசாபாசங்களுடன்கூடிய ஒரு சாதாரண மனிதனாக, மக்களிடையே மிகுந்த புகழ்பெற்றது.

இந்த 12 படங்களுடன், 'ம்யூச்சுவல்' நிறுவனத்துடனான சார்லி சாப்ளினின் ஒப்பந்தம் முடிவுக்கு வந்தது. இதையடுத்து, மேலும் பன்னிரண்டு படங்களுக்காக, சாப்ளினுடன் ஒரு புதிய ஒப்பந்தத்தைச் செய்துகொள்ள முன்வந்தது 'ம்யூச்சுவல்'. இதற்காக, அவருக்கு ஒரு மில்லியன் டாலர் சம்பளம் தருவதற்கு முன்வந்தார்கள்.

ஒரு மில்லியன் என்பது, பத்து லட்சம் டாலர் - இப்போதைய மதிப்பில், கிட்டத்தட்ட ஐந்து கோடி ரூபாய்! அப்படியானால், அந்தக் காலத்தில் அதற்கு எத்தனை மதிப்பு இருந்திருக்கும் என்று கொஞ்சம் யோசித்துப்பாருங்கள் - அதுவரை திரைப்பட சரித்திரத்தில் வேறு எந்த நடிகரும், இப்படியொரு பெருந்தொகையைச் சம்பளமாய் வாங்கியதில்லை!

ஆனாலும், 'ம்யூச்சுவல்' நிறுவனத்தின் இந்தக் கோரிக்கையை சாப்ளின் ஏற்கவில்லை.

ஏன்? ஒரு மில்லியன் டாலர் சம்பளம் என்றால், கசக்கிறதா?

இந்த 'மில்லியன் டாலர் கேள்வி'க்கான பதிலை அறியவேண்டுமானால், அப்போதைய சார்லி சாப்ளினின் மனோநிலையை நாம் புரிந்துகொள்ளவேண்டும் - அவருக்கு 'ம்யூச்சுவல்' நிறுவனத்தை ரொம்பப் பிடித்திருந்தது, 'கீஸ்டோன்'போல, இவர்கள் அவரை அவசரப்படுத்தவில்லை, 'எஸ்னே'போல, பழைய படங்களை ஒட்டுப்போட்டு அல்பத்தனம் செய்யவில்லை. என்றாலும், அவர்களோடு தொடர்ந்து பணிபுரியவேண்டும் என்று சார்லி சாப்ளினுக்கு விருப்பமில்லை. ஏன்?

1914ம் ஆண்டு, திரைப்படங்களில் நடிக்கத்தொடங்கியதிலிருந்து, ஒவ்வொரு வருடமும், வெவ்வேறு நிறுவனங்களுக்குத் தாவிக்கொண்டேயிருந்தார் சார்லி சாப்ளின். ஒவ்வொரு தாவலின்போதும், அவருடைய சம்பளம் பலமடங்காய் உயர்ந்தது. என்றாலும், பணத்துக்காகமட்டும்தான் அவர் அப்படிச் செய்தார் என்று சொல்லிவிடமுடியாது. அதையும் தாண்டி, வேறொரு விருப்பம் அவரைச் செலுத்திக்கொண்டிருந்தது.

சாப்ளின்போன்ற அற்புதமான கலைஞர்கள், தன்னிச்சையாய் இயங்க விரும்புகிறவர்கள். வேறொரு பட நிறுவனமோ, நடிகர்களோ, அரசாங்கமோ, அல்லது வேறு அம்சங்களோ தங்களைக் கட்டுப்படுத்துவதை, அவர்கள் கொஞ்சமும் விரும்பமாட்டார்கள்.

ஆகவேதான், சினிமாவில் எத்தனை சம்பாதித்தபோதும், சார்லி சாப்ளினின் மனதுக்கு முழு நிம்மதி கிடைக்கவில்லை. 'ம்யூச்சுவல்'போல, அவருக்குத் தேவையான எல்லா வசதிகளையும், ஒத்துழைப்பையும் வழங்கிய நிறுவனத்தைக்கூட, அவரால் முழுமையாய் ஏற்கமுடியவில்லை. தனக்கான சுதந்திரம் இன்னும் கிடைக்கவில்லை என்றுதான் அவருக்குத் தோன்றிக்கொண்டேயிருந்தது.

இன்னும் தெளிவாய்ச் சொல்வதானால், 'இத்தனை வருடத்தில்,

இத்தனை படங்கள், அதற்கு இத்தனை காசு' என்றெல்லாம் கணக்குப்போட்டு வேலை செய்வது சார்லி சாப்ளினுக்குப் பிடிக்கவில்லை. தவிர, ஒரு ரீல், இரண்டு ரீல் அளவில் சிறு படங்கள்மட்டும் எடுத்தால் போதாது, மேலும் அதிக நேரம் செலவழித்து, முழு நீளத் திரைப்படங்கள் எடுக்கவேண்டும் என்று விரும்பினார் அவர்.

இந்தச் சிந்தனைகளின் அடிப்படையில்தான், 'ம்யூச்சுவல்' நிறுவனத்துடன் இன்னொரு ஒப்பந்தத்தில் சார்லி சாப்ளின் கையெழுத்திட விரும்பவில்லை. 'இனிமேல், நானே படம் தயாரிக்கப்போகிறேன்', என்று அறிவித்தார், 'என்னுடைய படங்களை வாங்கி, விநியோகிப்பதற்கான நிறுவனங்கள் இருந்தால், வாருங்கள்!'

சார்லி சாப்ளினின் இந்த அறிவிப்புக்கு, அபாரமான வரவேற்பு. பெரும்புள்ளிப் பட நிறுவனங்கள் எல்லோரும், அவரை மொய்த்துக்கொண்டார்கள், 'ஒரு மில்லியன் டாலர்', 'ஒன்றே கால் மில்லியன் டாலர்' என்று பேரங்கள் தொடங்கின.

கடைசியில், சார்லி சாப்ளினின் படங்களை வாங்கி, விநியோகிக்கும் உரிமை, 'ஃபர்ஸ்ட் நேஷனல்' (*First National*) என்ற புதிய நிறுவனத்துக்குக் கிடைத்தது. ஒப்பந்தத் தொகை, ஒரு மில்லியன் டாலருக்கும்மேலே!

இதன்படி, உலக சினிமாவின் முதல் 'மில்லியன் டாலர் ஒப்பந்தம்', சார்லி சாப்ளினுடையதுதான். அந்தக் காலகட்டத்தில் அவர் அளவுக்கு உலகப் புகழ் பெற்ற நடிகர்கள், இயக்குனர்கள் இல்லை, அவர் அளவுக்குச் சம்பளம் வாங்கியவர்களும் இல்லை!

(ஆனால், இந்தத் தொகையின் பெரும்பகுதி சார்லி சாப்ளினின் கைக்குக் கிடைத்திருக்க வாய்ப்பில்லை என்பதுதான் வேடிக்கையான விஷயம். அரசாங்கத்துக்கு வரி செலுத்தியது, தன்னுடைய படங்களின் படப்பிடிப்புக்காகச் செலவழித்ததுபோக, மிச்சமுள்ள தொகைதான் அவருடைய 'உண்மை'யான சம்பளமாகக் கிடைத்தது!)

என்றாலும், இப்போது, சார்லி சாப்ளின் ஆசைப்பட்டபடி, மிக சுதந்திரமாய் அவர் தனது படங்களைத் தயாரிக்கமுடிந்தது. ஆனால், இப்படிக் கட்டவிழ்ந்த ஆனந்தத்தால், தன்னுடைய படங்களின் தரம் பாதிக்கப்பட்டுவிடக்கூடாது என்ற கவனத்துடன், முன்பைவிட அதிக முனைப்புடன் தனது படங்களைத் திட்டமிட்டார் சாப்ளின்.

ஆனால், இந்தப் புதிய நிறுவனத்துக்காக, தனியே படப்பிடிப்புத் தளம் ஏதும் இல்லை. ஆகவே, லாஸ் ஏஞ்சலஸ் / ஹாலிவுட் நகரிலேயே, தனக்கென்று, எல்லா வசதிகளுடன் ஒரு புதிய ஸ்டூடியோவைக் கட்டிக்கொண்டார் சார்லி சாப்ளின். அப்போதிலிருந்து, அவருடைய படங்கள் அனைத்தும், இந்த ஸ்டூடியோவில்தான் படமாக்கப்பட்டன.

'First National' நிறுவனத்துடன் இணைந்தபிறகு, சார்லி சாப்ளினின் முதல் படம், *'A Dog's Life'*

தெரு நாய் ஒன்றின் வாழ்க்கையை, நாடோடி சாப்ளினின் வாழ்க்கையோடு கோர்த்துச் சொல்லும் இந்தத் திரைப்படம், அருமையான நகைச்சுவைக் கொத்துகளோடு, பல உணர்ச்சிமயமான காட்சிகளைக் கொண்டது. 'கஷ்டப்படுகிறவர்களின் சிரமங்களை, இன்னொரு ஏழையால்தான் புரிந்துகொள்ளமுடியும்', என்ற கருத்தை வலியுறுத்தி, வறுமையில் வாடும் அன்றாடங்காய்ச்சி மக்களின் துயரங்களை, திரையில் மிகச் சிறப்பாய் வெளிப்படுத்தியிருந்தார் சார்லி சாப்ளின்.

'கலைப் படங்கள்' *(Art Films)* என்று இப்போது வெகுவாய் சிலாகிக்கப்படும் யதார்த்தத் திரைப்படங்களின் முன்னோடியாக, சாப்ளினின் *'A Dog's Life'* படத்தைச் சொல்பவர்கள் உண்டு.

இந்தப் படத்தில் சார்லி சாப்ளினுடன் இணைந்து நடித்த நாயின் பெயர் *'Mutt'*. இந்தப் படம் முடிவதற்குள், சாப்ளினுடன் நன்றாகப் பழகிவிட்ட இந்த நாய், படம் முடிந்து, அவர் ஒரு சுற்றுலா கிளம்பியதும், அவரைப் பிரிந்த துயரம் தாங்காமல், சாப்பிட மறுத்து, இறந்தேபோய்விட்டது!

சார்லி சாப்ளினுக்காகவும், அவர் முயன்று, நடிக்கவைத்த அந்த நாய்க்குட்டிக்காகவும், *'A Dog's Life'* படம் நன்றாகவே ஓடியது. என்றாலும், சீக்கிரத்திலேயே சாப்ளினின் பிரச்சனைகள் தொடங்கிவிட்டன.

புதிதாய் ஒன்றுமில்லை. எப்போதும்போல், பணப் பிரச்சனைதான்! 'சாப்ளின் தன்னுடைய படங்களுக்கு ரொம்ப செலவழிக்கிறார்', என்பதாக 'ஃபர்ஸ்ட் நேஷனல்' நிறுவனத்தினர் குற்றச்சாட்டு எழுப்பினார்கள்.

இதைக் கேட்கும்போது, வேடிக்கையாய் இருக்கிறது - சார்லி சாப்ளினின் படம், அவரேதான் இயக்குனர், படத்தைத் தயாரிப்பதும் அவர்தான். ஆனால், அதனால் பாதிக்கப்படுவது, இந்த விநியோக நிறுவனம்!

ஏனெனில், ஒப்பந்தத்தின்படி, ஒரு படத்தை எடுப்பதற்கு எத்தனை செலவானாலும், அது சார்லி சாப்ளினின் பொறுப்புதான். ஆனால், அந்தப் படம் முடிவடைந்ததும், அதற்குச் செலவழிக்கப்பட்ட தொகையைக் கொடுத்து, 'ஃபர்ஸ்ட் நேஷனல்' நிறுவனம் வாங்கிக்கொள்ளவேண்டும். அதன்பிறகு, விளம்பரம் செய்வது, உலகமெங்கும் விநியோகிப்பதெல்லாம் அவர்களின் பொறுப்பு. கிடைக்கும் லாபத்தில் இருவருக்கும் பாதி - பாதி.

இங்கேதான், அந்த நிறுவனத்துக்குக் கொஞ்சம் மனக்கசப்பு. சார்லி சாப்ளின் வேண்டுமென்றே மெதுவாகப் படம் எடுக்கிறார், இரண்டு ரீல் படத்துக்கு யானை விலை, குதிரை விலை சொல்கிறார் என்றெல்லாம் அவர்கள் சண்டைபோடத்தொடங்கினார்கள்.

இந்த விஷயத்தில் சார்லி சாப்ளின் எந்தச் சமரசத்துக்கும் தயாராய் இல்லை. 'காசைக் கண்ணிலேயே காட்டமாட்டேன் என்று கருமித்தனம் செய்தால், வெறும் வைக்கோல்தான் வாங்கமுடியும். என்னுடைய படங்கள் ஒவ்வொன்றும் சொக்கத் தங்கம், அவற்றை மெருகேற்றி, எல்லோரும் பார்க்கும்படி

செய்வதற்கு, ரொம்ப நேரமாகும், ரொம்ப செலவாகும், அந்தத் தரத்தை அனுபவிக்கவேண்டுமானால், நீங்கள் அதிகக் காசு செலவழிக்கத்தான் வேண்டும்!'

இப்படி இருதரப்பினரும் ஒருவரையொருவர் முறைத்துக்கொண்டு உட்கார்ந்திருந்தால், நடுவே சிக்கிக்கொண்டுவிட்ட சார்லி சாப்ளினின் படங்கள் என்ன ஆவது?

நல்லவேளையாக, சிட்னி சாப்ளினின் முயற்சியில், சார்லி சாப்ளினுக்கும், அவருடைய விநியோக நிறுவனத்துக்கும் இடையே மீண்டும் சுமுக உறவு ஏற்பட்டது. அவசரப்படாமல், தரமான, நல்ல படங்களை எடுத்து வெளியிடுவதுதான் இருவருக்குமே நல்லது என்னும் சார்லி சாப்ளினின் கருத்தை, 'ஃபர்ஸ்ட் நேஷனல்' ஏற்றது. பின்னர், அவருடைய படங்கள் ஒவ்வொன்றாய் வெளிவரத்தொடங்கின.

என்றாலும், இந்தச் சந்தோஷமும், தோழமையும் வெகுநாளுக்கு நீடிக்கவில்லை. அநேகமாய் சார்லி சாப்ளினின் ஒவ்வொரு படம் தயாராகும்போதும், அவருக்கும், 'ஃபர்ஸ்ட் நேஷனல்' நிறுவனத்தாருக்கும் இடையே குடுமிப்பிடிச் சண்டைதான் நடந்துகொண்டிருந்தது.

இந்தக் களேபரங்களுக்கு இடையே, சாப்ளினுக்கு மிகுந்த நிறைவளித்த ஒரு விஷயம், அவருடைய படங்கள் ஒவ்வொன்றும், எதிர்பார்த்ததைவிட அதிக நாள்கள் எடுத்துக்கொண்டு, கணக்கிட்டதைவிட அதிக டாலர்களை விழுங்கியபோதும், யாரும் குறைசொல்லமுடியாதபடி அருமையான தரத்தில் வெளிவந்துகொண்டிருந்தன.

அப்போதுதான், இரண்டு முக்கியமான சம்பவங்கள் - ஒன்று, சார்லி சாப்ளினின் வீட்டு விவகாரம். இன்னொன்று, நாட்டு விவகாரம். இல்லை, உலக விவகாரம்!

சார்லி சாப்ளின் சினிமாவில் நடிக்கத்தொடங்கிய அதே காலகட்டத்தில்தான், முதலாவது உலகப் போரும் தொடங்கியது. என்றாலும், அந்தப் போரில் சாப்ளின் நேரடியாய்ப் பங்குகொள்ளவில்லை.

ஆனால், அமெரிக்கா முழுவதும், போர் நிவாரணச் சேவைகளுக்காக நிதி திரட்டும் பணி நடைபெற்றபோது, அதில் ஆர்வத்துடன் பங்கேற்று, அதற்கெனப் பல பொதுக்கூட்டங்கள், பிற நிகழ்ச்சிகளை நடத்தித்தந்தார் சார்லி சாப்ளின்.

இதற்காக, அவர் நாடெங்கும் சுற்றுப்பயணங்கள் செல்லவேண்டியிருந்தது. சென்ற இடமெல்லாம், அவரைப் பார்ப்பதற்காக மக்கள் ஆயிரக்கணக்கில் வந்து குவிந்தார்கள். அந்தக் கூட்டங்களில் அமெரிக்கப் போர் நிதிப் பத்திரங்கள் ஏராளமாய் விற்றன. அவருடைய திரைப் பிரபல்யம், மக்களிடையே நிறைய நிதி சேர்க்க உதவியது.

இதுதவிர, *'The Bond'* என்ற தலைப்பில், போர் நிதி சேகரிப்புபற்றி ஒரு சிறிய விளம்பரப் படத்தையும் எடுத்துத்தந்தார் சார்லி சாப்ளின். அழுத்தமானதொரு செய்தியைச் சொன்ன அந்தப் படம் வெகுவாய்ப் பிரபலமடைந்தது. இதன்மூலம், சாப்ளினின் நிதி சேர்ப்பு முயற்சிகள் மாபெரும் வெற்றியடைந்தன.

பின்னர், *'Shoulder Arms'* என்ற தலைப்பில், சில போர்முனைக் காட்சிகளை நகைச்சுவையாய்ச் சித்தரித்து ஒரு படம் எடுத்தார் சாப்ளின். அந்தப் படமும் ரசிகர்கள், விமர்சகர்களின் பரவலான பாராட்டுகளைப் பெற்றது, பெரும் வெற்றியடைந்தது.

ஒருவழியாக, போர் ஓய்ந்து, குண்டுச் சப்தங்கள் தீர்ந்து, உலகம் நிம்மதிப் பெருமூச்சுவிட்டது. உலக நாடுகள் அனைத்தும், மறுபடி அமைதியை சுவாசிக்கத்தொடங்கியிருந்த அதே சமயத்தில், சார்லி சாப்ளினின் வீட்டில் ஒரு பெரிய சோகம்.

அதைப்பற்றி விரிவாகப் பார்க்குமுன், நாம் சில வருடங்கள் பின்னோக்கிச் செல்லவேண்டும். முதல் உலகப்போர் மும்முரமாய் நடைபெற்றுக்கொண்டிருந்த காலகட்டத்தில், சார்லி சாப்ளினின் சொந்த வாழ்க்கையில் ஒரு பெரிய விபத்து நடந்தது - அவருடைய வாழ்க்கையின் முதல் கலகப்போர், அல்லது முதல் அக்கப்போர்!

10. Twenty Minutes of Love

பதினைந்து வயதில், சார்லி சாப்ளினின் முதல் காதல், நாடக மேடையின்மீது. பின்னர், அதே காதலை, திரைப்படங்களின்மேல் மாற்றிக்கொண்டார். கடைசிவரை தீராத இந்த இரு காதல்களுக்கும் இடையே, நிஜ வாழ்க்கையிலும் சாப்ளின் ஒரு 'காதல் மன்னர்'தான்!

மொத்தம் நான்கு கல்யாணங்கள் - ஒவ்வொருமுறையும், தன் வயதில் பாதி, அல்லது கால்வாசி வயதுடைய சின்னப் பெண்களைத்தான் காதலித்து மணந்தார் சார்லி சாப்ளின். இதுதவிர, அவர் புகழின் உச்சியில் இருந்தபோது, வேறு பல நடிகைகள், பிரபல பெண்களுடன் அவருக்குக் காதல் என்று வதந்திகள் வந்துகொண்டேயிருந்தன.

ஆனால், இந்த கலாட்டா காதல்களும், காதல் கலாட்டாக்களும் அவருடைய வாழ்க்கையை ஆக்கிரமிப்பதற்குமுன்பாக, சாப்ளினின் இளவயதில், ஒரு மென்மையான முதல் காதலும், முதல் பிரிவின் சோகமும் இருக்கிறது.

அந்தப் பெண்ணின் பெயர், ஹெட்டி கெல்லி *(Hetty Kelly)*. லண்டன் மேடைகளில் இளைஞர் சாப்ளின் தனது

எதிர்காலத்தைத் தேடிக்கொண்டிருந்தபோதுதான், பதினைந்து வயது நடனப் பெண் ஹெட்டி அவருடைய கண்களில் பட்டாள்.

'கண்ணில் பட்டாள்' என்று நாம் சாதாரணமாய்ச் சொல்லிவிடுகிறோம். ஆனால், இதே வாசகத்தை, சார்லி சாப்ளின் எழுதியிருந்தால், 'கண்ணெதிரே தோன்றினாள்' என்றுதான் பரவசமாய்ச் சொல்லியிருப்பார். அந்த அளவுக்கு, முதல் பார்வையிலேயே அவளுடைய அழகு சாப்ளினைக் கவர்ந்திழுத்துவிட்டது. கள்ளமற்றுச் சிரிக்கும் அந்தப் பழுப்புக் கண்களைப் பார்த்துக்கொண்டே இருக்கலாம்போலிருந்தது அவருக்கு.

சாப்ளினைப்போலவே, ஹெட்டியும் ஒரு மேடைக் கலைஞர் என்பதால், அவர்கள் அடிக்கடி சந்திப்பதற்கான சந்தர்ப்பங்கள் தானாய்க் கிடைத்தன. மேடைகளில் வெவ்வேறு நாடகங்கள் நடந்துகொண்டிருக்க, அந்த மேடைகளுக்குப் பின்னால், இவர்களின் காதல் நாடகங்கள் தொடர்ந்தன.

சீக்கிரத்திலேயே, நாடக அரங்கங்களுக்கு வெளியிலும் அவர்கள் அடிக்கடி சந்திக்கலானார்கள். ஹெட்டியின் இதமான தோழமையால், சில அடி உயரம் கூடியவர்போல் வானத்தில் மிதந்துகொண்டிருந்தார் சார்லி சாப்ளின்.

இவர்கள் இருவருக்கும் இடையே தோன்றியிருந்தது உண்மையான காதலா, அல்லது வெறும் இனக்கவர்ச்சியா என்று சொல்வதற்கில்லை. ஆனால், ஹெட்டியோடு பழகிய இந்தக் காலகட்டம், சாப்ளினின் இளமைப்பருவத்தில் சில முக்கியமான மாற்றங்களை உருவாக்கியது. வறுமையால் நிரம்பிய தனது மழலைக் காண்டத்தின் துயர நினைவுகளிலிருந்து மெல்லமெல்ல விடுபட்டுக்கொண்டிருந்த சார்லி சாப்ளினுக்கு, தன்மீது அதிக நம்பிக்கை உருவாகவும், பல புதிய முயற்சிகளில் அவர் ஆர்வத்தோடு ஈடுபடுவதற்கும் ஹெட்டிதான் மறைமுகக் காரணமாய், ஊக்கமாய் இருந்தாள்.

முதல் சந்திப்பிலிருந்தே, ஹெட்டியை சார்லி சாப்ளின் ஆழமாய் நேசிக்கத்தொடங்கியிருந்தார். தனக்கும், ஹெட்டிக்கும் இடையே ஒரு தெய்வீகமான பிணைப்பு இருப்பதாக அவர் நம்பினார். ஆனால், அந்தப் பெண்ணின் மனதில் அப்படி எந்த எண்ணமும் இருக்கவில்லை.

இந்த உண்மை சாப்ளினுக்குத் தெரிந்தபோது, அந்த அதிர்ச்சியை அவரால் தாங்கிக்கொள்ளமுடியவில்லை. தன்னுடைய ஆத்மார்த்தமான நேசம், பெரிதாய் எந்தக் காரணமும் இல்லாமல் இப்படி நிராகரிக்கப்பட்டுவிட்டதே என்ற வலியும், அந்தப் பிரிவின் வடுவும், அவருக்குள் எப்போதும் இருந்தது.

தன்னுடைய கடைசிக்காலம்வரை, சார்லி சாப்ளின் ஹெட்டியை மறக்கவே இல்லை என்றுதான் அவரோடு நெருங்கிப் பழகியவர்கள் சொல்கிறார்கள். தான் சந்தித்த ஒவ்வொரு பெண்ணிடமும், தன்னுடைய முதல் காதலியின் பிம்பத்தைதான் அவர் தேடிக்கொண்டிருந்தாரோ என்னவோ.

ஹெட்டியைப் பிரிந்தபிறகு, சார்லி சாப்ளின் அமெரிக்காவுக்குச் சென்றதும், திரைப்படத்துறையில் நுழைந்து வெற்றிக் கொடி கட்டியதும் நாம் ஏற்கெனவே பார்த்த விஷயங்கள். இப்படி அவர் உலகப் புகழ் அடைந்தபிறகு, அவரைப் பாராட்டி, நலம் விசாரித்து ஹெட்டி ஒரு கடிதம் எழுதியிருந்தாள்.

இதற்குள் அவளுக்குத் திருமணமாகியிருந்தது. ‘என்னை நினைவிருக்கிறதா சாப்ளின்?’, என்று தொடங்கி ஹெட்டி எழுதியிருந்த அந்தக் கடிதத்தைப் படிக்கும்போது, சாப்ளினுக்குள் பழைய நினைவுகள் துளிர்த்தன.

ஆனால், அதன்பிறகு சார்லி சாப்ளினால் மீண்டும் ஹெட்டியைச் சந்திக்கமுடியவில்லை. அடுத்தமுறை அவர் இங்கிலாந்து சென்றபோது, ஹெட்டி இறந்துபோய்விட்டாள் என்ற தகவல்தான் அவருக்குக் கிடைத்தது.

அந்தக் காதலில், அதுவரை சாப்ளின் சந்தித்திருந்த பல ஏமாற்றங்களிலேயே, அவரால் தாங்கிக்கொள்ளமுடியாத,

கொஞ்சமும் ஏற்றுக்கொள்ளமுடியாத பெரிய ஏமாற்றம் இதுதான். திடீரென்று, தன்னுடைய பயணமும், வாழ்க்கையும் நோக்கமற்றுத் திரிந்துவிட்டதுபோல் வெறுமையாய் உணர்ந்தார் அவர்.

கொஞ்சமும் எதிர்பாராத இந்த அதிர்ச்சியைப்பற்றி எழுதுகையில், சார்லி சாப்ளினின் பேனா வேதனையைப் பொழிகிறது: 'அதுவரை, எனக்குள் ஒரு மெலிதான நம்பிக்கை இருந்தது. என்னுடைய வெற்றிகள், சாதனைகளையெல்லாம், அந்த ஒருத்திக்குத் தரப்போகும் காணிக்கையாகதான் எண்ணிச் சேர்த்துவைத்திருந்தேன். ஆனால் இப்போது, பணம், புகழ் எல்லாம் என்னிடம் இருக்கின்றன. ஆனால், அவற்றை யாருக்குச் சமர்ப்பணம் செய்து சந்தோஷப்படுவது என்றுதான் தெரியவில்லை.'

ஹெட்டி கெல்லியைப்போலவே, சார்லி சாப்ளினை ரொம்பவும் பாதித்த இன்னொரு பெண், ஏட்னா பர்வியான்ஸ்.

இவரை நாம் ஏற்கெனவே சந்தித்திருக்கிறோம். தன்னோடு இணைந்து நடிப்பதற்குப் பொருத்தமான ஒரு கதாநாயகியைத் தேடி, பல பெண்களைப் பார்த்துச் சலித்து, கடைசியில் ஏட்னாவைக் கண்டுகொண்டார் சார்லி சாப்ளின்.

அதன்பின், பல ஆண்டுகளுக்கு சார்லி சாப்ளினும், ஏட்னா பர்வியான்ஸும் வெற்றிகரமான திரை ஜோடியாய் வலம்வந்தார்கள். சாப்ளின் வெவ்வேறு கம்பெனிகளுக்குத் தாவியபோதும், ஒவ்வொருமுறையும், ஏட்னாவைமட்டும் தவறாமல் தன்னோடு அழைத்துக்கொண்டுவிடுவார் - கிட்டத்தட்ட 34 படங்களில் இவர்கள் இருவரும் இணைந்து நடித்துள்ளார்கள்.

நடிப்பு அனுபவம் அவ்வளவாய் இல்லாத ஏட்னாவுக்கு, திரையுலகைப்பற்றிச் சொல்லித்தந்து, அவரை ஒரு நல்ல நடிகையாக மெருகேற்றியவர் சார்லி சாப்ளின்தான். அதேபோல், சாப்ளினுக்கு ஒரு நல்ல தோழியாகவும், வழிகாட்டியாகவும் ஏட்னா இருந்தார்.

சாப்ளினும், ஏட்னாவும் ஒருவரையொருவர் காதலித்தார்களா, இல்லையா என்பது, ஹாலிவுட் சரித்திரத்தின் புரியாத புதிர்களில் ஒன்று. சார்லி சாப்ளினின் சுயசரிதையில்கூட, அவர் இதைப்பற்றித் தெளிவாக ஏதும் குறிப்பிடவில்லை.

ஆனால், வழக்கம்போல், இந்த ஜோடியைப்பற்றிய அதிகாரபூர்வமற்ற தகவல்கள் ஏராளம். 'சாப்ளின் ஏட்னாவைக் காதலித்தார், ஆனால் ஏட்னா அவரைக் காதலிக்கவில்லை' என்று ஒரு கோஷ்டி சொல்கிறது. 'அப்படி இல்லை, ஏட்னாவுக்குதான் சாப்ளின்மீது ஒருதலைக் காதல்' என்று இன்னொரு கோஷ்டி சண்டைக்கு வருகிறது. 'இவர்கள் இருவருமே தப்பு, சாப்ளினும், ஏட்னாவும் நல்ல நண்பர்கள்மட்டுமே' என்றும் சிலர் சொல்கிறார்கள். மிச்சமிருக்கும் இன்னொரு கட்சியினர், 'அவர்கள் ஒருவரையொருவர் காதலித்தது நிஜம்', என்று கற்பூரம் அணைத்து சத்தியம் செய்கிறார்கள். (ஏட்னாவைச் சந்தித்த காலத்தில், சாப்ளின் நைல்ஸ் கிராமத்தில்தான் தங்கியிருந்தார். அப்போது, அவரோடு ஏட்னாவும் சேர்ந்து வாழ்ந்தார் என்று சில உள்ளூர் வதந்திகள் தெரிவிக்கின்றன!)

இப்படி, அவர்கள் காதலித்தார்களா என்பதே குழப்படியாக இருக்கும்போது, அவர்கள் எப்படி, எதனால் பிரிந்தார்கள் என்றும் பல ஊகங்கள் உலவுகின்றன. சாப்ளின் ஏட்னாவை ஏமாற்றினாரா, அல்லது, ஏட்னாதான் சாப்ளினைக் கோபப்படுத்தினாரா என்று யாருக்கும் நிச்சயமாய்த் தெரியவில்லை.

இதைப்பற்றி சார்லி சாப்ளின் குறிப்பிடுகையில், 'எனக்கு ஏட்னாமீது நம்பிக்கையில்லை, ஏட்னாவுக்கு என்மீது நம்பிக்கையில்லை. ஏன், எனக்கே என்மீது நம்பிக்கையில்லை', என்று பூடகமாய்ச் சொல்கிறார். ஒருவேளை, ஏட்னா அவரைத் திருமணம் செய்துகொள்ள விரும்பியிருக்கலாம். ஆனால், திருமணம், குடும்பம், குழந்தைகள் என்ற கட்டுப்பாடுகளில் அடைபட விரும்பாமல், சார்லி சாப்ளின் அதை மறுத்திருக்கலாம் - எல்லாமே ஊகங்கள்தான்.

ஆனால், ஏட்னாவின் நட்பு, சார்லி சாப்ளினுக்கு வேறொரு விதத்தில் உதவியது. சிறுவயதிலிருந்தே, அதிக நண்பர்களோடு கலந்து பழகாமல், தனிமையிலே இனிமை கண்டு பழகிவிட்ட சாப்ளின், ஏட்னாவுடன் பழகத்தொடங்கியபிறகுதான், தனக்குள்ளிருந்த தயக்கத் திரையை விலக்கிக்கொண்டு, எல்லோருடனும் சகஜமாய் நட்பு பாராட்டலானார். அப்போதுதான், மற்றவர்களின்மீது அன்பும், அக்கறையும் செலுத்துகிற மென்மையும், சக மனிதர்களின் கோணத்திலிருந்து சிந்திக்கும் கலையும் அவருக்குக் கைவந்தது.

சாப்ளினின் இந்த மாற்றங்களையெல்லாம், அவருடைய அடுத்தடுத்த படங்களில் தெளிவாய்ப் பார்க்கமுடிந்தது. நகைச்சுவைப் படங்கள் என்றாலே, வெறும் கோமாளி மனிதர்களையும், அவர்களின் அதீத அசட்டுத்தனங்களையும் காண்பிப்பதுதான் என்றிருந்த நிலையை மாற்றி, நம் எல்லோரையும்போல் சாதாரணமான, எல்லாவிதமான ஆசாபாசங்களுடன் கூடிய மனிதர்களை, அவர்களின் வாழ்வியல் அம்சங்களை, இயல்பான உணர்ச்சிகளை, யதார்த்தமான நிலையிலிருந்து படம்பிடித்துக் காட்டினார் சாப்ளின்.

அதுவரை சாப்ளினின் படங்களில் இடம்பெற்ற பெண் கதாபாத்திரங்கள் எல்லாமே, ‘சும்மா’ வந்துபோகிறவர்களாகதான் இருப்பார்கள். அல்லது, கதாநாயகனோ, வில்லனோ கலாட்டா செய்து கலாய்ப்பதற்குப் பயன்படும் ‘உப’பாத்திரங்கள் என்ற அளவில்தான் அவர்களுக்கு முக்கியத்துவம் தரப்பட்டிருக்கும்.

1915ம் ஆண்டு, ஏட்னாவுடன் நடிக்கத்தொடங்கியபிறகு, அவருடைய நடிப்புத்திறனை நன்றாகப் பயன்படுத்திக்கொள்ளும்விதத்தில், தன்னுடைய படங்களில் கதாநாயகி பாத்திரத்துக்கு அதிக முக்கியத்துவம் தரத்தொடங்கினார் சார்லி சாப்ளின். அவருடைய நம்பிக்கையைக் காப்பாற்றும்விதமாக, ஏட்னாவும் சிறப்பாக நடித்து, பெயர்பெற்றார் - சார்லி சாப்ளினும், ஏட்னாவும் ஒருவரையொருவர் மிஞ்சும்விதத்தில் போட்டி போட்டுக்கொண்டு நடித்த நகைச்சுவைக் காட்சிகள் ஏராளம்.

பிரபலமான நடிகராகவும், இயக்குனராகவும் புகழ்பெற்ற சார்லி சாப்ளின், அமெரிக்கத் திரை வரலாற்றில் வேறு எந்தக் கலைஞரும் சம்பாதிக்காத அளவுக்கு பணத்தையும், புகழையும் சேர்த்தார். ஆனால், இந்தச் செல்வங்கள் அனைத்தும் தராத ஒரு நிம்மதியையும், முழுமையுணர்வையும், ஏட்னாவின் நட்பு அவருக்குக் கொடுத்தது. 'இந்த உலகத்திலேயே மிகவும் சந்தோஷமான மனிதன் நான்தான். என்னை இப்படிச் செய்தவள் நீதான்', என்று ஏட்னாவைப்பற்றி ஒருமுறை எழுதியிருக்கிறார் சார்லி சாப்ளின்.

இதுபோன்ற குறிப்புகளை வைத்துக்கொண்டு, சாப்ளினும், ஏட்னாவும் காதலிக்கிறார்கள் என்று பலரும் நம்பினார்கள். அவர்கள் ஊகித்தது உண்மையோ, பொய்யோ, கடைசிவரை அவர்கள் இருவரும் திருமணம் செய்துகொள்ளவில்லை. ஆனால், நல்ல நண்பர்களாகத் தொடர்ந்தார்கள்.

பின்னர், சாப்ளின் வேறொரு பெண்ணைத் திருமணம் செய்துகொண்டபோது, ஏட்னாவால் அந்த அதிர்ச்சியைத் தாங்கிக்கொள்ளமுடியவில்லை என்றும், அதனால் மனமுடைந்து, அவர் குடிப்பழக்கத்தில் விழுந்துவிட்டார் என்றும் செய்திகள் தெரிவிக்கின்றன.

இதைப்பற்றிக் கேள்விப்பட்ட சார்லி சாப்ளின், ஏட்னாவை அழைத்து, 'அதிகமாய்க் குடிக்காதே, உன்னைமாதிரி நடிகைக்கு அது நல்லதில்லை!', என்று அறிவுரை சொன்னார்.

ஆனால், அவர் சொன்னதை ஏட்னா காதில் போட்டுக்கொள்ள வில்லை. எல்லா நினைவுகளையும் குடித்தே அழித்துவிடவேண்டும் என்று கங்கணம் கட்டிக்கொண்டவரைப்போல், ஏராளமாய்க் குடித்து, உடம்பைக் கெடுத்துக்கொண்டார்.

ஒருகாலத்தில் 'ஒல்லிக்குச்சி உடம்புக்காரி'யாக இருந்த ஏட்னா, இப்போது 'குண்டு கத்திரிக்காய்' அளவுக்குப் பெருத்திருந்தார். ஆகவே, அவரைத் தனது படங்களில் தொடர்ந்து நடிக்கவைக்கமுடியாத நிலைமை சாப்ளினுக்கு.

'ஃபர்ஸ்ட் நேஷனல்' நிறுவனத்துக்காக சார்லி சாப்ளின் தயாரித்த '*The Pilgrim*' திரைப்படம்தான் சாப்ளினும், ஏட்னாவும் இணைந்து நடித்த கடைசிப் படம். (அதன்பிறகு, சாப்ளின் வெவ்வேறு கதாநாயகிகளுடன் இணைந்து நடித்தார். என்றாலும், சார்லி சாப்ளின் - ஏட்னா பர்வியான்ஸ் ஜோடிக்குச் சமமாக, வேறு எந்த இணையையும் சொல்லமுடியாது !)

1923ம் ஆண்டுக்குப்பிறகு, சார்லி சாப்ளினின் படங்களில் ஏட்னா நாயகியாக நடிக்கவில்லை. என்றாலும், அவர்கள் இருவருக்கும் இடையே இருந்த நட்பில் எந்தக் குறையும் இல்லை. சாப்ளின் வெளிநாடுகளுக்குச் சென்றாலும்கூட, ஏட்னாவின் அன்பான கடிதங்கள் அவரை அடிக்கடி நலம் விசாரிக்கும். ஒவ்வொரு கடிதத்தின் இறுதியிலும், தவறாமல் ஒரு நகைச்சுவைத் துணுக்கு!

ஏட்னாவின் நடிப்புத் திறன், நகைச்சுவைப் படங்களைத் தாண்டியும் வெளிப்படவேண்டும் என்று விரும்பிய சார்லி சாப்ளின், அவருக்காகவே '*A Women of Paris*' என்ற திரைப்படத்தை இயக்கித் தயாரித்தார். இந்தப் படத்தில் கதாநாயகியாக நடித்த ஏட்னாவுக்கு, ரொம்பவும் சவாலான கதாபாத்திரம். அதை மிகச் சிறப்பாய்ச் செய்திருந்தார் அவர்.

ஆனால், இந்தப் படம் நன்றாக ஓடாத காரணத்தால், ஏட்னாவால் தனக்குரிய புகழைப் பெறமுடியவில்லை. இதில் சாப்ளினுக்கும் ரொம்ப வருத்தம்.

அதைத்தொடர்ந்து, ஏட்னா பர்வியான்ஸ் வேறு சில படங்களில் நடித்தார். ஆனால், எந்தப் படமும் அவருடைய 'பழைய' புகழ் வெளிச்சத்தை அவருக்குத் திரும்பப் பெற்றுத்தரவில்லை. சாப்ளினே அவருக்காக இன்னொரு படம் தயாரித்தார், ஆனால் அந்தப் படம் வெளியாகவே இல்லை.

அதன்பின், ஏட்னா படங்களில் நடிக்கவில்லை. என்றாலும், 1958ம் ஆண்டு ஏட்னா மரணமடையும்வரை, அவரைத் தன் நிறுவனத்தின் கலைஞராகவே மதித்து, வாரம் தவறாமல் அவருக்கு சம்பளம் அனுப்பிக்கொண்டிருந்தார் சார்லி சாப்ளின்.

சாப்ளினின் வாழ்க்கையில் 'முதல் கலகப் போர்' என்று பேசஆரம்பித்து, எங்கெங்கோ போய்விட்டோம். இப்போது மீண்டும் அந்த விஷயத்துக்குத் திரும்புவோம்.

சார்லி சாப்ளின் திரைப்படங்களில் நடிக்கத்தொடங்கியபோது, அவருக்கு வயது 25. அடுத்த மூன்று ஆண்டுகளுக்குள், உலகப் புகழ்பெற்ற நட்சத்திரமாகவும், அமெரிக்காவின் பெரும் பணக்காரக் கலைஞர்களில் ஒருவராகவும் விஸ்வரூபம் எடுத்தார் சாப்ளின்.

இப்படிப்பட்ட ஒருவர், முப்பது வயதை நெருங்கியும், இன்னும் திருமணம் செய்துகொள்ளாமல் தனியாகவே வாழ்கிறார் என்றால், சுற்றியிருக்கிறவர்களும், பத்திரிகைக்காரர்களும் சும்மா இருப்பார்களா? 'எப்போ கல்யாணம்?', 'யாரைக் கல்யாணம்?', என்று அவரைப் பிய்த்துப் பிடுங்க ஆரம்பித்தார்கள்.

அவர்களுக்கெல்லாம், தன்னுடைய டிரேட் மார்க் புன்னகையால் பதில் சொல்லி சமாளித்துக்கொண்டிருந்தார் சார்லி சாப்ளின். ஆனால், உள்ளுக்குள், 'எனக்குத் திருமணமெல்லாம் சரிப்படுமா?', என்ற ஒரு கேள்வி அவரை உறுத்திக்கொண்டிருந்தது.

ஒரு பெண்ணை மணக்கிறபோது, அதோடு தனது சுதந்திரமும் மொத்தமாய்க் காணாமல்போய்விடும் என்று அவர் உறுதியாக நம்பினார். கல்யாணம் என்றால் சாதாரண விஷயமா? இப்போது, ஒரு சிறிய அறையில் தங்கிக்கொண்டு, இஷ்டப்பட்ட நேரத்தில் ஸ்டூடியோவுக்குச் சென்று, வெகுநேரம்வரை பணியாற்றி, படங்களைத் திட்டமிட்டு, படமாக்கி, வெளியிடும் சவுகர்யம், திருமணத்துக்குப்பின் கிடைக்குமா? மனைவி, வீடு, சேமிப்பு, குழந்தைகள், மருத்துவமனை, பள்ளிக்கூடம் என்று ஒரு பெரிய சுழலில், வலியச் சென்று மாட்டிக்கொள்ளவேண்டுமா?

தவிர, குடும்ப வாழ்க்கையில் நிகழச் சாத்தியமுள்ள குழப்பங்களும், பிரச்சனைகளும், தன்னுடைய படங்களின் தரத்தை பாதித்துவிடுமோ என்றும் சாப்ளினுக்கு பயமாய் இருந்தது.

இப்படிப் பலவிதமான காரணங்களால்தான், சார்லி சாப்ளின் தன்னுடைய திருமணத்தைத் தள்ளிப்போட்டுக்கொண்டே இருந்தார் - அதைப்பற்றி தீவீரமாய் நினைக்கக்கூட நேரமில்லாதபடி, அவருடைய திரைப்படங்களும், அதுசார்ந்த பணிகளும் அவரை எந்நேரமும் பரபரப்பாய் வைத்திருந்தன.

1918ம் ஆண்டு, ஒரு விருந்தில் மில்ட்ரெட் ஹாரிஸ் (Mildred Harris) என்ற அழகான இளம் நடிகையைச் சந்தித்தார் சார்லி சாப்ளின். அப்போது சாப்ளினுக்கு வயது இருபத்தொன்பது. மில்ட்ரெடுக்கு, பதினாறு!

கண்ணே இல்லாத காதலுக்கு, வயதா முக்கியம்? சாப்ளினுக்கும், மில்ட்ரெடுக்கும் இடையே சட்டென்று உதயமான காதல், அதே வேகத்தில் வளர்ந்து, திருமணத்தில் முடிந்தது.

சார்லி சாப்ளின் - மில்ட்ரெட் ஹாரிஸ் இருவரின் 'திடீர்' திருமணம், 1918ம் ஆண்டு அக்டோபர் 23ம் நாள் நடைபெற்றது.

ஏட்னாவைத் திருமணம் செய்துகொள்ள எண்ணியபோது, ரொம்பவும் தயங்கி, கடைசிவரை ஓர் உறுதியான முடிவை எடுக்காத சார்லி சாப்ளின், மில்ட்ரெட் ஹாரிஸ் விஷயத்தில்மட்டும் இப்படி திடுதிப்பென்று தீர்மானித்து, சட்டென்று திருமண ஏற்பாடுகளைச் செய்துமுடித்தது எல்லோருக்குமே பெரிய ஆச்சரியம்தான்.

ஆனால், இப்படி அவசரமாய் முடிவெடுத்த சார்லி சாப்ளின், அடுத்த சில மாதங்களுக்குள், அதற்காக ரொம்பவும் வருந்தவேண்டியிருந்தது. நடந்து முடிந்த திருமணத்தின் பரபரப்புகள் ஓய்வதற்குள், சாப்ளினுக்கும், அவருடைய மனைவி மில்ட்ரெடுக்கும் இடையே பிரச்சனைகள் தொடங்கிவிட்டன.

அதுவரை நிம்மதியாய் ஒற்றை அறையில் வாழ்ந்துகொண்டிருந்த சார்லி சாப்ளின், இப்போது தன் மனைவியோடு ஒரு தனி வீட்டுக்குக் குடிபெயர்ந்தார். ஆனால், எந்நேரமும் தன்னுடைய திரைப்படங்களைப்பற்றிய சிந்தனைகள், திட்டங்கள், பணிகளோடு வாழ்ந்து பழகிவிட்ட சாப்ளின், திருமண

வாழ்க்கையின் எதிர்பார்ப்புகளுக்குள், கட்டாயங்களுக்குள் பொருந்தமுடியாமல் திணறினார். இதனால், அவருக்கும் அவர் மனைவிக்கும் நடுவே ஏகப்பட்ட சண்டை.

போதாக்குறைக்கு, இன்னொரு பெரிய பிரச்சனை - இன்னும் பதின்ம வயதைத் தாண்டியிராத மில்ட்ரெட் ஹாரிஸ், கருவுற்றார். இத்தனை இளம் வயதில் குழந்தை பெறுவது கொஞ்சம் ஆபத்தான விஷயம் என்பதால், அந்தக் கவலையும் சாப்ளினை வாட்டியது.

இப்படி ஏகப்பட்ட பிரச்சனைகளுக்கு நடுவே சிக்கிக்கொண்டிருந்த சாப்ளின், மன அமைதி கெட்டு, தன்னுடைய தொழிலில் கவனம் செலுத்தமுடியாமல் திணறினார். இந்தக் காலகட்டத்தில் அவர் இயக்கிய, நடித்த படங்கள் எல்லாமே, 'சுமார்' ரகம்தான்.

இந்த விஷயம் சார்லி சாப்ளினுக்கும் நன்றாகவே புரிந்திருந்தது. ஆனால், இந்தப் பிரச்சனையிலிருந்து விலகி, வெளிவரும் நுட்பம்தான் அவருக்குத் தெரியவில்லை. அடுத்து, என்ன செய்வதென்று புரியாமல் தவித்தார் அவர்.

ரொம்ப சிரமமான காலகட்டம் அது - சாப்ளினுக்கு இரண்டு பக்கமும் இடி. 'எப்போதும் ஸ்டூடியோதானா? நாள்முழுதும் வேலைதானா? வீட்டிலிருக்கும் பெண்டாட்டியைக் கவனிக்கவேமாட்டீர்களா?', என்றெல்லாம் வீட்டில் அவளுடைய மனைவி கத்துகிறாள். அவளைப் பார்க்கவேண்டாம் என்று படப்பிடிப்புத் தளத்துக்கு வந்தால், வேலையே ஓடுவதில்லை. பிடிவாதமாய் முயன்றாலும், உருப்படியில்லாத காட்சிகளாகத்தான் வந்து குவிகிறது. என்ன ஆயிற்று எனக்கு? என்னுடைய பழைய வேகம் எங்கே? பழைய சுறுசுறுப்பு எங்கே? பழைய திறமை எங்கே?

இப்படி சாப்ளின் பலவிதமாய்க் குழம்பிக்கொண்டிருந்தபோது, 1919ம் ஆண்டு ஜூலை ஏழாம் தேதி, அவருக்கு ஆண் குழந்தை பிறந்தது. இந்தச் செய்தியைக் கேள்விப்பட்டதும், சார்லி சாப்ளின் தனது கவலைகள் எல்லாவற்றையும் மறந்து, உலகளவு சந்தோஷத்தில் திளைத்தார்.

தன் மகனுக்கு 'நார்மன் ஸ்பென்ஸர் சாப்ளின்' என்று பெயர்வைத்தார் சார்லி சாப்ளின். குழந்தையின் அம்மா மில்ட்ரெட் சாப்ளின், அவனை 'என் செல்ல எலிக்குஞ்சு', என்று கொஞ்சினாள்.

ஆனால் சாப்ளின் - மில்ட்ரெட் தம்பதியின் அந்தச் செல்ல எலிக்குஞ்சு, மொத்தம் மூன்றே நாள்கள்தான் உயிர்வாழ்ந்தது. மகன் வந்த வேளை, இனிமேல் தங்களின் பிரச்சனைகள் எல்லாம் தீர்ந்துவிடும் என்று உறுதியாய் நம்பிக்கொண்டிருந்த சாப்ளினை, இந்த மரணச் செய்தி தாக்கி உலுக்கியது.

கொடுப்பதுபோல் கொடுத்து, அந்த சந்தோஷத்தை அனுபவிப்பதற்குள், யாரோ அதைப் பறித்துக்கொண்டு ஓடிவிட்டதுபோன்ற ஏமாற்றத்துடன், ஆழ்ந்த சோகத்தில் மூழ்கினார் சார்லி சாப்ளின். இந்த மரணத்துக்குத் தானும் ஒருவிதத்தில் காரணமாகிவிட்டோமே என்று நினைக்கும்போதெல்லாம், அந்தக் குற்றவுணர்ச்சி அவரை வருத்தியது. (இந்த இழப்பின் பாதிப்பில், இந்தச் சந்தர்ப்பத்தில் தான் அனுபவித்த துயரங்கள், அனுபவங்களையெல்லாம் பின்னணியாய்க் கொண்டு, '*The Kid*' என்ற பெயரில் ஒரு அருமையான திரைப்படமாய் உருவாக்கினார் சார்லி சாப்ளின்.)

அதன்பின், சாப்ளினுக்கும், அவருடைய மனைவிக்கும் இடையிலான விரிசல் மேலும் அதிகமானது. 1920ம் ஆண்டு, முறைப்படி விவாகரத்துப் பெற்று அவர்கள் பிரிந்தார்கள்.

1923ம் ஆண்டு, ஏட்னா பர்வியான்ஸுக்கு பதிலாக, தன்னோடு நடிப்பதற்கு இன்னொரு கதாநாயகியைத் தேடிக்கொண்டிருந்தார் சார்லி சாப்ளின். அப்போது, லோலிடா மெக்கர்ரி (*Lolitta McCurry*) என்ற நடிகை அவருக்கு அறிமுகமானாள்.

ஏற்கெனவே, சார்லி சாப்ளின் நடித்து, இயக்கிய '*Idle Class*', '*The Kid*' ஆகிய படங்களில், சிறிய வேடங்களில் நடித்திருந்த லோலிடா, இப்போது மீண்டும் அவரிடம் வாய்ப்புக் கேட்பதற்காக வந்திருந்தாள். வந்த இடத்தில் பெரிய அதிர்ஷ்டம்

- சாப்ளினின் புதிய படத்தில் ('Gold Rush') கதாநாயகியாகவே ஒப்பந்தமானாள் அவள்.

லோலிடாவுக்கு லிடா க்ரே (Lita Gray) என்று புதிய பெயர் சூட்டி, அவளைத் தனது புதிய கதாநாயகியாக அறிமுகம் செய்தார் சார்லி சாப்ளின். ஆனால், அந்தப் படம் தொடங்கி, சிறிது தூரம் நகர்வதற்குள், நாயக - நாயகியான சார்லி சாப்ளின் - லிடா க்ரே இடையே, நிஜமான காதல் மலர்ந்துவிட்டது.

முதல் திருமணத்தைப்போலவே, சாப்ளினின் இரண்டாவது திருமணமும் அவசரகதியில் ஏற்பாடு செய்யப்பட்டு, திடுதிப்பென்று நடந்து முடிந்துவிட்டது - 1924ம் ஆண்டு, நவம்பர் 26ம் தேதி சாப்ளினும், லிடா க்ரேவும் மெக்ஸிகோவில் மணந்தார்கள். (அப்போது, சாப்ளினுக்கு வயது 35, அவருடைய மனைவிக்கு 16!)

சார்லி சாப்ளினின் 'புதிய' திருமண வாழ்க்கை, சந்தோஷமாகவே தொடங்கியது. ஆனால், அவர் மனைவி லிடா க்ரே அவரோடு தொடர்ந்து நடிக்கமுடியவில்லை, அவர் கருவுற்றிருந்த காரணத்தால், அவருக்குபதிலாக, அந்தக் கதாபாத்திரத்தில் ஜியார்ஜியா ஹேறல் (Georgia Hale) என்ற இன்னொரு நடிகையை நடிக்கச்செய்தார் சார்லி சாப்ளின்.

சாப்ளினுக்கும், லிடாவுக்கும் வயது வித்தியாசம் ரொம்ப அதிகம். என்றாலும், தன் மனைவியை ரொம்பவும் நேசித்தார் சாப்ளின். ஆகவேதான், சில பிரச்சனைகள் தலைகாட்டியபோதும், தன்னால் முடிந்தவரை விட்டுக்கொடுத்து, விஷயம் பெரிதாகாமல் பார்த்துக்கொண்டார்.

சந்தோஷமாய் இல்லறம் நடத்திய இந்தத் தம்பதியருக்கு, அடுத்தடுத்து இரண்டு ஆண் குழந்தைகள் பிறந்தன. 1925ம் ஆண்டு மே மாதம் பிறந்த முதல் மகனுக்கு, 'சார்லஸ் சாப்ளின்' என்று தன்னுடைய பெயரையும், அடுத்த ஆண்டு மார்ச் மாதம் பிறந்த இரண்டாவது மகனுக்கு, 'சிட்னி சாப்ளின்' என்று தன் அண்ணனின் பெயரையும் வைத்தார் சார்லி சாப்ளின்.

வெளியில் இருந்து பார்ப்பவர்களுக்கு, சார்லி சாப்ளினின் இந்தத் திருமணம் ஒழுங்கான பாதையில் சென்றுகொண்டிருப்பதுபோல்தான் தோன்றியது. ஆனால், உண்மையில் சாப்ளினுக்கும், லிடா க்ரே மற்றும் அவரது குடும்பத்தாருக்கும் ஏகப்பட்ட பிரச்சனைகள் இருந்தன. இந்த விவகாரங்கள் எல்லாம் ஒன்றாய்ச் சேர்ந்து, 1926ம் ஆண்டு இறுதியில் பெரிதாய் வெடித்தது.

இந்த நூற்றாண்டின் முற்பகுதியில், உலகம் முழுவதும் ஆச்சரியத்தோடு திரும்பிப் பார்த்த ஒரு வழக்கு, சார்லி சாப்ளின் - லிடா க்ரே விவாகரத்து வழக்குதான். நீதிமன்றத்தில் இந்த வழக்கின் விசாரணை தொடங்கியபிறகு, ஒவ்வொருவராய்த் தங்களின் தரப்பு நியாயங்களை விவரிக்க, காதல், காமம், பேராசை, வன்மம், வேதனை, துயரம் என்று உணர்ச்சிமயமான பல தகவல்கள் அடுத்தடுத்து வெளியாகிக்கொண்டிருந்தன. (சில வியாபாரிகள், இந்த வழக்குபற்றிய விவரங்களைத் தொகுத்து, மலிவு விலை நாவல்கள்போல் அச்சடித்து விற்றார்கள் என்றால் பார்த்துக்கொள்ளுங்களேன்!)

சார்லி சாப்ளினின் தரப்பு, 'லிடா க்ரேயின் அம்மாதான் எல்லாப் பிரச்சனைகளுக்கும் காரணம்' என்று குற்றம் சாட்டியது. பணத்தாசையால், அவர்தான் இப்படித் திட்டம் தீட்டி, தன் மகளைத் தூண்டிவிட்டு, சாப்ளினிடம் இருக்கும் எல்லாச் சொத்துகளையும் அபகரித்துவிட முயல்கிறார் என்று சொல்லப்பட்டது.

இதை நிஜம் என்று நிரூபிப்பதுபோல், லிடா க்ரேயின் தரப்பில், ஒரு பெரிய தொகை ஜீவனாம்சமாய்க் கேட்கப்பட்டது. உண்மையில், சாப்ளினின் அப்போதைய சொத்து மதிப்பைவிட, இந்தத் தொகை அதிகமானது!

இரண்டு கட்சியினரும், ஒருவர்மீது மற்றவர் சேற்றை வாரி இறைக்க, ஏகப்பட்ட கலாட்டா, சண்டை, பரபரப்பு, பணச்செலவு.

கடைசியில் சுமுகமாய் விவாகரத்து கிடைத்துவிட்டது. என்றாலும், இந்த அலைக்கழிப்புகளும், வலுக்கட்டாயமான பிரிவும், மனரீதியாக சாப்ளினை ரொம்பவே பாதித்துவிட்டது. ஏனெனில், இத்தனை பிரச்சனைகளுக்குப்பிறகும், அவர் தன் மனைவி லிடா க்ரேவை நேசித்தார். (எப்படியாவது இந்த விவாகரத்தைத் தவிர்த்துவிடமுடியாதா என்று, அவர் தன்னால் இயன்றவரை சமாதானத்துக்கு முயன்றதாய்ச் சொல்கிறார்கள்.)

மொகலாய மன்னன் ஷாஜஹான், தன் மனைவி மும்தாஜை ஆழமாய் நேசித்தான். ஆகவே, அவள் இறந்துவிட்ட செய்தி கேட்டதும், அந்த சோகத்தைத் தாங்கமுடியாமல், துவண்டுபோனான் அவன். கருகருவென்று இருந்த அவனுடைய தலைமுடி, சில நாள்களுக்குள் முழுவதுமாய் நரைத்து, வயதான தோற்றமாகிவிட்டதாக சொல்வார்கள். (தாஜ்மஹால் கட்டியதெல்லாம் அப்புறம்தான்!)

அதேபோல், இந்த விவாகரத்து வழக்கின்போது, சார்லி சாப்ளினின் தலைமுடி எல்லாம், வெள்ளைவெளேரென்று நரைத்துவிட்டதாம்!

சார்லி சாப்ளின் - லிடா க்ரே தம்பதியரைப்பற்றி இன்னொரு சுவாரஸ்யமான உபதகவல் - 1952ம் ஆண்டு, புகழ்பெற்ற ரஷ்ய எழுத்தாளர் விளாடிமிர் நபகாவ் *(Vladimir Nabakov)*, லோலிடா *('Lolita')* என்ற புகழ்பெற்ற நாவலை எழுதினார். அந்த நாவலின் அடிப்படை, ஐம்பது வயது கதாநாயகன், பன்னிரண்டு வயது 'லோலிடா'வின்மீது கொள்கிற பொருந்தாக் காதல்தான். தன் வயதில் பாதியைவிடக் குறைவான வயதுள்ள லிடா க்ரேமீது, சார்லி சாப்ளின் கொண்ட காதலை அடிப்படையாக வைத்துதான் நபகாவ் இந்த நாவலை எழுதினார் என்று சொல்லப்படுகிறது.

ஆனால், இந்த விவாகரத்து வழக்கு, அதுதொடர்பான வாதங்கள், விவாதங்கள், சண்டைகள் ஆகியவற்றைத்தொடர்ந்து, தன்னால் இயன்றவரை, இந்த இரண்டாம் திருமணத்தை ஒரு கெட்ட கனவாய் எண்ணி, மொத்தமாய் மறந்துவிடவே முயன்றார்

சார்லி சாப்ளின். 1964ம் ஆண்டு, தனது எழுபத்தைந்தாவது வயதில் அவர் எழுதிய சுயசரிதையில், லிடா க்ரேவைப்பற்றி ஒரு வரிகூட குறிப்பிடப்படவில்லை.

இந்த இரண்டாம் திருமண முறிவுக்குப்பின், எப்போதும்போல் தனது திரைப்படங்களின்மீது கவனத்தைத் திருப்பினார் சார்லி சாப்ளின். சொந்த வாழ்க்கையில் இத்தனை பிரச்சனைகளுக்கு இடையிலும், கவனம் சிதறாமல், தனது *'The Circus'* திரைப்படத்தைச் சிறப்பாக எடுத்து வெளியிட்டது, அவருடைய திறமைக்கு ஒரு சாட்சி.

அடுத்து, சாப்ளினின் இயக்கத்தில் வெளிவந்த படம், *'City Lights'*. இதை வெளியிட்ட கையோடு, 1931ம் ஆண்டு, உலக நாடுகளைச் சுற்றிப்பார்ப்பதற்காக, ஒரு நீண்ட பயணம் கிளம்பினார் சார்லி சாப்ளின் - ஓய்வு எடுத்தமாதிரியும் ஆச்சு, உலகத்தைச் சுற்றிவந்ததாகவும் ஆச்சு!

இந்தப் படங்களைப்பற்றியும், சாப்ளினின் உலக சுற்றுலாவைப்பற்றியும் பின்னால் விரிவாகப் பார்க்கப்போகிறோம். ஆகவே, இப்போதைக்கு, இந்தப் பயணத்தை முடித்துக்கொண்டு திரும்பிய சார்லி சாப்ளின், அடுத்து யாரைச் சந்திக்கிறார் என்றுமட்டும் கவனிக்கலாம்.

சாப்ளினின் வாழ்க்கையில் குறுக்கிட்ட அடுத்த பெண், பாலெட் காடர்ட் (*Paulette Goddard* - இது சினிமாவுக்காக சூட்டிக்கொண்ட பெயர். இவருடைய நிஜப் பெயர்: பாலீன் லெவி - *Pauline Levy*). இந்த நடிகை, ஏற்கெனவே திருமணமாகி, விவாகரத்துப் பெற்றவர்.

தன்னுடைய உலக சுற்றுலாவிலிருந்து திரும்பியபின் இவரைச் சந்தித்த சார்லி சாப்ளின், இவரைத் தன்னுடைய புதிய படத்தில் (*'Modern Times'*) கதாநாயகியாய் நடிக்கவைக்க விரும்பினார்.

இதுவிஷயமாய் இவர்கள் அடிக்கடி சந்திக்க, காதல் பிறந்தது. 'மாடர்ன் டைம்ஸ்' திரைப்படத்தோடு, இவர்களின் நேசமும் வளர்ந்தது. இந்தப் படம் வெளியானபிறகு, 1936ம் ஆண்டு ஜூன்

மாதம், ஒரு கப்பல் பயணத்தின்போது நாற்பத்தேழு வயது சார்லி சாப்ளினும், இருபத்தாறு வயது பாலெட் காடர்டும் திருமணம் செய்துகொண்டார்கள்.

சார்லி சாப்ளினின் இந்த 'மூன்றாவது திருமணம்' நிஜமாகவே நடந்ததா, அல்லது இவர்கள் இருவரும் கதையளக்கிறார்களா என்று இன்றுவரை விவாதங்கள் நடந்துகொண்டிருக்கின்றன. உண்மையாகவே திருமணம் நடந்திருந்தால், அதுதொடர்பான ஆவணங்கள் எதுவும் பார்வைக்குக் கிடைக்கவில்லை. ஆகவே, இந்தச் சர்ச்சை தொடர்கிறது.

சாப்ளினின் வாழ்க்கையில், பாலெட்டின் முக்கியமான பங்கு, அவருடைய இரண்டு மகன்களுக்கும், அவர் ஒரு நல்ல தாயாக இருந்தார். மற்றபடி, இந்தத் தம்பதியருக்கு வேறு குழந்தைகள் இல்லை. தன் கணவர் சார்லி சாப்ளினுடன், முதலில் (திருமணத்திற்குமுன்னால்) '*Modern Times*', பிறகு, '*The Great Dictator*' என்று இரண்டு அருமையான படங்களில் நாயகியாய் இணைந்து நடித்தார் பாலெட் காடர்ட். இதன்மூலம் அவருக்குப் பல புதிய படங்களில் வாய்ப்புகள் கிடைத்தன.

ஆனால், ஒரு வீட்டில் இருவருமே நட்சத்திரங்களாய் இருக்கும்போது, வழக்கமாய் எழுகிற அதே பிரச்சனைதான், இந்தத் திருமணத்துக்கும் வில்லனாய் வந்தது. இருவரும் அவரவர் பணியில் கவனம் செலுத்த, அவர்களை அறியாமலே அவர்களுக்குள் ஒரு விரிசல் விழுந்து, பெரிதாகிவிட்டது. இருவராலுமே அதைத் திரும்ப ஒட்டச்செய்யமுடியவில்லை.

'*The Great Dictator*' படம் தயாராகிக்கொண்டிருக்கும்போதே, சாப்ளினும், பாலெட்டும் மனதளவில் பிரிந்துவிட்டார்கள். பின்னர், 1942ம் ஆண்டு ஜூன் மாதம், முறைப்படி விவாகரத்துப் பெற்றார்கள். ஆறு ஆண்டு மணவாழ்க்கை முடிவுக்கு வந்தது.

மூன்று திருமணங்கள். ஆனால், இந்த மூன்றுமே மிக மோசமான ஏமாற்றங்களையும், தோல்வியையும்தான் சார்லி சாப்ளினுக்குப் பரிசாய்த் தந்தன.

இந்தத் தோல்விகளுக்கு, சாப்ளினும் ஒருவிதத்தில் காரணம்தான். அவர் தன்னுடைய தொழிலின்மீது காட்டிய அதீத கவனமும், அதனால் (அவரை அறியாமலே) வீட்டை, மனைவியை அலட்சியப்படுத்திய குணமும், 'என்னை மணக்கிற பெண், என்னையும், என் வீட்டையும்தான் முதலில் கவனிக்கவேண்டும்', என்று அவர் முரட்டுப் பிடிவாதமாய் இருந்ததும், அதனால், அவருடைய மனைவிகள், தங்களுக்கென்று ஒரு புற வாழ்க்கையை அமைத்துக்கொள்ளமுடியாதபடி, வீட்டிலேயே, அதுவும் தனிமையில் முடங்கிக்கிடக்க நேரிட்டுவிடுவதும்தான், அவருடைய ஒவ்வொரு திருமணத்தின் முறிவுக்கும் முக்கியமான காரணங்களாய் இருந்திருக்கிறது.

என்றாலும், அவர் நான்காவதாக ஒரு பெண்ணைக் காதலித்து மணந்தார். அவர் நெடுநாளாய்த் தேடிக்கொண்டிருந்த 'சந்தோஷமான மணவாழ்க்கை', கடைசியாய் அவருக்குக் கிடைத்துவிட்டது.

சாப்ளினின் நான்காவது திருமணத்தைப்பற்றி உரிய சந்தர்ப்பத்தில் விளக்கமாய்ப் பார்க்கலாம். இப்போது, நாம் மீண்டும் 1917ம் ஆண்டுக்குத் திரும்பியாகவேண்டும். அங்கே ஒரு மிகப் பெரிய பிரச்சனை முளைத்திருக்கிறது - சார்லி சாப்ளினையும், அவருடைய சக கலைஞர்களையும், பட முதலாளிகள் திட்டமிட்டு நசுக்கப் பார்க்கிறார்கள்.

11. The Champion

'ம்யூச்சுவல்' நிறுவனத்திலிருந்து வெளியேறியபிறகு, சாப்ளின் தனது படங்களைத் தானே தயாரித்துக்கொள்வதாய் முடிவுசெய்ததும், அவர் நீண்ட நாள்களாய் எதிர்பார்த்துக்கொண்டிருந்த 'முழு' சுதந்திரம் அவருக்குக் கிடைத்தது. யாருடைய எதிர்பார்ப்புகள், கட்டளைகளுக்கும் பணியவேண்டிய அவசியமில்லாமல், தான் விரும்பியவிதத்தில், தனக்கு முழுத் திருப்தி அளிக்கும்வகையில் படங்களை எடுக்கமுடிந்தது.

ஆனால், இந்த சவுகர்யம், வேறொரு விதத்தில் அவருக்குப் பெரிய பிரச்சனையைத் தந்துவிட்டது. ஒவ்வொருமுறையும், அவர் முழுப் படத்தையும் எடுத்து முடித்தபிறகு, அதற்குச் செலவான தொகையைத் தரமுடியாது என்று அவருடைய விநியோக நிறுவனம் ('ஃபர்ஸ்ட் நேஷனல்') அடாவடி செய்யத்தொடங்கியது.

உதாரணமாக, இரண்டு ரீல் அளவுள்ள ஒரு படத்தை சாப்ளின் இயக்குகிறார் என்று வைத்துக்கொள்வோம். அந்தப் படத்தை எடுப்பதற்கு அவருக்கு ஆறு மாதங்கள் ஆகின்றன. இதற்காக,

மொத்தம் நூறு ரூபாய் செலவு செய்கிறார். படம் தயாரானதும், அந்த நூறு ரூபாயை 'ஃபர்ஸ்ட் நேஷனல்' நிறுவனம் கொடுத்து, படத்தை வாங்கி விநியோகிக்கவேண்டும். இதுதான் ஒப்பந்தம்.

ஆனால், அவர் படத்தை எடுத்தபிறகு, 'சாப்ளினுக்குமட்டும் ஏன் நூறு ரூபாய் தரவேண்டும்? மற்ற இயக்குநர்களெல்லாம் இரண்டு ரீல் படத்துக்கு அறுபது ரூபாய்தானே செலவழிக்கிறார்கள்?', என்று வீண் சண்டையைத் தொடங்கியது ஃபர்ஸ்ட் நேஷனல்.

இது என்ன நியாயம்? சாப்ளினும், மற்ற இயக்குனர்களும் ஒன்றா? படத்தின் அளவுதான் கணக்கா? தரம் முக்கியமில்லையா? – இதுதான் சார்லி சாப்ளினின் வாதம், 'மற்றவர்களைப்போல் அரைகுறை தரத்திலான படங்களை என்னால் எடுக்கமுடியாது. என்னுடைய படங்களை, மிகச் சிறப்பாகத் தயாரிப்பதற்காக நான் கடுமையாய் முயல்கிறேன். ஆகவே, அதிக செலவு ஆவது சகஜம்தான். உங்களுக்கு நல்ல படங்கள் வேண்டுமானால், இந்தத் தொகையை நீங்கள் தந்தாகவேண்டும்.'

சாப்ளினின் பேச்சில் நியாயம் இருந்தாலும், ஒவ்வொருமுறையும், கடும் போராட்டத்துக்குப்பிறகுதான் அவரால் தன்னுடைய படங்களை வெளியிடமுடிந்தது. சிறிது காலத்துக்குள், இந்த விளையாட்டு அவருக்குச் சலித்துவிட்டது - கஷ்டப் பட்டுப் படம் எடுக்கிறோம், மக்களும் அதை ஆவலோடு எதிர்பார்க்கிறார்கள், ஆனால், நம் படங்களை ரசிகர்களிடம் கொண்டுசெல்லமுடியாதபடி நடுவே இந்தப் படக் கம்பெனிகளின் தடை.

அந்தக் காலத்திலிருந்தே, திரைப்பட உலகத்தில் இந்தப் பிரிவினை உண்டாகிவிட்டது. கலைஞர்களும், பட அதிபர்களும் ஒருவரையொருவர் விரோதிகள்போல்தான் பார்த்துக்கொண்டிருந்தார்கள். நடிகர்கள், இயக்குனர்கள், மற்ற தொழில்நுட்பக் கலைஞர்களுக்காக மக்கள் படம் பார்க்க வருகிறார்களா? அல்லது, அவர்கள் தங்கள் படங்களை எடுப்பதற்குப் பணம் செலவழிக்கும் நிறுவனங்கள்தான் முக்கியமா?

இந்தப் பிரச்சனை சாப்ளினுக்குமட்டுமின்றி, அவருடைய நெருங்கிய நண்பர்கள் சிலருக்கும் இருப்பது தெரியவந்தது. இத்தனைக்கும், இவர்கள் எல்லோரும் மக்களிடையே பெரிய புகழ் பெற்றவர்கள். ஆனால், எந்தப் பட நிறுவனமும், அந்தக் கலைஞர்களுக்கு உரிய மரியாதை தருவதில்லை.

இதைப்பற்றி சாப்ளின் தனது நண்பர்களிடம் தீவீரமாய் விவாதித்துக்கொண்டிருந்தபோதுதான், அதிர்ச்சி தரும் இன்னொரு தகவல் தெரியவந்தது - அப்போதைய சில பெரிய பட நிறுவனங்கள் ஒன்றாய்ச் சேர்ந்துகொண்டு, நடிகர்கள், இயக்குனர்களைத் தங்களின் விருப்பம்போல் ஆட்டிவைக்கலாம் என்று திட்டமிட்டிருக்கிறார்கள் என்பதாக ஒரு காற்றுவழிச் செய்தி.

விசாரித்தபோது, இது உண்மையான தகவல்தான் என்று தெரியவந்தது. 'மெகா' சூப்பர் மார்க்கெட்டுகள், உள்ளூரின் எளிய மளிகைக் கடைகளை நசுக்கி அழித்துவிடுவதுபோல், பெரிய சினிமா கம்பெனிகள் சேர்ந்து, ஒரு மிகப் பெரிய நிறுவனத்தை உருவாக்கி, ஊரில் இருக்கும் சிறிய பட அதிபர்கள், கலைஞர்கள் எல்லோரையும் மொத்தமாய் ஒடுக்கிவிடுவதாய் கொடூரத் திட்டம்.

இதைக் கேள்விப்பட்டதும், சாப்ளினும், அவருடைய சிநேகிதர்களும் ரொம்பவே எரிச்சலாகிவிட்டார்கள். 'நாம் மூளையைக் கசக்கி, புதுமையான படங்களை எடுத்துத் தருவதும், அதை வைத்துக்கொண்டு இவர்கள் டாலர் மழையில் நீந்திக் குளிப்பதும் என்ன நியாயம்?', என்று அவர்களே தங்களைக் கேட்டுக்கொண்டார்கள். 'உடனடியாக, இதற்கு ஏதாவது செய்தாகவேண்டும்' என்று உணர்ச்சிவசப்பட்டார்கள்.

அப்போதுதான் அவர்களுக்கு ஒரு அட்டகாசமான யோசனை தோன்றியது - எத்தனை பெரிய பட அதிபர்கள் ஒன்றாக இணைந்தாலும், அவர்களிடம் ஏகப்பட்ட பணம்தான் இருக்கும். அதைமட்டும் வைத்துக்கொண்டு படம் எடுத்துவிடமுடியாது. ஆகவே, கலைஞர்கள் இல்லாவிட்டால், எத்தனை பெரிய கம்பெனியும், காலி பெருங்காய டப்பாதான்!

- இந்தத் துருப்புச்சீட்டை வைத்துக்கொண்டு, பெரிய பண முதலைகளை எதிர்த்துப் போராடுவதாக அவர்கள் தீர்மானித்தார்கள். 'அவர்கள்' என்றால், மொத்தம் ஐந்து பேர்: சார்லி சாப்ளின், டக்ளஸ் ஃபேர்பேங்க்ஸ் *(Douglas Fairbanks)*, மேரி பிக்ஃபோர்ட் *(Mary Pickford)*, கிரிஃபித் *(G. W. Griffith)* & வில்லியம் ஹார்ட் *(William. S. Hart)*

ரொம்ப எளிமையான, நேரடியான திட்டம் அவர்களுடையது - பெருமுதலாளிகளே, நீங்கள்மட்டும்தான் ஒன்றாகச் சேரமுடியுமா? நாங்களும் ஒன்றாகச் சேர்வோம், எங்களுக்கென்று ஒரு பட நிறுவனத்தைத் தொடங்குவோம். எங்கள் படங்களை நாங்களே தயாரித்துக்கொள்வோம். உங்கள் தயவு எங்களுக்குத் தேவையில்லை!

உண்மையில், அப்படியொரு 'புதிய' பட நிறுவனத்தைத் தொடங்குகிற யோசனை எதுவும் அவர்களிடம் இல்லை. சும்மா, எதிர்த்தரப்பினரைக் குழப்புவதற்காக, அவர்களின் திட்டங்களை முறியடிப்பதற்காக, பத்திரிகையாளர்களை அழைத்து, இப்படி ஒரு அதிரடி அறிக்கை விட்டுப்பார்க்கலாம் என்றுதான் ஆரம்பித்தார்கள். ஆனால், இதுபற்றி மேலே பேசப்பேச, அவர்களுக்கு அந்தத் திட்டத்தின் வெற்றி சாத்தியங்கள் தெரிந்தன. தைரியமாய் இறங்கி, ஒரு ஆட்டம் ஆடிப்பார்த்துவிடலாம் என்று முடிவுசெய்தார்கள்.

ஆகவே, 1919ம் ஆண்டு, 'யுனைடட் ஆர்ட்டிஸ்ட்ஸ்' *(United Artists)* என்ற பெயரில், சாப்ளின் மற்றும் நண்பர்களின் புதிய பட நிறுவனம் தொடங்கப்பட்டது.

'*UA*' என்று செல்லமாய் அழைக்கப்பட்ட 'யுனைடட் ஆர்ட்டிஸ்ட்ஸ்' நிறுவனம், அதுவரை திரைப்படங்கள் எடுக்கப்பட்டுக்கொண்டிருந்த முறையையே தலைகீழாய் மாற்றி அமைத்தது. பணக்கார முதலாளிகள் படம் எடுப்பது, மற்ற நடிகர்களும், கலைஞர்களும் அவர்களிடம் தொழிலாளிகளாக வேலை செய்து, சம்பளம் வாங்குவது என்பதை மாற்றி, இயக்குனர்கள் தங்களின் படங்களைத்

தாங்களே தயாரித்துக்கொண்டு, பின்னர் அந்தப் படங்கள் வெளியானபிறகு, லாபத்தில் பங்குபெறுவது என்று 'யுஏ'வின் திட்டம். (சுருக்கமாய்ச் சொல்வதானால், சாப்ளின் எதிர்பார்த்த 'முழு சுதந்திர'த்தின் அடுத்த நிலை!)

ஆனால், 'யுஏ'வின் உருவாக்கத்தில் முக்கியப் பங்கு வகித்த சார்லி சாப்ளின், உடனடியாக அதில் முழு முனைப்புடன் இறங்கமுடியவில்லை. ஏனெனில், ஏற்கெனவே 'ஃபர்ஸ்ட் நேஷனல்' நிறுவனத்துக்காக எட்டு படங்களைத் தயாரித்துத் தருவதாக ஒப்பந்தத்தில் கையெழுத்திட்டிருந்தார். அதில் ஒரு சில படங்கள்தான் தயாராகியிருந்தன. ஆகவே, மீதமுள்ள படங்கள் அனைத்தையும் எடுத்து முடிக்கும்வரை, அவர் 'யுஏ'வுக்காகப் படங்களைத் தயாரிக்கமுடியாத நிலைமை.

இதனால், ஒருபக்கம் தனது சொந்தக் கம்பெனியை வைத்துக் கொண்டு, மறுபக்கம் 'ஃபர்ஸ்ட் நேஷனல்' நிறுவனத்துக்காகத் தன்னுடைய படங்களை எடுத்துக்கொண்டிருந்தார் சார்லி சாப்ளின். 1923ம் ஆண்டில்தான், அவரால் 'யுஏ'க்காகத் தனது முதல் படத்தைத் தயாரிக்கமுடிந்தது.

'ஃபர்ஸ்ட் நேஷனல்' நிறுவனத்துக்காக சாப்ளின் இயக்கி, நடித்து, தயாரித்த படங்களில் முக்கியமானது, 'The Kid'. சாப்ளினின் மற்ற படங்களைப்போலின்றி, கிட்டத்தட்ட ஒரு மணி நேர அளவில் தயாரிக்கப்பட்ட இந்தப் படம்தான், அவருடைய முதல் 'முழு நீளத் திரைப்படம்' !

'ஆறு ரீல்முழுக்க சந்தோஷம்', என்று விளம்பரப்படுத்தப்பட்ட 'The Kid' திரைப்படம், கலகலப்பும், மனிதாபிமானமும், சோகமும் சரிவிகிதத்தில் கலந்த சாப்ளினின் அற்புதப் படைப்பாய் வெளிவந்தது.

இந்தப் படம் தொடங்குவதற்குச் சில நாள்கள்முன்புதான், சாப்ளினின் முதல் மகன் பிறந்து, மூன்றே நாள்களில் இறந்துபோயிருந்தான். அந்த இழப்பின் சோகம்தான், 'The Kid' திரைப்படத்தின் மையக்கருவாய் அமைந்திருக்கிறது என்று விமர்சகர்கள் கணிக்கிறார்கள்.

தாயால் கைவிடப்பட்ட ஒரு குழந்தையை, நாடோடி சாப்ளின் கண்டெடுத்து, வளர்ப்பதுதான் இந்தப் படத்தின் கதை. இதன்வழியே, இல்லாமையின் சோகத்தையும், அநாதைகளாக்கப்பட்டுவிடுகிற குழந்தைகளின் யதார்த்த நிலைமையையும் கலாபூர்வமாய் வெளிப்படுத்தியிருந்தார் சார்லி சாப்ளின். அவர் மனம் விரும்பிய தரத்தில் இந்தப் படத்தை உருவாக்குவதற்கு, சாப்ளினுக்குக் கிட்டத்தட்ட ஒன்றரை வருடங்கள் ஆயின.

இந்தப் படத்தின் குறிப்பிடத்தக்க அம்சங்கள், சார்லி சாப்ளினும், அந்தச் சிறுவனும் இணைந்து அடிக்கும் கூத்துகளும், கைவிடப்பட்ட அந்தச் சிறுவனின் பின்னணியில் மௌனமாய்த் தொடர்ந்துவரும் ஒரு சோக இழையும்தான்.

1921ம் ஆண்டு வெளிவந்த இந்தப் படம், சாப்ளினின் படங்களில் மிகவும் முக்கியமானதாய் மதிக்கப்படுகிறது. அதுவரை சிறிய, மிகச்சிறிய குறும்படங்களின் நாயகராய், இயக்குனராய்ப் புகழ்பெற்றிருந்த சார்லி சாப்ளின், 'Feature Film' எனப்படும் முழு நீளத் திரைப்படங்களின் தளத்தில் ஒரு முக்கியமான சக்தியாய்த் தன்னை நிலைநிறுத்திக்கொள்ள, 'The Kid' உதவியது.

ஆனால், 'The Kid' படம் வெளிவருவதற்குமுன், சார்லி சாப்ளின் அனுபவித்த கஷ்டங்கள் கொஞ்சநஞ்சமில்லை. அவருடைய இரண்டு ரீல் படங்களை வாங்குவதற்கே ஏகப்பட்ட சாக்குப்போக்குகள் சொல்லிக்கொண்டிருந்த 'ஃபர்ஸ்ட் நேஷனல்' நிறுவனத்தினர், இந்த ஆறு ரீல் படத்தை அடிமாட்டு விலைக்குதான் கேட்டார்கள்.

அவர்களின் உள்நோக்கத்தைப் புரிந்துகொண்ட சார்லி சாப்ளின், இந்த விநோதக் கணக்குவழக்குகளில் சிக்கிக்கொள்ளாமல் தப்பிவிட்டார். 'நீங்கள் போடும் கணக்குகளெல்லாம் எனக்குப் புரியாது. என்னைப் பொறுத்தவரை, இந்தப் படத்தை எடுத்துமுடிக்க, இவ்வளவு செலவாகியிருக்கிறது, அதைக் கொடுத்தால்தான் உங்களுக்கு இந்தப் படம் கிடைக்கும்', என்று வெட்டு ஒன்று, துண்டு ரெண்டாகப் பேசிவிட்டார் சாப்ளின்.

அவருடைய விநியோக நிறுவனத்துக்கு, சாப்ளினை விட்டுவிடவும் விருப்பமில்லை. ஆனால் அதேசமயம், அவர் எடுத்திருக்கிற படத்துக்கு இவ்வளவு பணம் கொடுப்பதற்கும் மனசில்லை. ஆகவே, வேறு குறுக்குவழிகளில் அவரைச் சமாளிக்கமுடியுமா என்று பார்த்தார்கள்.

இந்தத் தில்லுமுல்லுகளைத் தெரிந்துகொண்ட சார்லி சாப்ளின், யாருக்கும் தெரியாமல் '*The Kid*' படத்திற்காக இதுவரை படமாக்கியிருந்த சுருள்களையெல்லாம் எடுத்துச்சென்று, ரகசியமாய் ப்ரின்ட் போட்டு, எடிட் செய்து, வெளியிடத் தயார்நிலைக்குக் கொண்டுவந்தார்.

அதன்பிறகு, 'ஃபர்ஸ்ட் நேஷனல்' நிறுவனத்துக்கு வேறு வழி இருக்கவில்லை. சார்லி சாப்ளின் கேட்ட தொகையைக் கொடுத்து, '*The Kid*' படத்தை வாங்கி, வெளியிட்டார்கள். அந்தப் படம் உலகமெங்கும் சிறப்பாக ஓடி, பலமடங்கு லாபம் சம்பாதித்தது.

முதல் உலகப்போரின் கொடுமைகளிலிருந்து, உலகம் மெல்லமெல்ல மீண்டுகொண்டிருந்த சூழல் அது. அந்தப் போரால் அநாதைகளாக்கப்பட்டிருந்த ஏராளமான குழந்தைகளின் எதிர்காலத்தைப் பிரதிபலிப்பதுபோல் சாப்ளினின் இந்தப் படம் அமைந்திருந்த காரணத்தால், மக்கள் அந்தப் படத்தை உணர்ச்சிபூர்வமாய் உள்வாங்கிக்கொண்டு, மிகவும் விரும்பி ரசித்தார்கள். இயக்குனராகவும், நடிகராகவும் சார்லி சாப்ளினுக்கு மிக நல்ல பெயர் கிடைத்தது.

ஆனால், நாம் ஏற்கெனவே பார்த்ததுபோல், இந்தப் படத்தின் தயாரிப்பின்போதும், அதற்குப்பிறகும், 'ஃபர்ஸ்ட் நேஷனல்' நிறுவனத்துடன் சார்லி சாப்ளினுக்கு ஏகப்பட்ட மனக்கசப்புகள். ஆகவே, அந்த வெறுப்பில், மிச்சமிருக்கிற படங்களை சடசடவென்று சுட்டுத் தந்துவிட்டு, இவர்களுக்கு ஒரு கும்பிடு போட்டுவிட்டு வெளியேறிவிடலாம் என்று அவர் திட்டமிட்டார்.

'The Kid' படத்துக்குப்பின் வெளிவந்த சாப்ளினின் குறும்படம், *'The Idleclass'*. இந்தப் படத்தைத் தொடர்ந்து, ஐரோப்பாவுக்குப் பயணமானார் சார்லி சாப்ளின்.

பல வருட இடைவெளிக்குப்பின், அவர் லண்டன் திரும்பியபோது, உற்சாகமான வரவேற்பு அளிக்கப்பட்டது. ஒரு சாதாரண நாடக நடிகனாக அங்கிருந்து கிளம்பிய சார்லி சாப்ளின், இப்போது வெற்றிகரமான உலக நாயகனாய்த் திரும்புகிறார் என்பதால், இங்கிலாந்து மக்கள் அவரைப் புதிய பாசத்தோடு வரவேற்றார்கள்.

லண்டனில் தான் முன்பு உலவிய இடங்களையெல்லாம் சுற்றிப் பார்த்து, பழைய நினைவுகளில் மூழ்கித் திளைக்க விரும்பினார் சார்லி சாப்ளின். ஆனால், இப்போது அவரால் எங்கும் தனியே செல்லமுடியவில்லை. எல்லா இடங்களிலும் ரசிகர்கள் கூட்டம், நெரிசல். மக்கள் அவரைப் பார்ப்பதற்காக ஆவலோடு முட்டிமோதினார்கள்.

இந்தச் சமயத்தில்தான், சார்லி சாப்ளினும், அவருடைய அண்ணன் சிட்னி சாப்ளினும், அம்மா ஹென்னா சாப்ளினைத் தங்களோடு அழைத்துவருவதாக முடிவுசெய்தார்கள். ஹென்னா இன்னும் முழுமையாய் குணமாகியிருக்கவில்லை. ஆனால், ஏதோ ஒரு மருத்துவமனையில் அவர் சிகிச்சை பெறுவதைவிட, தனி வீட்டில், இன்னும் விசேஷ கவனத்துடன் அவருக்கு சிகிச்சை அளிக்கலாம் என்று அவர்கள் விரும்பினார்கள்.

அதன்படி, ஹென்னா சாப்ளின் அமெரிக்காவுக்கு அழைத்துவரப்பட்டார். இதனால் அவருடைய மனநிலையில் பெரிய முன்னேற்றங்கள் எதுவும் தென்படவில்லை. என்றாலும், சார்லி சாப்ளின் பிறந்தபிறகு, வறுமைத் துயரங்களைமட்டுமே அனுபவித்துக்கொண்டிருந்த ஹென்னா, தன் வாழ்க்கையின் கடைசிப் பகுதியிலாவது, நல்ல வசதிகளுடன் வாழமுடிந்தது.

இதனிடையே, 1919ல் உருவான 'யுனைடட் ஆர்ட்டிஸ்ட்' நிறுவனம், சார்லி சாப்ளின் இல்லாமல் ரொம்ப கஷ்டப்பட்டுக்

கொண்டிருந்தது. ஆகவே, தனது சுற்றுப்பயணங்களை முடித்துக்கொண்டு ஹாலிவுட் திரும்பிய சார்லி சாப்ளின், 'ஃபர்ஸ்ட் நேஷனல்' நிறுவனத்துடனான ஒப்பந்தத்தை சீக்கிரமாய் முடித்துவிட்டு, தனது சொந்த நிறுவனமான 'யுஏ'வின் பணிகளில் இறங்க விரும்பினார். விறுவிறுவென்று மூன்று படங்கள் உருவாயின.

அநேகமாய், சார்லி சாப்ளின் தனது படங்களை அவசரமாய்ச் சுட்டுத்தள்ளிய கடைசி சந்தர்ப்பம் அது. அதன்பின் அவர் இயக்கிய, தயாரித்த ஒவ்வொரு படமும், இரண்டுமுதல், பத்து ஆண்டுகள்வரை எடுத்துக்கொண்டது!

ஒருவழியாக, 'ஃபர்ஸ்ட் நேஷனல்' நிறுவனத்துடனான சார்லி சாப்ளினின் ஒப்பந்தம் முடிவுக்கு வந்தது. அப்போதாவது அவரை நிம்மதியாக வெளியேறவிட்டார்களா? அதுதான் இல்லை - இனிமேல் சார்லி சாப்ளின், 'யுனைடட் ஆர்ட்டிஸ்ட்'க்காகதான் தனது படங்களைத் தயாரிப்பார் என்பது உறுதியாகிவிட்டதால், அவரைப்பற்றிப் பலவிதமான குற்றச்சாட்டுகளை எழுப்பி, சாப்ளினின் பெயரைக் கெடுக்கமுயன்றார்கள்.

சார்லி சாப்ளினும் தன் தரப்பு நியாயங்களை, தனது மனப்புழுக்கங்களை வெளிப்படையாய்ச் சொன்னார். 'சுயநலம் பிடித்த, தொலைநோக்குப் பார்வை இல்லாத கும்பல்', என்று 'ஃபர்ஸ்ட் நேஷனல்' நிறுவனத்தினரைப்பற்றிச் சொல்லிவிட்டு, அங்கிருந்து வெளியேறினார் அவர்.

இந்தக் கசப்பான அனுபவங்களுக்குப் பிறகு, சார்லி சாப்ளின் எப்போதும் வெளி நிறுவனங்களை நம்பித் தன்னுடைய படங்களை எடுக்கவில்லை. அவரே தனது படங்களை எழுதி, இயக்கி, தயாரித்து, வெளியிட்டார்.

ஒருவிதத்தில், இது எல்லோரும் எதிர்பார்த்த விஷயம்தான். ஒவ்வொரு வருடமும் தனது சம்பளத்தைக் கொஞ்சம்கொஞ்சமாய் உயர்த்திக்கொண்டே இருந்த சார்லி சாப்ளின், ஒருகட்டத்தில் திரைத்துறையிலேயே மிக அதிக

சம்பளம் வாங்கும் நட்சத்திரமாகிவிட்டார். அவருடைய திறமைக்கும், தகுதிக்கும் அந்தச் சம்பளம் நியாயமானதுதான். என்றாலும், அந்த அளவு சம்பளத்தைக் கொடுப்பதற்கு எந்தப் பட நிறுவனத்தாலும் முடியவில்லை. ஆகவே, அவரே தனது படங்களைத் தயாரித்துக்கொள்வதுதான் ஒரே வழி என்றானது.

1923ம் ஆண்டு, 'யுனைடட் ஆர்ட்டிஸ்ட்ஸ்' நிறுவனத்துக்காக சார்லி சாப்ளின் எழுதி, இயக்கித் தயாரித்த முதல் படம், 'A Woman of Paris'. ஆனால், ஒரே ஒரு காட்சியில் சுமைதூக்கும் போர்ட்டராக தலைகாட்டியதுதவிர, இந்தப் படத்தில் அவர் நடிக்கவில்லை. அதுவரை தனது படங்களில் நாயகியாக நடித்துக்கொண்டிருந்த ஏட்னா பர்வியான்ஸுக்கு முக்கியத்துவம் தந்து இந்தப் படத்தை உருவாக்கினார் அவர்.

பேச்சோ, இசையோ இல்லாத அந்தக் கால மௌனப் படங்களில், வெளிப்படையான காட்சிகளின்வழியேதான் எல்லா விஷயங்களையும் சொல்லியாகவேண்டும். ஆனால், 'A Woman of Paris' திரைப்படத்தில், இந்தக் கட்டுப்பாட்டை மீறி, பல மனோதத்துவக் கருத்துகளை, நுணுக்கமான காட்சிகளின்மூலம் சொல்ல முயன்றார் சார்லி சாப்ளின்.

ஆனால், அவருடைய இந்த முயற்சி, வெகுஜனங்களை முறைப்படி சென்று சேரவில்லை. ஏனெனில், சார்லி சாப்ளினின் படம் என்றதும், அவருடைய வழக்கம்போல், கலகலப்பான, ஆனால் அழுத்தமான ஒரு படத்தைப் பார்க்கப்போகிறோம் என்றுதான் அவர்கள் எதிர்பார்த்திருந்தார்கள். அப்படியில்லாமல், திடுதிப்பென்று அவர் ஒரு வித்தியாசமான படத்தை முயன்றதால், அவர்கள் ஏமாந்துபோய்விட்டார்கள் - நம் ஊர் ரஜினிகாந்த் திடீரென்று ஒரு பக்திப் படத்தில் சாதுவாக நடித்தால், அவருடைய ரசிகர்கள் ஏமாந்துபோய் திரையைக் கிழிப்பதுபோல!

மிகுந்த எதிர்பார்ப்புடன் வெளிவந்த சார்லி சாப்ளினின் 'A Woman of Paris' திரைப்படம், படுதோல்வி அடைந்தது. ஏற்கெனவே மோசமான நிதி நிலைமையில் தள்ளாடிக்கொண்டிருந்த

'யுஏ' நிறுவனம், இப்போது மொத்தமாய்த் தடுமாறிக் கீழே விழுந்துவிட்டது.

நல்லவேளையாக, இந்தத் தோல்வியால் சார்லி சாப்ளின் துவண்டுபோய்விடவில்லை. அவர் எப்போதும்போன்ற உற்சாகத்துடனும், தெம்புடனும் தனது பணிகளைத் தொடர்ந்துகொண்டிருந்தார். 'யுஏ' நிறுவனம் இப்போது நஷ்டத்தில் இருப்பதால், வெளியாள்கள் அதன் நடவடிக்கைகளில் தலையிட்டு, அதை விலைக்கு வாங்கி விழுங்கிவிடுகிற உத்தேசத்தில் இருந்தார்கள். ஆனால், எந்தச் சூழ்நிலையிலும் அதைமட்டும் அனுமதிக்கக்கூடாது என்று உறுதியாய் இருந்தார் சார்லி சாப்ளின், 'என்னுடைய அடுத்த படம் நிச்சயமாய் வெற்றியடையும், அந்த லாபத்தில், இந்தக் கம்பெனி மீண்டும் உயிர்த்தெழும்!', என்று அசைக்கமுடியாத நம்பிக்கையுடன் சொன்னார் அவர்.

அவர் சொன்னது அப்படியே நடந்தது. சார்லி சாப்ளினின் அடுத்த படமான *'The Gold Rush'* வரலாறு காணாத வெற்றியடைந்து, 'யுனைடட் ஆர்ட்டிஸ்ட்' நிறுவனத்திற்குப் புத்துயிர் தந்தது !

1925ம் ஆண்டு வெளிவந்த *'The Gold Rush'* திரைப்படத்தைப்பற்றிச் சொல்லும்போது, 'இந்த ஒரு திரைப்படத்துக்காகதான் எல்லோரும் என்னை நினைவில் வைத்திருக்கவேண்டும் என விரும்புகிறேன்', என்றார் சார்லி சாப்ளின். அதற்கேற்ப, தங்கவேட்டையைப் பின்னணியாய்க் கொண்ட இந்தத் திரைப்படம், சாப்ளினின் மறக்கமுடியாத திரைக்காவியங்களில் ஒன்றாக உருவானது.

இந்தப் படம் உருவாகிக்கொண்டிருந்தபோதுதான், அதில் நாயகியாக நடிக்கத் தேர்வாகியிருந்த லிடா க்ரேவுக்கும், சார்லி சாப்ளினுக்கும் திருமணம் நடைபெற்றது. பின்னர் அந்த நாயகி கதாபாத்திரத்தை ஜியார்ஜியா ஹேல் ஏற்று நடித்தார்.

'The Gold Rush' திரைப்படம் வெளியாகும் நேரத்தில், சார்லி சாப்ளினின் உடல்நிலை திடீரென்று மிக மோசமாய்

பாதிக்கப்பட்டது. அவர் பல மாதங்களாய் ஓய்வின்றி தொடர்ந்து படப்பிடிப்பிலும், அதுதொடர்பான பணிகளிலும் ஈடுபட்டுக்கொண்டிருந்ததுதான் இதற்குக் காரணம் என்று சொன்ன மருத்துவர்கள், அவரைக் கட்டாய ஓய்வில் தள்ளினார்கள்.

ஆனால், அந்த ஓய்வைக்காட்டிலும், தனது புதிய படம் மாபெரும் வெற்றியடைந்திருக்கும் செய்திதான், சார்லி சாப்ளினை மீண்டும் பழைய உற்சாக மனநிலைக்குத் திரும்பச்செய்தது. அவர் தன்னுடைய அடுத்த படத்திற்கான பணிகளைத் தொடங்கினார்.

சார்லி சாப்ளினின் அடுத்த திரைப்படம், ஒரு சர்க்கஸ் குழுவின் பின்னணியில் அமைந்தது. *'The Circus'* என்றே பெயரிடப்பட்ட இந்தப் படம், 1928ம் ஆண்டு வெளிவந்து, பெரிய வெற்றியடைந்தது. இந்தப் படத்தில் அவரது பலதுறைப் பங்களிப்புக்காக 'சிறப்பு ஆஸ்கார் விருது' பெற்றார் சார்லி சாப்ளின்.

இதைத் தொடர்ந்து, சாப்ளின் தனது அடுத்த படத்தைப்பற்றி சிந்திக்கத்தொடங்கினார். அந்தப் படத்திற்கு என்ன பெயர் வைக்கலாம்? படத்தின் கதை என்ன? எப்படிப்பட்ட காட்சிகள், எந்தவிதமான க்ளைமாக்ஸ் என்றெல்லாம் விவாதிப்பதற்குமுன்பே, ஒரு முக்கியமான கேள்வி அவர்முன்னே நின்றது.

இந்தப் படம் பேசுமா? பேசாதா?

12. Modern Times

1914ம் ஆண்டு, சார்லி சாப்ளின் சினிமாவில் நடிக்கத்தொடங்கியபோது, திரைப்படங்கள் அனைத்தும் ஊமைப் படங்களாகதான் இருந்தன. அவற்றோடு சப்தத்தை - வசனம் அல்லது இசையைச் சேர்க்கும் தொழில்நுட்பம், அப்போது கண்டுபிடிக்கப்படவில்லை.

ஆகவே, சாப்ளின் உட்பட, அந்தக் கால சினிமாவில் கொடிகட்டிப் பறந்த எல்லா நட்சத்திரங்களும், வசனங்கள், பின்னணி இசையின் உதவியின்றி, காட்சி அமைப்புகள், நடை, உடை, முக பாவனைகள் ஆகியவற்றின் உதவியால்தான் தங்கள் படங்களை உருவாக்கவேண்டியிருந்தது.

அவர்களும் தங்களால் முடிந்தவரை, இந்தக் குறை தெரியாதபடி தங்கள் படங்களை அமைத்தார்கள். ஆனால், வசனங்களின் உதவியின்றி, சில நுணுக்கமான, உணர்ச்சிபூர்வமான விஷயங்களை சினிமாவில் சொல்வது முடியாமலே இருந்தது. இதே காரணத்தால், இந்தப் படங்களின் கதை / காட்சி அமைப்புகளும், விஸ்தாரமாய் அமைக்கப்பட்டன. உதாரணமாக, ஒரே ஒரு வசனத்தில் சொல்லிவிடக்கூடிய விஷயத்தை, ஐந்து நிமிடக் காட்சியின்மூலம் விளக்கவேண்டியிருந்தது.

பின்னர், முப்பதுகளில், சினிமாவில் சப்தத்தைச் சேர்க்கும் தொழில்நுட்பம் வந்தது. அடுத்த சில ஆண்டுகளுக்குள், அநேகமாய் எல்லாப் பிரபல நிறுவனங்களும், 'டாக்கீஸ்' *(Talkies)* எனப்படும் 'பேசும் பட'ங்களைத் தயாரிக்கத்தொடங்கினார்கள்.

மௌன சினிமாவில் வசனமும், இசையும் சேர்வது, உண்மையிலேயே மிகப் பெரிய வரப்பிரசாதம்தான். இதனால், சினிமாவின் எல்லைகள் மேலும் விரிவடையும். பல புதிய விஷயங்கள் சினிமாவில் சொல்லப்படும். அந்தப் படங்களைப் பார்த்து ரசிக்கும் மக்களின் புரிதலும், ரசனையுணர்வும் மேம்படும்.

இந்த விஷயங்களெல்லாம் எல்லாருக்கும் தெரிந்திருந்தது. ஆனாலும், ஏற்கெனவே மௌனப் படங்களில் நடித்துப் பெரிய புகழ்பெற்றிருந்த சார்லி சாப்ளின்போன்ற பல நட்சத்திரங்கள், இப்போது திடீரென்று பேசி நடிக்கவேண்டும் என்றதும், ரொம்பவே தயங்கினார்கள்.

அவர்களின் தயக்கத்திலும் ஒரு நியாயம் இருந்தது. மௌனப் படங்களின் உலகத்தில் அவர்களுக்குக் கிடைத்திருந்த அனுபவமும், மரியாதையும், பேசும் படங்களில் பணியாற்றும்போது அவ்வளவாய்ப் பயன்படவில்லை. வழிதவறிவிட்ட குழந்தைகள்போன்ற திகைப்போடுதான் அவர்களால் 'பேசும் பட'ங்களில் நடிக்கவோ, அவற்றை இயக்கவோ முடிந்தது. இந்த ஈடுபாட்டின்மை காரணமாக, பல 'மௌனப் பட' நட்சத்திரங்கள், 'பேசும் பட'ங்களில் பரிதாபமாய்த் தோல்வியடைந்தார்கள்.

இதற்கு முக்கியமான காரணம், மௌனக் கதாபாத்திரங்களாய் மக்கள் மனதில் பதிந்திருந்த சிலரை, சட்டென்று பேசவைத்துவிடுவது சாத்தியமில்லை. இந்த மாற்றம், ஒரு பெரிய ஏமாற்றமாய் ரசிகர்களை பாதித்துவிடுகிற சாத்தியங்கள் உண்டு - யோசித்துப் பாருங்கள், மஹாபாரதத்தில், காந்தாரி கதாபாத்திரத்தை நினைக்கும்போதே, அவருடைய கண்கள் ஒரு துணியால் கட்டப்பட்டிருக்கும் பிம்பம் நமக்குத்

தோன்றிவிடுகிறது. அந்தத் துணிக்கட்டு இல்லாத காந்தாரியை நம்மால் ஏற்கமுடியுமா?

உதாரணமாக, சார்லி சாப்ளினின் புகழ்பெற்ற நாடோடி 'டிராம்ப்' பாத்திரம். அந்தக் கதாபாத்திரத்தின் சிறிய தொப்பி, பெரிய காலணி, தொளதொளா கால்சட்டை, இறுக்கமான மேல்சட்டை, கையில் சுழலும் தடி - இப்படி எல்லா அடையாளங்களோடு, அந்தப் பாத்திரம் ஒரு மௌன நாயகனாகவே மக்களிடையே அறிமுகமாகிவிட்டது. அந்த நாடோடியால் பேசமுடியும் என்றுகூட, ரசிகர்களில் யாரும் அதுவரை கற்பனை செய்திருக்கமாட்டார்கள்.

இப்படிப்பட்ட அந்த 'அமர' கதாபாத்திரம், திடீரென்று வாயைத் திறந்து பேசத்தொடங்கினால், அதை மக்கள் எப்படி எதிர்கொள்வார்களோ என்று சாப்ளினுக்குக் கவலையாக இருந்தது. 'டிராம்ப்' பாத்திரத்தின் அழகே, அதன் மௌன நடவடிக்கைகள்தான் என்று அவர் நினைத்தார்.

ஆகவே, சார்லி சாப்ளினின் மனம், 'பேசும் பட'ங்களுக்கு எதிராகவே இருந்தது. 'திரைப்படம் என்பது, காட்சிபூர்வமான ஒரு ஊடகம். அதில் ஒலியைச் சேர்ப்பது சரியில்லை, இதனால் திரைப்படங்களின் அழகே கெட்டுப்போகிறது', என்று கருத்துத் தெரிவித்த சாப்ளின், வேண்டுமானால் மற்றவர்கள் 'டாக்கி'களைத் தயாரிக்கட்டும், நாம் வழக்கம்போல் மௌனப்படங்களைத் தொடர்ந்து தயாரிக்கலாம் என்று முடிவுசெய்தார்.

கொஞ்சம் பத்தாம்பசலித்தனமான முடிவுதான். நான் புதிய தொழில்நுட்பத்தைப் பயன்படுத்திக்கொள்ளமாட்டேன், நீங்களெல்லாம் பேனாவில் எழுதுங்கள், எனக்கு பென்சில் போதும் என்னும் வறட்டுப் பிடிவாதம்தான். ஆனாலும், சாப்ளின் திடீரென்று இந்த முடிவை எடுத்துவிடவில்லை. ஆழ்ந்த யோசனைக்குப்பிறகுதான், அவர் இந்தத் தீர்மானத்துக்கு வந்திருந்தார்.

திரைப்படங்களின் பரிணாம வளர்ச்சியில், இந்த ‘பேசும் பட’ங்கள் ஒரு முக்கியமான முன்னேற்றம் என்பதை சாப்ளின் மறுக்கவில்லை. என்றாலும், பேசும் படங்களைப்போலவே, மௌனப் படங்களும் ஓர் அற்புதமான கலை வடிவம்தான் என்று அவர் நம்பினார். பேசும் படங்கள், மௌனப் படங்கள் - இரண்டும் ஒன்றையொன்று முறைத்துக்கொண்டு போட்டியிடும் எதிரிகள் என்று ஏன் நினைக்கவேண்டும்? இந்த இரண்டுமே ஒன்றாக வளரமுடியாதா என்ன?

இந்தக் கணினிக் காலத்திலும், சிலர் அற்புதமான பென்சில் தீற்றல் ஓவியங்களை வரைந்துகொண்டிருப்பதுபோல், பேசும் படங்கள் வந்துவிட்டபிறகும், தனக்குப் பரிச்சயமான மௌனப் படங்களைத் தொடர சார்லி சாப்ளின் விரும்பினார்.

தவிர, திரைப்படங்களில் ஒலியைச் சேர்க்கும் தொழில்நுட்பம், அப்போதுதான் உருவாகி, இன்னும் ஆரம்ப நிலையில்தான் இருந்தது. ஆகவே, அந்தக் காலப் பேசும் படங்கள், பெரும்பாலும் ‘இரைச்சல்’களின் தொகுப்பாகவே இருந்தன.

ஆகவே, இந்தப் படங்களைப் பார்த்து ஏமாற்றத்துடன் உதட்டைப் பிதுக்கிய சார்லி சாப்ளின், இந்த ‘அரைகுறை’ தொழில்நுட்பம் இன்னும் கொஞ்சம் முதிர்ச்சியடையட்டும், அதன்பிறகு பார்த்துக்கொள்ளலாம் என்று நினைத்தார்.

தவிர, மக்களைச் சிரிக்கவைப்பதற்கு வசனங்கள் தேவையில்லை என்று சாப்ளின் நம்பினார். ‘மௌனப் படங்களில், ரசிகன் தன்னைப் படத்தோடு பொருத்திக்கொண்டு ரசிக்கமுடியும், பேசும் படங்களில் அது சாத்தியமில்லை, எல்லாவற்றையும் உடைத்துச் சொல்லிவிடுவதால், திரை ஊடகத்தின் அழகே நாசமாகிவிடுகிறது’, என்று கருத்து தெரிவித்தார் அவர்.

‘என்னுடைய படங்கள் பேசவேண்டாம்’, என்ற சார்லி சாப்ளினின் முடிவிற்கு, இன்னொரு காரணமும் உண்டு. அவருடைய படங்கள் அனைத்தும், உள்நாட்டைவிட, வெளிநாட்டில்தான் பிரமாதமாய் ஓடி வசூல் சேர்த்தன.

இந்த நிலைமையில், தன் படங்கள் (ஆங்கிலத்தில்) பேசத்தொடங்கிவிட்டால், அந்த மொழி அறியாத வெளிநாட்டு ரசிகர்கள் அவற்றை நிராகரித்துவிடுவார்களே என்பது சாப்ளினின் நியாயமான கவலை!

இப்படிப் பல்வேறு காரணங்களால், தன்னுடைய படங்களில் வசனங்களைச் சேர்ப்பதில்லை என்று சார்லி சாப்ளின் முடிவுசெய்தார். ஆனால், இதைச் செயல்படுத்துகையில், அவர் பலவிதமான எதிர்ப்புகள், கேலி, கிண்டல்களைச் சந்திக்கவேண்டியிருந்தது.

இவ்வளவு ஏன்? அவருடைய 'யுனைடட் ஆர்ட்டிஸ்ட்' நிறுவனத்தில் உள்ளவர்கள் சிலரே, சாப்ளினின் இந்த முடிவை எதிர்த்தார்கள். இதுபற்றி ஒரு சுவாரஸ்யமான குறிப்பு உள்ளது.

சார்லி சாப்ளினோடு பணியாற்றும் ஒரு தொழில்நுட்பக் கலைஞர், அவரிடம் சொல்கிறார், 'சாப்ளின், காலம் மாறி விட்டது, இனிமேல் நீங்கள் மௌனப்படங்கள் எடுக்கக்கூடாது. உடனடியாக டாக்கி-க்கு மாறிவிடுங்கள்!'

'அதெல்லாம் முடியாது', பிடிவாதமாய்ச் சொல்கிறார் சார்லி சாப்ளின், 'வேண்டுமானால், நீங்கள் தனியாக ஒரு டாக்கி எடுத்துக்கொள்ளுங்கள், தயவுசெய்து என்னை இந்த விஷயத்தில் இழுக்காதீர்கள்'

'பிடிவாதம் செய்யாதீர்கள் சாப்ளின்', அந்த இன்னொருவர் தொடர்ந்து சாப்ளினை வற்புறுத்துகிறார், 'நீங்கள்மட்டும் ஒரு டாக்கி எடுத்தால், நம் கம்பெனி பக்கெட், பக்கெட்டாய்ப் பணம் பண்ணலாம்'

இப்போது, சாப்ளினிடம் ஒரு சிறு மௌனம். பிறகு, கம்பீரமான குரலில் அவருடைய முடிவான கருத்து வருகிறது, 'நான் ஒரு இயக்குனர், எனக்கு நல்ல படம் பண்ணுவதில்தான் ஆசை, பக்கெட் பக்கெட்டாய்ப் பணம் பண்ணுவதெல்லாம் இரண்டாம்பட்சம்தான்!'

இப்படியாக, தன்னுடைய படங்களில் வசனத்தைச் சேர்ப்பதில்லை என்ற முடிவில் உறுதியாக இருந்த சார்லி சாப்ளின், 'பேசும் படம்' என்ற புதிய தொழில்நுட்பத்தின் இன்னொரு அம்சமாகிய 'இசை'யைமட்டும் தன் படங்களில் சேர்த்துக்கொள்ள இணங்கினார்.

இந்தச் சலுகைக்கு முக்கியமான காரணம், தனது மௌனப் படங்களோடு, பொருத்தமான இசையைச் சேர்க்கிறபோது, அவை வேறொரு தளத்துக்கு உயரும் என்று சார்லி சாப்ளின் நம்பியதுதான். தவிர, சிறுவயதிலிருந்தே இசை நிகழ்ச்சிகள், மேடைகள் என்று வலுவான இசைப் பின்னணியில் வளர்ந்த சார்லி சாப்ளின், தன் படங்களுக்குத் தானே இசையமைக்க விரும்பினார்.

இதன்படி, சார்லி சாப்ளினின் அடுத்த திரைப்படமாகிய '*City Lights*', வசனங்கள் இல்லாத, ஆனால் இசையோடு கூடிய திரைப்படமாய் வெளிவரும் என்று அறிவிப்புகள் வந்தன.

இதைக் கேள்விப்பட்ட பலரும், சார்லி சாப்ளினை கேலி செய்து மகிழ்ந்தார்கள். 'மற்றவர்கள் எல்லோரும் மௌனப் படத்தைத் தலைமுழுகிவிட்டபின், இவர்மட்டும் ஏன் இப்படிப் பழைய பஞ்சாங்கமாய் இருக்கிறார்?', என்று கிண்டல் செய்யும் விவாதங்கள் தொடங்கின.

ஆனால், இந்தச் சலசலப்புகளுக்கெல்லாம் சார்லி சாப்ளின் கொஞ்சமும் அசரவில்லை. அவர் தன்னுடைய முடிவில் உறுதியாக இருந்தார். 'மக்கள் என்னைப் பார்ப்பதற்குதான் திரையரங்கிற்கு வருகிறார்கள்', என்று நிச்சயமாய் எண்ணிய அவர், தன்னுடைய படம் பேசாவிட்டாலும், 'பேசப்படும்' என்று நம்பினார்.

சாப்ளினின் '*City Lights*' ஒரு உணர்ச்சிமயமான கதை. கண் பார்வை இல்லாத ஒரு பெண்ணைச் சந்திக்கும் நாடோடி சாப்ளின், அவளுக்குப் பலவிதமான உதவிகளைச் செய்கிறார். அவளுக்குப் பார்வை கிடைப்பதற்கும் காரணமாய் இருக்கிறார்.

ஆனால், அந்தப் பெண்ணுக்குப் பார்வை திரும்பியதும், அவள் சாப்ளினைப் பார்த்து அதிர்ச்சியடைகிறாள். அதுவரை சாப்ளினை ஒரு பெரிய பணக்காரர் என்று எண்ணியிருந்த அந்தப் பெண், உண்மையில் அவர் ஏழை, நாடோடி என்று தெரிந்துகொண்டு, ஏமாற்றமடைகிறாள். இதைப் புரிந்துகொண்ட சாப்ளினும், தன் நிலை உணர்ந்து, கூனிக் குறுகுகிறார் - உணர்ச்சிப் போராட்டமாய்ப் பதிவாகியிருக்கும் இந்த இறுதிக் காட்சி, விமர்சகர்கள், ஆர்வலர்களால் மிகவும் ரசித்து, சிலாகிக்கப்பட்டது.

பல்வேறு 'பேசும் பட'ங்களுக்கு இடையே 1931ம் ஆண்டு வெளிவந்த '*City Lights*' திரைப்படம், மிகப் பெரிய வெற்றியடைந்தது. அந்தச் சமயத்தில் வெளியான வேறு எந்த 'டாக்கி'யையும்விட, அதிக அளவு வசூல் சம்பாதித்தது இந்த 'பேசாப் படம்'. ஒரு திரைப்படம் ஜெயிக்கவேண்டுமானால், அதற்குப் புதிய தொழில்நுட்பம்மட்டும் போதாது என்றும், அழுத்தமான கதை, சிறப்பான நடிப்பு, அற்புதமான இயக்கம் ஆகியவை, எந்தச் சூழ்நிலையிலும் ஒரு படத்தை வெற்றியடையச்செய்யும் என்றும் நிரூபித்தது '*City Lights*'.

இதையடுத்து, 1936ம் ஆண்டு வெளிவந்த சாப்ளினின் '*Modern Times*' திரைப்படமும், பேசாத படம்தான். இந்தப் படத்திலும் பின்னணி இசை உண்டு. ஆனால், வசனங்கள் கிடையாது - ஒரே ஒரு காட்சியில், சார்லி சாப்ளின் குழப்பமாக ஏதோ பேசுகிறார், அல்லது பாடுகிறார்.

இந்தப் படமும் பெரிய வெற்றியடைந்தது. பேசும் படங்களின் காலத்தில், பேசாமலே ஜெயிக்கும் சார்லி சாப்ளினுக்குப் பாராட்டுகள் குவிந்தன.

ஆனால், இந்தப் படம் வெளிவந்த சமயத்தில், சார்லி சாப்ளின் ஒரு தர்மசங்கடமான நிலைமையில் சிக்கிக்கொண்டிருந்தார். ஹாலிவுட்டில் சாப்ளின் ஒருவரைத்தவிர, மற்ற தயாரிப்பாளர்கள், கலைஞர்கள் எல்லோரும் பேசும் படங்களுக்குத் தாவியாயிற்று, இவர் ஒருவர்தான், இன்னும் பேசாப் படங்களை எடுத்துக்கொண்டிருந்தார்.

அவருடைய படங்கள் வெற்றியடைகின்றன என்பது வேறுவிஷயம். ஆனால், தன்னோடு 'மௌனப் பட'ங்களுக்கு ஆதரவாய் யாருமே இல்லாதபோது, சார்லி சாப்ளின் ரொம்பவும் தனிமையாய் உணர்ந்தார்.

முன்பு அவர் எண்ணியதுபோல், மௌனப் படங்களும், பேசும் படங்களும் தனித்தனி கலைப்பிரிவுகளாய் வளரவில்லை. 'பேசும் படம் வந்தாச்சு, இனிமே மௌனப்படம் வேண்டாம்' என்று கிடப்பில் தூக்கிப்போட்டுவிட்டார்கள்.

சார்லி சாப்ளினோடு புகழ்பெற்றிருந்த மௌனப் பட நட்சத்திரங்கள் எல்லோரும், பேசும் படங்களுக்குத் தகுந்தாற்போல் தங்களை மாற்றிக்கொண்டிருந்தார்கள். அல்லது, சினிமாவிலிருந்தே ஓய்வுபெற்றிருந்தார்கள்.

இப்போது, சாப்ளினும், இந்த இரண்டில் ஏதேனும் ஒன்றைத் தேர்வுசெய்தாகவேண்டிய கட்டாயத்திற்குத் தள்ளப்பட்டிருந்தார். என்ன செய்வது? - பேசாமல்(?) எல்லோரையும்போல் நாமும் பேசும் படங்களை எடுக்கத்தொடங்கிவிடலாமா? அல்லது 'போதும்டா சாமி', என்று சினிமாவுக்கு முழுக்குப்போட்டுவிடலாமா?

பலத்த யோசனைக்குப்பிறகு, சார்லி சாப்ளின் பேசும் படங்களை எடுப்பதாக முடிவுசெய்தார். ஆனால் அதேசமயம், தன்னுடைய புகழ்பெற்ற 'ட்ராம்ப்' கதாபாத்திரம், எப்போதும் ஒரு மௌன நாயகனாகதான் இருக்கவேண்டும் என்பதில் அவர் பிடிவாதமாய் இருந்தார். ஆகவே, *'Modern Times'* திரைப்படத்துடன், 'ட்ராம்ப்' பாத்திரம் முடிவுக்கு வந்தது.

சாப்ளினின் முதல் 'பேசும் படம்' *(The Great Dictator)* 1940ம் ஆண்டு வெளிவந்தது. அதன்பின் அவர் மேலும் நான்கு 'பேசும் பட'ங்களை எடுத்தார். என்றாலும், அவருடைய மௌனப் படங்கள் அடைந்த புகழோடு ஒப்பிடுகையில், இந்தப் படங்கள் 'சுமார்' என்ற அளவில்தான் மக்களைக் கவர்ந்தன.

அதுமட்டுமில்லை. சார்லி சாப்ளின் இயக்கி நடித்த 'பேசும்

பட’ங்களில்கூட, பேசாத சில காட்சிகள்தான் அதிகப் புகழடைந்தன. உதாரணமாக, *‘The Great Dictator’* திரைப்படத்தில், முதன்மைக் கதாபாத்திரமாகிய சர்வாதிகாரி (சார்லி சாப்ளின்), ஒரு உலக உருண்டை பொம்மையோடு நடனமாடும் காட்சிகள்.

இந்த ‘சர்வாதிகாரி’ கதாபாத்திரம், சாப்ளினுக்குப் பல பாராட்டுகளையும், சில வீண் வம்புகளையும் கொண்டுவந்தது. உண்மையில், இந்த கலாட்டாவெல்லாம், சாப்ளினின் முந்தைய படமாகிய *‘Modern Times’* வெளியானபோதே தொடங்கிவிட்டது. அப்போதிலிருந்து, கவனமாய்த் திட்டமிட்டு, அவர்மீது சிவப்புச் சாயம் பூசப்பட்டது.

13. The Knockout

சார்லி சாப்ளினின் *'Modern Times'* படத்திலிருந்து, ஒரு சுவாரஸ்யமான நகைச்சுவைக் காட்சி :

தெருவில் அப்பாவியாய் நடந்துகொண்டிருக்கும் சாப்ளினுக்கு முன்னே, ஒரு டிரக் கடந்து செல்கிறது. அந்த வண்டியில் ஒரு சிவப்புக் கொடி கட்டியிருக்கிறது. சாப்ளின் பார்த்துக்கொண்டிருக்கும்போதே, அந்தக் கொடி தவறிக் கீழே விழுந்துவிடுகிறது.

உடனே, சாப்ளின் அந்தக் கொடியைக் கையில் எடுத்துக்கொண்டு, அந்த வண்டியின் ஓட்டுனரைச் சத்தமாய்க் கத்தி அழைக்கிறார். ஆனால், அவர் எவ்வளவு கத்தியும், அந்த ஓட்டுனர் வண்டியை நிறுத்தாமல் தொடர்ந்து போய்க்கொண்டிருக்கிறார்.

ஆகவே, எப்படியாவது இந்தக் கொடியை அவரிடம் சேர்த்துவிடவேண்டும் என்ற எண்ணத்துடன், கொடியைக் கையில் ஏந்திக்கொண்டு விறுவிறுவென்று அந்த வண்டியின் பின்னே ஓடுகிறார் சார்லி சாப்ளின்.

கையில் சிவப்புக் கொடியோடு சாப்ளின் ஓடிக்கொண்டிருக்க, அதைப் பார்த்து, ஏதோ போராட்டம் என்று நினைத்துக்கொண்டு, அவருக்குப்பின்னே ஒரு பெரிய தொழிலாளர் கூட்டமே சேர்ந்துவிடுகிறது. அவருக்கே தெரியாமல், ஒரு பெரிய ஊர்வலத்தின் தலைவராகிவிடுகிறார் சார்லி சாப்ளின்!

மேற்சொன்னது, ஒரு வேடிக்கையான கற்பனைக் காட்சிதான். ஆனால், நிஜ வாழ்க்கையில், கிட்டத்தட்ட இதேபோன்றதொரு தவறான புரிதலும், சில 'பெரிய' மனிதர்களின் திட்டமிட்ட குற்றம்சாட்டுதலும், சார்லி சாப்ளினின் வாழ்க்கையையே தலைகீழாய்த் திருப்பிப்போட்டுவிட்டது.

இதைப்பற்றி மேலும் விரிவாய்ப் பார்ப்பதற்குமுன், ஆரம்பகாலத்திலிருந்து சார்லி சாப்ளினின் படங்கள் எப்படிப்பட்ட மனிதர்களைப்பற்றிப் பேசிவந்தன என்பதை யோசிக்கவேண்டும். அவருடைய படங்களில் அடிக்கடி வருகிறவர்கள் யார்? நல்லவர்களாகவும், கெட்டவர்களாகவும் சித்தரிக்கப்படுகிறவர்கள் யார்? பொதுவாய் அவர்களுக்கு என்னென்ன பிரச்சனைகள் இருப்பதாய்ச் சொல்லப்படுகின்றன? இந்தப் படங்களின்மூலம், அந்தப் பிரச்சனைகளுக்கு சார்லி சாப்ளின் தரும் தீர்வு அல்லது தீர்வுகள் என்ன?

இந்தக் கோணத்தில் சிந்திக்கும்போது, ஒரு விஷயம் தெளிவாய்ப் புரியும் - சாப்ளினின் படங்களில் வருகிறவர்கள், பெரும்பாலும் வாழ்க்கையின் அடிமட்டத்தில் வாழும் ஏழைகளாகவும், வீடு, உணவு, உடைகள் போன்ற அடிப்படை வசதிகள்கூட இல்லாத வறுமையில் வாடுகிறவர்களாகவும் இருக்கிறார்கள். இவர்களுடைய அன்றாடப் பிரச்சனைகளைத்தான், இயல்பான நகைச்சுவை கலந்து தருகிறார் சாப்ளின்.

இதற்கு முக்கியமான காரணம், இளம்வயதில் சார்லியும், அவருடைய குடும்பத்தினரும் அனுபவித்த வறுமைக் கொடுமைகள்தான். அந்த அனுபவங்களின் அடிப்படையில்தான், கீழ்த்தட்டு மக்களின் வாழ்க்கையைப் படம்பிடிக்கத் தொடங்கினார் சாப்ளின்.

ஆனால், ஏழைகளைப்பற்றிப் பேசும்போது, ஒரு ஒப்பீட்டுக்காகவேனும், சமூகத்தின் மேல்தளங்களில் இருக்கிற பணக்காரர்களைப்பற்றியும் சொல்லவேண்டியிருக்கிறது. அவர்களிடம் 'ஏராளமாய் உள்ளதைக் காண்பிக்கும்போதுதான், இவர்களிடம் 'கொஞ்சமும் இல்லாத' கொடுமை நன்றாகப் புரியும்.

சாப்ளினின் யதார்த்தமான இந்தச் சிந்தனைதான், அவர்மீது ஒரு 'கம்யூனிஸ்ட்' முத்திரை விழக் காரணமாகிவிட்டது.

1920களிலிருந்தே, சார்லி சாப்ளினின் ஒவ்வொரு படமும், FBI எனப்படும் அமெரிக்க விசாரணை நிறுவனத்தின் சில முக்கிய அதிகாரிகளால் கழுகுப் பார்வையோடு கண்காணிக்கப்பட்டது. இவர் ஏழைகளுக்கு ஆதரவாய்க் கொடி பிடிக்கிறாரா? பணக்கார வர்க்கத்துக்கு எதிராகப் போரிடும்படி, ஏழைகளைத் தூண்டிவிடுகிறாரா என்றெல்லாம் கண்ணில் விளக்கெண்ணை ஊற்றிக்கொண்டு தீவீரமாய் ஆராய்ந்தது ஒரு குழு.

இத்தனைக்கும், அப்போது சார்லி சாப்ளின் எடுத்துக் கொண்டிருந்த ஒவ்வொரு திரைப்படமும், நகைச்சுவைக்கு முக்கியத்துவம் தந்து உருவாக்கப்பட்டதுதான். ஆனால், அந்தச் சிரிப்புக்கு நடுவே, அவர் ஒரு பெரிய புரட்சிக்குத் திட்டமிட்டுக்கொண்டிருக்கிறாரோ என்று அரசாங்கத்துக்குச் சந்தேகம்.

அவர்களின் சந்தேகத்திலும் நியாயம் இருந்தது. சினிமா என்ற வலுவான ஊடகத்தின்மூலம், அரசுக்கு எதிரான கருத்துகள் பரப்பப்பட்டால், அவை பெரும்பான்மை மக்களை எளிதாய்ச் சென்று சேர்ந்து, அவர்களைத் திசைதிருப்பிவிடுகிற சாத்தியங்கள் ஏராளம். அதுவும், சார்லி சாப்ளினைப்போன்ற ஒரு பிரபலம், அரசை விமர்சிப்பதுபோல் ஏதேனும் செய்தால், அவருடைய ரசிகர்களும், பொதுமக்களும் அதைக் கேள்விகேட்காமல் ஏற்றுக்கொண்டுவிடுவார்கள் என்று அவர்கள் பயந்தார்கள்.

ஆகவே, சாப்ளினின் ஒவ்வொரு அசைவுக்கும், ஏதேனும் உள்நோக்கம் உள்ளதா என்று ஒரு கும்பலே

தேடிக்கொண்டிருந்தது. ஒரு படத்தில் அவர் தன் முதலாளியின் மூக்கில் குத்தி சிரிப்புமூட்டினால், 'உலகத் தொழிலாளர்களே, ஒன்றுகூடுங்கள், உங்கள் முதலாளிகளின் மூக்கில் குத்துங்கள்', என்று அவர் எல்லோரையும் தூண்டிவிட முயல்வதாக அவர்கள் குறிப்பெழுதினார்கள்.

கேட்பதற்கு நமக்கு வேடிக்கையாய் இருக்கிறது. ஆனால், இதுதான் சத்தியமான உண்மை. கிட்டத்தட்ட இருபது வருடங்களுக்கு, சார்லி சாப்ளினின் ஒவ்வொரு படத்தையும், ஒவ்வொரு நடவடிக்கையையும் உன்னிப்பாய்க் கண்காணித்து, அவரோடு நெருங்கிப் பழகிய நண்பர்கள், உறவினர்களிடம் விசாரணை நடத்தி, சாப்ளின்மீது பல்வேறு ஊகங்களும், குற்றச்சாட்டுகளும் எழுப்பப்பட்டன.

ஆனால், இந்த விசாரணைகள், விஷயங்கள் எதுவும் வெளியே தெரியவில்லை. ஏனெனில், சார்லி சாப்ளின் ஒரு கம்யூனிஸ்ட் என்று சந்தேகத்திற்கு இடமின்றி நிரூபிக்க, அவர்களிடம் எந்த ஆதாரமும் இருக்கவில்லை. இப்படி வெறும் ஊகங்களின் அடிப்படையில் அவர்மீது குற்றம் சாட்டினால், அதுவும் ஒரு புதிய 'காமெடி' என்று நினைத்துக்கொண்டு, மக்கள் விழுந்து விழுந்து சிரிப்பார்கள்.

ஆகவே, நேரடியாக சாப்ளினைத் தாக்குவதற்கு ஒரு நல்ல சந்தர்ப்பத்தை எதிர்பார்த்துக்கொண்டிருந்தது FBI. ஒன்றில்லை, இரண்டில்லை, கிட்டத்தட்ட இருபது வருடங்கள் பொறுமையாய்க் காத்திருந்தபிறகு, அவர்கள் எதிர்பார்த்தது போல், காக்கை உட்கார்ந்தது, பனம்பழம் விழுந்தது.

ஒன்றில்லை, இரண்டு பனம்பழங்கள்!

முதலாவதாக, 1940ம் ஆண்டு வெளிவந்த, சார்லி சாப்ளினின் 'The Great Dictator' என்ற திரைப்படம், அப்போது உலக அரங்கில் பரபரப்பாய் இருந்த ஹிட்லரின் நடவடிக்கைகளைக் கிண்டலடித்தது.

சார்லி சாப்ளினைப்போலவே, டூத் பிரஷ் மீசை வைத்துக்கொண்டிருந்த அடால்ஃப் ஹிட்லர் (Adolph Hit-

ler), தனது சர்வாதிகார நடவடிக்கைகளின்மூலம் உலகையே அலறடித்துக்கொண்டிருந்தான். ஜெர்மனியிலும், ஹிட்லர் கைப்பற்றிய மற்ற சில நாடுகளிலும், அவனுடைய நாஜிப் படையினர் செய்த அட்டூழியங்களும், கொடுமைகளும் அந்தக் கால சரித்திரத்தின் கறுப்புப் பக்கங்கள்.

சாப்ளினுக்கும், ஹிட்லருக்கும் உள்ள முக ஒற்றுமையை கவனித்து, ஹிட்லரைப்பற்றி ஒரு நகைச்சுவைப் படம் எடுக்கலாமே என்று சார்லி சாப்ளினுக்கு ஆலோசனை சொன்னவர், அவருடைய நண்பர் அலெக்ஸாண்டர் கோர்டா *(Alexander Korda).* அவருடைய யோசனையின் அடிப்படையில், கலகலப்பான இந்தப் படத்தை எழுதி, இயக்கினார் சார்லி சாப்ளின்.

நாட்டையே கதிகலங்கச்செய்துகொண்டிருக்கிற ஒரு சர்வாதிகாரிக்கும், உருவ அமைப்பில் அவனைப்போலவே இருக்கிற ஒரு முடிதிருத்தும் தொழிலாளிக்கும் இடையே நடக்கிற ஆள்மாறாட்டமும், அதுதொடர்பான குழப்பங்களும்தான் இந்தப் படத்தின் கதை. முதன்முதலாக இந்தப் படத்தின் பேசி நடித்த சார்லி சாப்ளின், போருக்கு எதிராய் ஒரு வலுவான செய்தியைச் சொல்லி படத்தை முடித்தார்.

இந்த 'பிரச்சாரம்'தான், சாப்ளினுக்கு எதிராகக் கொம்பு தீட்டிக்கொண்டிருந்தவர்களுக்கு, அல்வா சாப்பிட்டதுபோலாகிவிட்டது, 'சார்லி சாப்ளின் வெறும் காமெடியன் இல்லை, அவருக்கு வேறு சில அரசியல் நோக்கங்கள் இருக்கின்றன', என்று அவர்கள் பகிரங்கமாய் பேசத்தொடங்கினார்கள்.

அடுத்து, 1942ம் ஆண்டு, ஜோன் பெர்ரி *(Joan Barry)* என்ற பெண், சார்லி சாப்ளின்மீது ஒரு விஷமத்தனமான வழக்கைத் தொடர்ந்தார், 'நான் இப்போது கர்ப்பமாய் இருக்கிறேன். பிறக்கப்போகும் என் குழந்தைக்கு, சார்லி சாப்ளின்தான் அப்பா!'

இந்த விஷயத்தைக் கேள்விப்பட்டதும் எஃப். பி. ஐ. விழித்துக்கொண்டது. ஏற்கெனவே இரண்டு முறை, பதினாறு வயது இளம்பெண்களைத் திருமணம் செய்துகொண்டிருக்கிற சாப்ளின், இப்போது இன்னொரு பெண் விவகாரத்தில் வசமாய் மாட்டிக்கொண்டிருக்கிறார். இந்தச் சந்தர்ப்பத்தைப் பயன்படுத்தி, அவருடைய பேரைக் கெடுத்துவிடவேண்டும் என்று முடிவுகட்டிக்கொண்டு, உப்புப்பெறாத ஜோன் பெர்ரி வழக்கில் *FBI* நேரடியாகத் தலையிட்டது.

ஜோன் பெர்ரி தொடுத்த இந்த வழக்கிற்கும், சாப்ளின் கம்யூனிஸ்டா, இல்லையா என்கிற விவகாரத்துக்கும் எந்தச் சம்பந்தமும் இல்லை. ஆனால், எப்படியாவது மக்களிடையே சாப்ளினுக்கு இருக்கிற செல்வாக்கைக் குறைத்து, அவர்கள் மனதில் சாப்ளினைப்பற்றி சில சந்தேகங்களை உண்டாக்கிவிட்டால், பிறகு அவரைப்பற்றி என்ன குற்றச்சாட்டு சொன்னாலும், அதே சந்தேகக் கண்ணோடுதான் மக்கள் அதை அணுகுவார்கள் என்பது அவர்களின் ரகசியத் திட்டம்.

ஆகவே, இந்த வழக்கின் முக்கியத்துவத்தை அதிகரிக்கும்வகையில், சாப்ளின்மீது பலவிதமான புதிய குற்றச்சாட்டுகள் எழுப்பப்பட்டன. இளம்வயதுச் சிறுமிகளை வலுக்கட்டாயமாய்க் கடத்திச்சென்று, பாலுறவில் ஈடுபட்டார் என்றெல்லாம் அவர்மீது அவதூறு கிளம்பியது.

போதாக்குறைக்கு, ஜோன் பெர்ரி சொல்வதுதான் உண்மை, இந்த விஷயத்தில் சார்லி சாப்ளின் குற்றவாளிதான் என்பதாக பத்திரிகைகளும், பிற ஊடகங்களும் எழுத ஆரம்பித்தன. அவருக்கு எதிராக, திட்டமிட்ட பிரச்சாரம் தொடங்கியது.

யார் இந்த ஜோன் பெர்ரி? சாப்ளினின் பெயரைக் கெடுப்பதற்காகவே, திடீரென்று எங்கிருந்து வந்து குதித்தாள் ?

சில ஆண்டுகளுக்கு முன்னால், சாப்ளினின் படங்களில் நடிக்க வாய்ப்புக் கேட்டு வந்த நடிகைதான் இந்த ஜோன். அவள்மீது சாப்ளினுக்கு ஒரு ஈர்ப்பு இருந்தது உண்மைதான். ஆனால், சீக்கிரத்திலேயே, அவளுக்கு நடிப்பிலும் ஆர்வம்

இல்லை, தன்மீதும் காதல் இல்லை, அவளுடைய குறியெல்லாம் பணத்தின்மீதுதான் என்று சாப்ளினுக்குப் புரிந்துவிட்டது. சட்டென்று அவளைவிட்டு விலகிவிட்டார்.

ஆனால், ஜோன் பெர்ரி அவரை விடவில்லை. சாப்ளினின் வீட்டில் அத்துமீறிப் புகுந்து, அவருடைய துப்பாக்கியை எடுத்துக்கொண்டு, அவரைச் சுட்டுவிடுவதாக மிரட்டி, கலாட்டா செய்தாள்.

அப்போதும், சாப்ளினுக்கு அவள்மீது கோபம் வரவில்லை. ஒருவேளை, சற்றே மனநிலை பிறழ்ந்த நிலையில் காணப்பட்ட ஜோனைப் பார்க்கையில், அவருக்குத் தன் அம்மாவின் நினைவு வந்ததோ என்னவோ, தன்னால் இயன்றவரை நிதானமாய்ப் பேசி, அவளைச் சமாதானப்படுத்தினார் சாப்ளின்.

ஆனால், ஜோன் பெர்ரியின் இந்த கலாட்டா நாடகங்கள் மீண்டும் ஒருமுறை அரங்கேறியபோது, உடனடியாக போலீஸை அழைத்துவிட்டார் சார்லி சாப்ளின். அவர்கள் அவளைக் கடுமையாய் மிரட்டி, ஊருக்கு அனுப்பிவைத்தார்கள்.

அதன்பின் சார்லி சாப்ளினுக்கும், அவளுக்கும் எந்தத் தொடர்பும் இல்லை. பின்னர் திடீரென்று ஒருநாள், அவர்மீது இப்படியொரு வழக்கைத் தொடர்ந்துவிட்டாள் ஜோன் பெர்ரி.

இந்த விஷயத்தில் சார்லி சாப்ளின் குற்றவாளியா, இல்லையா என்று தீர்மானிப்பதற்கு, அந்தக் காலத்தில் டி. என். ஏ. பரிசோதனையெல்லாம் இல்லை. ஆகவே, ஜோன் பெர்ரிக்கு ஒரு பெண் குழந்தை பிறந்தபின், ரத்தப் பரிசோதனைக்கு உத்தரவிட்டது நீதிமன்றம்.

ரத்தப் பரிசோதனையின் முடிவுகள், சார்லி சாப்ளினுக்கு ஆதரவாகவே வந்தன. அவர் இந்தக் குழந்தையின் அப்பாவாக இருக்கமுடியாது என்று மருத்துவரீதியில் நிரூபிக்கப்பட்டுவிட்டது.

ஆனால், நீதிமன்றம் இந்த நிரூபணத்தை முழுமையாய் ஏற்கவில்லை. ஆகவே, சாப்ளினுக்கு எதிராகத் தீர்ப்பு

வழங்கப்பட்டது. அந்தக் குழந்தையை வளர்ப்பதற்கான செலவை, சார்லி சாப்ளின்தான் ஏற்கவேண்டும் என்று உத்தரவிடப்பட்டது.

கொஞ்சமும் நியாயமில்லாத இந்தத் தீர்ப்பை, வேறுவழியில்லாமல் சார்லி சாப்ளின் ஏற்கவேண்டியதாயிற்று. என்றாலும், அவர்மீது 'திணிக்கப்பட்ட' பிற குற்றச்சாட்டுகள் எவையும் நிரூபிக்கப்படவில்லை. அதுதான் சாப்ளினுக்கு ஒரே நிம்மதி.

ஆனால், *FBI* எதிர்பார்த்ததுபோல், இந்த வழக்கின்மூலம் சார்லி சாப்ளினின் பெயர் ரொம்பவே ரிப்பேராகிவிட்டது. ஆகவே, பலதரப்பினரும், தைரியமாய் அவர்மீது பல்வேறு புதிய குற்றச்சாட்டுகளை அள்ளி வீசினார்கள்.

முதலாவதாக, 'சாப்ளின் ஒரு கம்யூனிஸ்ட்' என்ற குற்றச்சாட்டு, பகிரங்கமாய் முன்வைக்கப்பட்டது.

'சரி, அவர் கம்யூனிஸ்டாகவே இருந்துவிட்டுப்போகட்டும். அதனால் என்ன?', என்று கேட்காதீர்கள். அந்தக் கால அமெரிக்காவில், ஒருவரை 'கம்யூனிஸ்ட்' என்று சொன்னால், அவர் தேச துரோகி என்று சொல்வதற்குச் சமம்!

ஏனெனில், அப்போது ரஷ்யாவில் மாபெரும் வெற்றியடைந்திருந்த கம்யூனிசத் தத்துவங்கள், நம் நாட்டினுள்ளும் வந்துவிடக்கூடாது என்று அமெரிக்கப் பெரும்புள்ளிகள் முனைப்போடு போராடிக்கொண்டிருந்தார்கள். ஆகவே, கம்யூனிசக் கொள்கைகளைப் பின்பற்றுகிறவன், அமெரிக்காவுக்கு எதிரானவன் என்னும் பிம்பம் மக்களிடையே பரவியிருந்தது.

போதாக்குறைக்கு, சார்லி சாப்ளின் அமெரிக்கக் குடிமகன் இல்லை. பல ஆண்டுகளாக அவர் அமெரிக்காவில்தான் வசிக்கிறார், அங்கேதான் தொழில் செய்கிறார், அவருடைய சம்பாத்தியங்கள், சொத்துகள் அனைத்தும் அமெரிக்காவில்தான் இருக்கின்றன. என்றாலும், அவர் இன்னும் இங்கிலாந்துப் பிரஜைதான்!

இந்த விஷயமும், சாப்ளினுக்கு எதிரான பிரச்சாரத்தில் பயன்படுத்தப்பட்டது, 'வெளியூரிலிருந்து இங்கே பிழைக்க வந்த ஆள், நம்மை கம்யூனிசத்தின்பக்கம் திருப்புவதற்கு சூழ்ச்சி செய்கிறார்', என்பதாக பத்திரிகைகள் எழுதத்தொடங்கின.

இத்தனைக்கும், அமெரிக்காவின்மீதும், அமெரிக்கர்களின்மீதும் சாப்ளினுக்கு மிகுந்த நேசமும், பற்றும் உண்டு. முதல் உலகப்போரின்போது, அமெரிக்காவுக்காக ஏராளமான போர் நிதிப் பத்திரங்களை விற்றுத்தந்தவர் அவர்.

ஆனால், இந்த விஷயங்களெல்லாம் பத்திரிகைகளுக்குத் திடீரென்று மறந்துபோய்விட்டது. அவர் இன்னும் அமெரிக்கக் குடிமகனாகவில்லை என்பதை முன்னிறுத்தி அவர்கள் சாப்ளினைக் கடுமையாய் விமர்சித்தார்கள்.

இதுபற்றி சாப்ளின் பேசுகையில், 'நான் எந்த நாட்டுக்கும் சொந்தமானவன் இல்லை. நான் ஒரு உலகக் குடிமகன்', என்று குறிப்பிட்டார். ஆனால், அவருடைய எதிர்ப்பாளர்கள் யாரும், இந்தப் பதிலைக் கண்டுகொள்ளவில்லை. அவர் முதல் உலகப்போரில் நேரடியாகக் கலந்துகொள்ளாததைக் கண்டித்தும், பின்னர், இரண்டாம் உலகப்போரின்போது, ரஷ்யர்களுக்கு ஆதரவாய்ச் செயல்பட்டதாகவும் தாக்குதல் அம்புகள் பறந்தன.

இதில் பெரிய சோகம் என்னவென்றால், தன்னுடைய தரப்பு நியாயத்தைச் சொல்வதற்கு சாப்ளினுக்கு வாய்ப்பே தரப்படவில்லை. பத்திரிகையாளர் சந்திப்புகளின்போது, வேண்டுமென்றே சாப்ளினை வம்புக்கு இழுப்பதுபோல் சில கேள்விகளைக் கேட்டு, அதற்கு அவர் சொல்லும் பதில்களைப் பலவிதமாய்த் திரித்து வெளியிட்டார்கள்.

இதனால் கோபப்பட்டு சாப்ளின் ஏதாவது ஆத்திரமாய்ப் பேசிவிட்டால் போச்சு, 'அவர்பக்கம் நியாயம் இல்லை, அதனால்தான் இப்படிச் சீறுகிறார்' என்று எதிர்மறைப் பிரச்சாரம் தொடர்ந்தது.

கிட்டத்தட்ட பத்து ஆண்டுகளுக்கு, நரக வேதனையை

அனுபவித்தார் சார்லி சாப்ளின். ஒவ்வொரு நாளும், காலை எழுந்தவுடன் அவரைப்பற்றி ஒரு புதிய குற்றச்சாட்டை எழுப்பிவிட்டுதான் பல் தேய்ப்பது என்று எல்லோரும் கங்கணம் கட்டிக்கொண்டதுபோல், பல விஷயங்களில் அவருடைய பெயர் அநாவசியமாய் இழுக்கப்பட்டது - ரஷ்யாவுக்கு ஆதரவாய்ப் பேசுகிறார், வருமான வரி ஒழுங்காய்க் கட்டாமல் ஏய்க்கப்பார்க்கிறார், ஆயுதக் கடத்தலுக்கு உதவுகிறார், வீட்டினுள் நான்கைந்து போர் விமானங்களைப் பதுக்கிவைத்திருக்கிறார் - இப்படி மனம்போன போக்கில் அவர்மீது சேறு இறைக்கப்பட்டது.

இப்படி ஊர்முழுக்க அவருக்கு எதிரான பேச்சுகள் உலவிக்கொண்டிருந்தாலும், இந்தக் குற்றச்சாட்டுகள் ஒன்றில்கூட, சார்லி சாப்ளின்மீது வழக்கு எதுவும் தொடரப்படவில்லை என்பதுதான் விநோதம். இவ்வளவு ஏன்? அவரை நேரில் அழைத்து விசாரிப்பதற்குக்கூட FBIக்கு தைரியம் இல்லை, கையில் ஆதாரங்கள் இல்லை!

ஆயினும், அவர்கள் சாப்ளினை விட்டுவிடவில்லை. 'நான் கம்யூனிஸ்ட் இல்லை ! எந்த அரசியல் கட்சியிலோ, இயக்கத்திலோ நான் பங்குபெறவில்லை', என்று அவர் பலமுறை தெளிவாய்ச் சொல்லியும்கூட, மக்கள் அதை நம்பிவிடாதபடி FBIயும், அதன் அடிப்பொடிகளும் பார்த்துக்கொண்டார்கள். சீக்கிரத்திலேயே, 'இந்த ஆள் சரியில்லை, இவரை உடனடியாக நம் ஊரிலிருந்து வெளியேற்றிவிடவேண்டும்' என்று கோரிக்கை எழுந்தது.

இந்த விஷயத்தில் சாப்ளினுக்கு எதிரான கோஷ்டியில் முக்கியமானவர்கள் இரண்டு பேர் - அப்போதைய FBI துணைத் தலைவரான எட்கட் ஹூவர் (Edgar Hoover) மற்றும், அமெரிக்காவுக்கு எதிராகச் செயல்படும் தனிமனிதர்கள், இயக்கங்களைக் கண்டறியும் குழுவின் தலைவரான ஜோசஃப் மெக்கார்த்தி (Joseph McCarthy). குறிப்பாக, இந்த மெக்கார்த்தி என்பவர், புகழ் வெளிச்சத்துக்கு ஆசைப்பட்டு, சாப்ளினைமட்டுமின்றி, திரைத்துறைப் பிரபலங்களான பல

கலைஞர்களை, அமெரிக்காவின் விரோதிகளாய்ச் சித்தரித்து, பலவிதமான பிரச்சனைகளுக்கு ஆளாக்கினார்.

இதனால், மனதளவிலும், உடலளவிலும் சார்லி சாப்ளின் மிகவும் பாதிக்கப்பட்டார். ஒருகாலத்தில் அவரை ஆசையோடு பார்த்து ரசித்த அதே அமெரிக்கப் பொதுமக்கள், இப்போது அவருக்கு எதிராகத் திரும்பிவிட்டார்கள். திட்டமிட்ட ஒரு பொய்ப் பிரச்சாரம், எத்தனை பெரிய செல்வாக்கையும் சரித்துவிடும் என்பது மீண்டும் ஒருமுறை நிரூபணமானது.

1947ம் ஆண்டு வெளிவந்த சார்லி சாப்ளினின் *'Monsieur Verdoux'*, மற்றும், 1952ம் ஆண்டு வெளிவந்த *'Limelight'* ஆகிய திரைப்படங்களுக்கு, மக்களிடையே போதிய வரவேற்பு இல்லை. அவருடைய படங்கள் வெளியாகும் திரையரங்கங்களுக்கு வெளியே, பல்வேறு ஆர்ப்பாட்டங்கள் நடைபெற்றன. ஆகவே, தியேட்டர் முதலாளிகள் பயந்துபோய், சாப்ளினின் படங்களைத் திரையிட மறுத்தார்கள்.

இதைத்தொடர்ந்து, அமெரிக்காவில் சரியாக ஓடாத *'Limelight'* திரைப்படத்தை, இங்கிலாந்தில் வெளியிடுவதற்காக, குடும்பத்தோடு ஒரு சிறிய உல்லாசப் பயணம் கிளம்பினார் சார்லி சாப்ளின்.

1952ம் ஆண்டு ஆகஸ்ட் மாதம், சார்லி சாப்ளின் இங்கிலாந்துக்குக் கப்பலேறிய மறுவிநாடி, அவருடைய எதிரிகள் புதிய வேகத்தோடு மும்முரமாய்க் காரியத்தில் இறங்கினார்கள். அவர் மீண்டும் அமெரிக்காவுக்குத் திரும்பிவிடமுடியாதபடி காய்களை நகர்த்தத்தொடங்கினார்கள்.

14. A Woman

குடும்பத்தோடு இங்கிலாந்துக்குக் கிளம்பியிருக்கும் சார்லி சாப்ளின், தனது கப்பல் பயணத்தை உற்சாகமாய் அனுபவித்துக்கொண்டிருக்கிறார். அதேசமயம், இங்கே உள்ளூரில் அவரது எதிரிகள், அவரை நிரந்தரமாய் அமெரிக்காவிலிருந்து வெளியேற்றிவிடத் திட்டமிட்டிருக்கிறார்கள்.

அவர்களின் இந்த முயற்சி வெற்றியடையுமா என்று பார்ப்பதற்குமுன், நாம் கொஞ்சம் பின்னோக்கிச் சென்று, சார்லி சாப்ளினின் தனிப்பட்ட வாழ்க்கையில் நடந்த சில சம்பவங்களைப் பார்த்துவிடுவது நல்லது.

1931ம் ஆண்டு, *'City Lights'* திரைப்படத்தை முடித்து, வெளியிட்டபிறகு, சார்லி சாப்ளின் ஒரு உலகப் பயணம் கிளம்பினார். குறிப்பிட்ட எந்த நோக்கமும் இல்லாமல், சும்மா ஓய்வெடுப்பதற்காகவும், ஊர் சுற்றிப் பார்ப்பதற்காகவும்தான் இந்தப் பயணம்.

ஒரு சாதாரண இன்பச் சுற்றுலாவாய்த் தொடங்கி, மறக்கமுடியாத பல அனுபவங்களின் தொகுப்பாக அமைந்துவிட்ட இந்தப் பயணத்தைப்பற்றி, *'A Comedian Sees the World'* என்ற நூலை எழுதியிருக்கிறார் சார்லி சாப்ளின்.

கிட்டத்தட்ட ஒன்றரை ஆண்டுகள் நீடித்த இந்த நெடும்பயணத்தின்போதுதான், மகாத்மா காந்தி, சர்ச்சில், பெர்னார்ட் ஷா உள்ளிட்ட பல்வேறு உலகத் தலைவர்களை சார்லி சாப்ளின் சந்தித்துப் பேசினார். இதன்மூலம், சாப்ளினின் உலக ஞானமும், சமூகப் பார்வையும் கூர்மை பெற்றது.

லண்டனில் மகாத்மா காந்தியைச் சந்தித்த சார்லி சாப்ளின், அதுபற்றித் தனது சுயசரிதையிலும் விரிவாக எழுதியிருக்கிறார். ஏற்கெனவே காந்தியின் கொள்கைகள், போராட்டங்களைப்பற்றிக் கேள்விப்பட்டிருந்த சார்லி சாப்ளின், இந்தியாவின் சுதந்திரப் போராட்டத்தில், காந்தியின் மகத்தான பங்கையும் அறிந்துவைத்திருந்தார்.

ஆகவே, 1931ம் ஆண்டு வட்டமேஜை மாநாட்டுக்காக லண்டன் வந்திருந்த காந்தி, சாப்ளினைச் சந்திக்கவேண்டும் என்று விரும்புவதாகக் கேள்விப்பட்டதும், உடனடியாக அதற்கு ஒப்புக்கொண்டார் சார்லி சாப்ளின். ஒரு நண்பரின் இல்லத்தில் அவர்கள் சந்தித்தார்கள்.

காந்தியுடனான அந்தச் சந்திப்பின்போது, இந்திய மக்களின் விடுதலைப் போராட்டத்துக்குத் தனது ஆதரவைத் தெரிவித்த சார்லி சாப்ளின், 'ஆனால், இயந்திரங்கள் கூடாது என்று நீங்கள் நடத்தும் போராட்டம்தான் எனக்குச் சரியாய்ப் புரியவில்லை', என்றார். இயந்திரங்கள் வேண்டாம் என்று மறுத்துவிட்டு, எல்லோரும் கைராட்டை சுற்றிக்கொண்டிருந்தால், இந்தியா எப்படி முன்னேறும் என்பதுதான் அவருடைய சந்தேகம்.

இதைப் புரிந்துகொண்ட காந்தியடிகள், சார்லி சாப்ளினுக்கு நம்முடைய நாட்டின் நிலைமையையும், மற்ற வளரும் நாடுகளோடு ஒப்பிடுகையில், நம் நாட்டில் மனித சக்தி அதிகம் என்பதையும் விளக்கிச்சொன்னார். 'எங்களுக்குத் தேவையான ஒவ்வொரு விஷயத்துக்கும், நாங்கள் இந்த இயந்திரங்களை நம்பியிருந்தால், அதன்மூலம், மறைமுகமாக இங்கிலாந்துக்கும் நாங்கள் கட்டுப்பட்டவர்களாகிவிடுவோம். ஆகவே, இயந்திரங்கள் வேண்டாம் என்று சொல்வது, இங்கிலாந்தின்

ஆதிக்கத்திலிருந்து விடுபடுவதற்கான ஆசையில்தான். மற்றபடி, எங்களுக்கு வேண்டியதை நாங்களே தயாரித்துக்கொண்டு, தன்னிறைவு அடையும் வலிமை இந்தியாவுக்கு உண்டு.'

காந்தியின் இந்த வாதத்தை ஏற்றுக்கொண்ட சார்லி சாப்ளின், அவரை 'யதார்த்தமான, தைரியமான தலைவர்', என்று வர்ணிக்கிறார், 'எதிர்காலத்தைப்பற்றிய துல்லியமான சிந்தனையும், அதை நோக்கிச் செயல்படும் இரும்பு மனதும் கொண்ட மகாத்மா காந்தியிடம், அந்த ஒரே சந்திப்பில் நான் பல விஷயங்களைக் கற்றுக்கொண்டேன்.'

இந்தப் பயணத்தின்போது, இங்கிலாந்து, ரோம், இலங்கை, ஸ்விட்சர்லாந்து, சிங்கப்பூர், ஜப்பான், ஹாலந்து, ஜெர்மனி - இப்படிப் பல நாடுகளுக்குச் சென்றார் சார்லி சாப்ளின். சென்ற இடமெல்லாம், அவருக்கு உற்சாகமான வரவேற்பு அளிக்கப்பட்டது. பல நாட்டு ரசிகர்களிடையே தன்னுடைய படங்கள் ஏற்படுத்தியிருக்கிற தாக்கத்தை நேரடியாக அறிந்து மகிழ்ந்தார் சாப்ளின்.

இலங்கைக்குச் சென்றபோது, கண்டி நகரின் இயற்கையான அழகைப் பார்த்து மயங்கிய சார்லி சாப்ளின், 'நான் சினிமாவிலிருந்து ஓய்வுபெற்றதும், இலங்கையில் ஒரு தேயிலைத் தோட்டத்தை வாங்கிப்போட்டுவிட்டு, இங்கேயே நிரந்தரமாய்த் தங்கிவிடப்போகிறேன்', என்றார். (அப்போது அவர் அப்படிச் சொன்னது நிஜமான ஆசையாலா, அல்லது அந்த விநாடியின் உணர்ச்சிப் பிரவாகத்தில் வந்து விழுந்த அதீத பாராட்டா என்று தெரியவில்லை. ஆனால், பின்னாள்களில், சாப்ளின் திரைப்படங்களிலிருந்து ஒதுங்கியபின், இதுபோன்ற ஒரு அமைதியான இயற்கை சூழலில்தான் தனது 'ஓய்வு' வாழ்க்கையைக் கழித்தார். ஆனால், இலங்கையில் அல்ல, ஸ்விட்ஸர்லாந்தில் !)

இந்தப் பயணத்தின் பிற்பகுதியில், ஜப்பானுக்குச் சென்ற சார்லி சாப்ளின், அங்கே ஒரு பயங்கரமான அதிர்ச்சியைச் சந்தித்தார் - சாப்ளினுக்குக் கொஞ்சமும் பரிச்சயமில்லாத

ஒரு தீவிரவாத கும்பல், ஜப்பானில் அவரைக் கொல்வதாகத் திட்டமிட்டிருந்தது.

உண்மையில், இந்தக் கொலை முயற்சியில் ஈடுபட்டிருந்த இயக்கத்துக்கும், சார்லி சாப்ளினுக்கும் எந்தச் சம்பந்தமும் கிடையாது. அப்போது ஜப்பானுக்கு விருந்தாளியாக வந்திருந்த சாப்ளினைக் கொன்றுவிட்டால், அமெரிக்கா அலறிவிடும் என்று நினைத்து, அவர்கள் அவரைக் கொல்லப்பார்த்தார்கள். அவருக்குப் பதிலாக வேறொரு நடிகரோ, இசையமைப்பாளரோ, நாவலாசிரியரோ வந்திருந்தால், அவரையும் கொல்ல முயன்றிருப்பார்கள்.

நல்லவேளையாக, இந்தப் புரட்சிக் கும்பலில் இருந்த யாருக்கோ, கடைசி நிமிடத்தில் ஒரு புதிய ஞானம் உதித்திருக்கிறது, 'இந்த ஆளைக் கொன்றால், அதற்கு அமெரிக்காவின் எதிர்வினை எப்படி இருக்குமோ தெரியாது, அவர்கள் இதை ரொம்பத் தீவிரமாய் எடுத்துக்கொண்டு, பழிக்குப் பழி வாங்குவதற்காக ஜப்பானின்மீது போர் தொடுத்துவிட்டால், விஷயம் பேஜாராகிவிடும்', என்று யோசித்த அவர்கள், சார்லி சாப்ளினைக் கொல்லவேண்டாம் என்று தீர்மானித்துவிட்டார்கள். (ஆனால், அதற்குப் பதிலாக, அவர்கள் நேரடியாகக் களத்தில் இறங்கி, அப்போதைய ஜப்பான் பிரதமரைத் தீர்த்துக்கட்டிவிட்டார்கள் என்பது தனிக்கதை!)

ஜப்பானுடன் தனது உலகப் பயணத்தைத் தற்காலிகமாய் முடித்துக்கொண்ட சார்லி சாப்ளின், அமெரிக்கா திரும்பி, உற்சாகமாய்த் தனது அடுத்த படத்துக்கான வேலைகளில் இறங்கினார்.

அதன்பின், 1936ல் 'மாடர்ன் டைம்ஸ்', 1940ல் 'தி க்ரேட் டிக்டேட்டர்' ஆகிய சாப்ளின் படங்கள் வெளிவந்ததை ஏற்கெனவே பார்த்தோம். இதையடுத்து, *'Shadow & Substance'* என்ற புதிய திரைப்படத்திற்குத் திட்டமிட்டிருந்தார் சார்லி சாப்ளின்.

இந்தப் படத்திற்காக, ஒரு புதிய கதாநாயகியை சாப்ளின் தேடிக்கொண்டிருந்தபோது, ஓனா ஓ'நீல்*(Oona O'neill)* என்ற பெண்ணைச் சந்தித்தார். புகழ்பெற்ற நாடக ஆசிரியர் யூஜின் ஓ'நீலின் *(Eugene O'Neill)* மகள் இவர்.

முதல் பார்வையில், ஓனாவை சாப்ளினுக்குப் பிடிக்கவில்லை. ரொம்ப சின்னப் பெண்ணாய் இருக்கிறாள், தவிர, இந்த முகம் சினிமாவுக்குச் சரிப்படுமா என்றும் தெரியவில்லை. ஆகவே, ஓனாவைத் தேர்ந்தெடுப்பதா, இல்லையா என்று சாப்ளின் உடனடியாக முடிவுசெய்யவில்லை.

ஆனால், ஓனாவுக்கு சார்லி சாப்ளின்மீது மிகுந்த மரியாதையும், அவரோடு இணைந்து நடிக்கவேண்டும் என்ற தீராத ஆவலும் இருந்தது. ஆகவே, திரும்பத் திரும்ப சாப்ளினைச் சந்தித்து, வாய்ப்புக் கேட்டுக்கொண்டிருந்தார். அவருடைய அறிவுரையின்பேரில், சில நடிப்பு வகுப்புகளுக்கும் செல்லத்தொடங்கினார் ஓனா.

இத்தனைக்கும், ஓனாவின் அப்பாவுக்கு, தன் மகள் சினிமாவில் நடிப்பது கொஞ்சமும் இஷ்டமில்லை. அவரை எதிர்த்துக்கொண்டு சினிமாவுக்கு வந்திருந்த ஓனா, எப்படியாவது சாப்ளினின் படத்தில் நடிக்கவேண்டும் என்ற ஆசையுடன், அவரை அடிக்கடி சந்தித்துக்கொண்டிருந்தாள்.

சம்பிரதாயமாய்த் தொடங்கிய இந்தச் சந்திப்புகளில், மெல்லமெல்ல அலுவல் முனைப்புகள் மறைந்து, ஒருவரையொருவர் நன்கு புரிந்துகொள்வதற்கான சந்தர்ப்பங்கள் அமைந்தன. சீக்கிரத்திலேயே, ஓனாவும், சாப்ளினும் ஒருவரையொருவர் நேசிக்கத்தொடங்கியிருந்தார்கள். சாப்ளினுக்கு ஏற்கெனவே மூன்று முறை திருமணமாகியிருக்கிறது என்று அறிந்திருந்தும்கூட, அவரை மணந்துகொள்ள விரும்பினார் ஓனா.

இப்போது, சார்லி சாப்ளினுக்கு ரொம்பவே தர்மசங்கடமான நிலைமை. அவர் ஓனாவை முழுமனதாய்க் காதலிப்பது

உண்மைதான். ஆனால், தன்னுடைய மூத்த மகனுக்கு, ஓனாவைவிட வயது அதிகம் என்கிற உண்மைதான் அவரைக் கூச்சத்தில் தள்ளியது - 54 வயது சாப்ளினுக்கும், 17 வயது ஓனாவுக்கும் திருமணம் நடந்தால், ஊரில் உள்ளவர்கள் கைகொட்டிச் சிரிக்கமாட்டார்களோ?

ஆனால், தன் வயதைப்போல், மூன்று மடங்கு வயதான சார்லி சாப்ளினை மணப்பதில், ஓனாவுக்கு எந்தத் தயக்கமும் இருக்கவில்லை. சொல்லப்போனால், இந்தக் காதலை மனமுதிர்ச்சியுடன் அணுகி, 'உண்மையான நேசத்திற்குமுன்னால், வயது வித்தியாசமெல்லாம் பெரிய விஷயமில்லை. ஆகவே, யார் என்ன பேசுவார்கள் என்பதைப்பற்றி சிந்திக்காமல், எதைப்பற்றியும் கவலைப்படாமல், நாம் முறைப்படி திருமணம் செய்துகொள்வோம்', என்று சார்லி சாப்ளினுக்கு எடுத்துச்சொல்லி, அவரைத் திருமணத்துக்குச் சம்மதிக்கவைத்தவரே ஓனாதான்.

1943ம் ஆண்டு, ஜூன் 16ம் நாள், சார்லி சாப்ளினுக்கும், ஓனாவுக்கும் திருமணம் நடைபெற்றது.

ஓனாவின் அப்பாவுக்கு இந்தத் திருமணத்தில் சம்மதமில்லை. ஆனால், அதைப்பற்றி ஓனா கவலைப்படவில்லை. தான் ஒரு சரியான துணையைத்தான் தேர்ந்தெடுத்திருக்கிறோம் என்று அவருக்கு நம்பிக்கை இருந்தது.

பத்திரிகைகள், சாப்ளினின் இந்த நான்காவது திருமணத்தைப்பற்றி கேலியாய் எழுதின. ஓனாவின் வயதைக் குறிப்பிட்டு, 'சாப்ளின் மீண்டும் ஒரு பால்ய விவாகத்தில் இறங்கிவிட்டார்' என்று அவர்கள் கிண்டலடித்தார்கள்.

ஆனால், இதையெல்லாம் ஏற்கெனவே ஓரளவு எதிர்பார்த்திருந்த ஓனாவும், சார்லி சாப்ளினும், ஊராரின் கிண்டல்களுக்குப் பெரிய முக்கியத்துவம் தராமல், தங்களின் இல்லறத்தைத் தொடங்கினார்கள்.

அப்போது ஓனாவுக்குப் பதினேழு வயதுதான். ஆனால், அவருடைய மனமுதிர்ச்சியும், திடமான சிந்தனையும், அப்போது

ஏகப்பட்ட பிரச்சனைகளில் சிக்கித் திணறிக்கொண்டிருந்த சார்லி சாப்ளினுக்குப் பக்கபலமாய் அமைந்தது.

குறிப்பாக, சாப்ளினுக்கு எதிராக, அவருடைய முன்னாள் சிநேகிதி ஜோன் பெர்ரி தொடுத்திருந்த வழக்கு, பல பெருந்தலைகளின் தலையீட்டால் ஊதிப் பெரிதாக்கப்பட்டு, சாப்ளினை வருடக்கணக்கில் ஜெயிலில் வைத்துவிடும்போல் ஒரு ஆபத்து தோன்றியிருந்தது. இந்த டென்ஷனில், ஒழுங்காக வேலை செய்யமுடியாமல், பத்திரிகைகளிடம் தன் தரப்பு நியாயத்தை சரியாக எடுத்துச்சொல்லமுடியாமல் திணறினார் சார்லி சாப்ளின். அப்போதெல்லாம், ஓனாவின் பக்குவமான அணுகுமுறை அவருக்கு உதவியாக இருந்தது.

தன்னிடம் தவறு ஏதும் இல்லை என்பதை ஓனா மனப்பூர்வமாய் நம்புகிறார் என்பதே, சாப்ளினுக்குப் பெரிய ஆறுதலாய் இருந்தது. அந்த அனுசரணையும், ஆதரவும்தான், இந்தத் திருமணத்தில் அவருக்குக் கிடைத்த பெரிய சொத்துகள்.

ஆனால், அவர்களைச் சுற்றியிருந்த யாரும், இந்தத் திருமணத்தை அவ்வளவாய் ஆதரிக்கவில்லை. சாப்ளினின் மற்ற திருமணங்களைப்போலவே, இந்த ஜோடியும் சீக்கிரத்திலேயே பிரிந்துவிடும் என்றுதான் அவர்கள் கணித்திருந்தார்கள்.

நல்லவேளையாக, ஓனா அப்படி நினைக்கவில்லை. சார்லி சாப்ளின்மீது உண்மையான நேசம் வைத்திருந்த அவர், சாப்ளின் பல பிரச்சனைகள், வழக்குகள் சிக்கித் தவித்தபோது, அவருக்கு ஆறுதலாகவும், அன்பான துணையாகவும் இருந்தார். இந்தக் காலகட்டத்தில், வெளியே ஆயிரம் கவலைகள் இருந்தாலும், தன்னுடைய ஒரே நிம்மதியும், பலமும் தனது குடும்பம்தான் என்று சாப்ளின் வெளிப்படையாய்ச் சொல்லி நெகிழ்ந்ததுண்டு.

சாப்ளினின் முதல் மூன்று மனைவிகளும், நடிகைகள். அவர்களைப்போலவே, ஓனாவும் நடிக்க விரும்பி வந்தவர்தான். ஆனால், சாப்ளினைத் திருமணம் செய்துகொண்டபின், அவருடைய விருப்பங்களும், அவற்றுக்குத் தருகிற

முக்கியத்துவங்களும் (*Priorities*) மாறிப்போனது. ஆகவே, தனது நடிப்பு ஆசையை மூட்டை கட்டி வைத்துவிட்டு, நல்ல குடும்பத் தலைவியாக, சாப்ளினின் வீட்டை கவனித்துக்கொள்ளலானார்.

ஓனாவின் இந்த தியாகம்தான், சாப்ளினின் நான்காவது திருமணத்தைக் காப்பாற்றியது என்று பலரும் கணிக்கிறார்கள். எப்போதும் தன்னுடைய வேலையில்மட்டும் அதிகமாய் கவனம் செலுத்திக்கொண்டு, வீட்டை அவ்வளவாய் கவனிக்காமல் இருப்பது சார்லி சாப்ளினின் இயல்பு. அதைப் புரிந்துகொண்ட ஓனா, அதற்கேற்ப தன்னை மாற்றிக்கொண்டார். ஆகவே, அவர்களுக்குள் அநாவசியமான 'ஈகோ' பிரச்சனைகள் தலைதூக்காமல், நல்ல புரிதல் சாத்தியமானது.

அதேபோல், சாப்ளினின் முன்னாள் மனைவிகள் மூவரும், அவர் தனது புகழின் உச்சியில் இருந்தபோது அவரை மணந்தவர்கள். ஆனால், ஓனாவுக்கும், சாப்ளினுக்கும் திருமணமானபோது, சார்லி சாப்ளின் தனது திரை வாழ்க்கையின் இறங்குமுகத்தில் இருந்தார். ஆகவே, அந்தச் சறுக்கலின் வேதனையைத் தாங்குவதற்கு, அவருக்கு ஒரு இதமான தோழமை தேவைப்பட்டது. இதனால், ஓனா - சாப்ளினின் நேசம் மேலும் கெட்டிப்பட்டது என்று சொல்லலாம்.

சார்லி சாப்ளின் - ஓனா இருவருக்கும் இடையே இருந்த வயது வித்தியாசம், அவர்களைக் கொஞ்சமும் பாதிக்கவில்லை. 'இந்த உலகத்திலேயே மிகச் சிறந்த காதல் ஜோடி, எங்கள் அப்பாவும், அம்மாவும்தான்', என்று சாப்ளின் - ஓனா தம்பதியரின் பிள்ளைகள் நெகிழ்ச்சியோடு குறிப்பிட்டதுண்டு. அந்த அளவுக்கு, எப்போதும், இளம்ஜோடிகளைப்போல்தான் அவர்கள் ஒருவரையொருவர் நேசித்துக்கொண்டிருந்தார்கள்!

ஆகவேதான், சார்லி சாப்ளினின் மற்ற திருமணங்களைப்போல் இல்லாமல், இந்தத் திருமணம் அவர் சாகும்வரை நீடித்தது - 'பொருந்தாத ஜோடி' என்று எல்லோராலும் விமர்சிக்கப்பட்ட ஓனாவும், சாப்ளினும் முப்பது ஆண்டுகளுக்குமேல் சந்தோஷமாய்ச் சேர்ந்து வாழ்ந்தார்கள்.

இந்த தம்பதியருக்கு, மொத்தம் எட்டு குழந்தைகள் - ஜெரல்டீன் *(Geraldine)*, மைக்கேல் *(Michael)*, ஜோசஃபின் *(Josephine)*, விக்டோரியா *(Victoria)*, யூஜின் *(Eugene)*, ஜேன் *(Jane)*, அனெட்-எமீல் *(Annette-Emille)*, கிறிஸ்டோபர் *(Christopher)*.

1952ம் ஆண்டு, சார்லி சாப்ளின் இங்கிலாந்துக்குப் புறப்பட்டபோது, அவருக்கும், ஓனாவுக்கும் நான்கு குழந்தைகள் பிறந்திருந்தார்கள். எல்லோரையும் அழைத்துக்கொண்டு, ஜாலியாக வெளிநாட்டுப் பயணம் கிளம்பினார் சாப்ளின்.

நாம் முன்பே பார்த்ததுபோல், சார்லி சாப்ளினின் குடும்பம் கப்பலேறியதும், இங்கே உள்ளூரில் அவருக்கு எதிரான நடவடிக்கைகள் தொடங்கிவிட்டன, 'சார்லி சாப்ளின் அமெரிக்காவின் எதிரி, அவர் மீண்டும் இந்த நாட்டுக்குள் நுழையக்கூடாது', என்ற வற்புறுத்தல், அரசாங்கத்தின் உயர்மட்டங்களில் தொடங்கி, கட்டக்கடைசி அதிகாரிவரை பரப்பப்பட்டது.

சாப்ளின் கப்பலில் கிளம்பி இரண்டு நாள்களுக்குப்பின், தந்திவழியே அவருக்கு ஒரு செய்தி அனுப்பப்பட்டது : 'நீங்கள் மீண்டும் அமெரிக்காவுக்குத் திரும்பவேண்டுமானால், ஒரு விசாரணைக் குழுவைச் சந்திக்கவேண்டும், அவர்களுடைய கேள்விகளுக்கு நீங்கள் திருப்திகரமாய் பதில் சொன்னால்தான், மீண்டும் இங்கே நுழைவதற்கான அனுமதி வழங்கப்படும்.'

பச்சையாய்ச் சொல்வதானால், 'மறுபடி இந்தப்பக்கம் வந்து விடாதே' என்னும் மிரட்டல் அறிவிப்புதான் இது. அதாவது, சார்லி சாப்ளின் மீண்டும் அமெரிக்காவுக்குள் நுழையமுடியாது, அதை நேரடியாகச் சொல்லாமல், கொஞ்சம் பூசி மெழுகிச் சொல்லியிருந்தார்கள்.

தந்தியைப் படித்ததும், சாப்ளினின் உடம்பெல்லாம் கொதிப்பதுபோலாகிவிட்டது. அப்போது அவருக்கு வந்த கோபத்தில், அமெரிக்காவின் இந்த அராஜகத்தை எதிர்த்து ஒரு சூடான அறிக்கை கொடுக்கவேண்டும் என்றுதான்

நினைத்தார். ஆனால், யதார்த்தமாய் யோசித்தபோது, அது புத்திசாலித்தனமில்லை என்று அவருக்குத் தோன்றியது. ஆகவே, எதுவும் பேசாமல் அமைதியாகிவிட்டார்.

ஏனெனில், இத்தனை வருடங்களாய் ஹாலிவுட்டில் குப்பைகொட்டிய சார்லி சாப்ளினின் எல்லா சொத்துகளும், அமெரிக்காவில்தான் இருந்தன. ஆத்திரத்தில் அவர்களைப்பற்றி ஏதாவது தப்பாய்ப் பேசி, அவர்கள் கோபப்பட்டு இந்தச் சொத்துகளையெல்லாம் முடக்கிவிட்டால், சாப்ளினும், அவருடைய குடும்பமும் நடுத்தெருவில்தான் நிற்கவேண்டும் !

ஆகவே, இப்போது நடுக்கடலில் மிதந்துகொண்டிருந்த சார்லி சாப்ளின், இந்த விஷயத்தைப்பற்றி அதிகம் பேசாமல், எல்லா சாத்தியங்களையும் தனக்குள் அசைபோட்டபடி இங்கிலாந்துக்கு வந்து சேர்ந்தார்.

சாப்ளினின் மனைவி ஓனாவும், பிள்ளைகளும் இப்போதுதான் முதன்முறையாக ஒரு வெளிநாட்டைப் பார்க்கிறார்கள், அவரும் இருபது ஆண்டுகளுக்குப்பின் இப்போதுதான் சொந்த நாட்டுக்குத் திரும்பியிருக்கிறார். ஆகவே, அமெரிக்காவுக்குத் திரும்பமுடியுமா, முடியாதா என்ற கவலைகளை ஓர் ஓரமாய் ஒத்திவைத்துவிட்டு, எல்லோருமாய் ஊரைச் சுற்றிப்பார்க்கக் கிளம்பினார்கள்.

இந்தப் பயணம்முழுவதும், சாப்ளினுக்குள் துடித்துக்கொண்டிருந்த ஒரே கேள்வி – 'அடுத்து என்ன?' என்பதுதான். அமெரிக்காவுக்குள் இனிமேல் நுழையமுடியாது, ஆனால், இத்தனை வருடமாகச் சம்பாதித்தது அனைத்தும் அங்கேதான் சிக்கிக்கொண்டிருக்கிறது. அதைச் சேதமில்லாமல் வெளியே கொண்டுவரவேண்டும். அதன்பின், குடும்பத்தோடு சென்று தங்குவதற்கு ஒரு நல்ல இடம் வேண்டும்.

அமெரிக்காவிலிருந்து வலுக்கட்டாயமாய் வெளியேற்றப்பட்ட பிறகு, இப்போது எங்கே சென்று குடியேறுவது என்று தீவீரமாய் யோசித்த சார்லி சாப்ளினுக்கு, முதலில் தோன்றியது லண்டன்

நகரம்தான். ஆனால், இங்கிலாந்தின் தட்பவெப்பநிலை, அவரது குழந்தைகளுக்கு ஒத்துக்கொள்ளுமா என்று சாப்ளினுக்கு நிச்சயமாய்த் தெரியவில்லை. ஆகவே, பக்கத்திலிருக்கும் ஸ்விட்ஸர்லாந்தில் தங்குவதாக முடிவுசெய்தார் சார்லி சாப்ளின்.

1953ம் ஆண்டு ஜனவரி மாதம், ஸ்விட்ஸர்லாந்து நாட்டிலுள்ள 'Corsier-sur-Vevey' என்ற சிற்றூரில், 'Manoir De Ban' என்ற பெரிய வீட்டில் சார்லி சாப்ளின் குடும்பம் குடியேறியது. சுற்றிலும் தோட்டம், காடு, மலை, ஏரி, பழத்தோட்டம் என இயற்கை அழகு கொஞ்சும் மாளிகை அது.

அடுத்த நடவடிக்கையாக, அமெரிக்காவில் முடங்கியிருக்கும் சார்லி சாப்ளினின் வாழ்நாள் சேமிப்பையும் காப்பாற்றவேண்டும். அவருடைய வங்கிக் கணக்குகளைப் பூர்த்தி செய்து, அசையாச் சொத்துகளை விற்று, அந்தத் தொகையை வெளியே கொண்டுவரவேண்டும்.

ஆனால், இதையெல்லாம் செய்யவேண்டுமானால், சார்லி சாப்ளின் மறுபடி அமெரிக்காவுக்குச் சென்றாகவேண்டும். அங்கே அவருக்காகக் காத்திருக்கும் விசாரணைக் குழுவைச் சந்திக்கவேண்டும், அவர்கள் கேட்கிற இடக்குமடக்கான கேள்விகளுக்கெல்லாம் பொறுமையாய் பதில்சொல்லியாக வேண்டும். அந்த பதில்களை அவர்கள் ஏற்காவிட்டால், வெறுங்கையோடு திரும்பிவந்தாகவேண்டும். மீறி ஏதேனும் நியாயம் பேசினால், 'கலாட்டா செய்யும் அன்னியன்' என்று முத்திரை குத்தி, அவரை உள்ளே தள்ளிவிட்டாலும் ஆச்சரியப்படுவதற்கில்லை.

அப்போது அறுபது வயதைக் கடந்திருந்த சார்லி சாப்ளினுக்கு, இந்த அரசியல் கலாட்டாக்களில் சிக்கிக்கொண்டு போராடுவதற்குக் கொஞ்சமும் ஆர்வம் இல்லை. ஆகவே, இந்த வம்பே வேண்டாம், இனி எப்போதும் நான் அமெரிக்க மண்ணை மிதிக்கப்போவதில்லை என்று முடிவுசெய்தார் அவர்.

அப்படியானால், அங்கே சிக்கிக்கொண்டிருக்கிற சாப்ளினின் சொத்துகளெல்லாம் என்னாவது? நம் ஊர் 'காந்திக்

கணக்கு'போல, அந்த ஊர் 'வாஷிங்டன் கணக்'கில் எழுதிவிட்டு மறந்துவிடவேண்டியதுதானா?

அதற்கும் ஒரு அட்டகாசமான வழி கண்டுபிடித்தார் சாப்ளின் - நான் அமெரிக்கா திரும்பினால்தானே நிறுத்திவைத்துக் கேள்வி கேட்பார்கள்? எனக்குப்பதிலாக என் மனைவியை அனுப்பிவைக்கிறேன்!

ஏற்கெனவே, அமெரிக்காவில் தன்னைப்பற்றிப் பலவிதமான அவதூறுகள் கிளம்பத்தொடங்கிய காலத்திலேயே, இப்படி ஏதாவது நடக்கும் என்று எதிர்பார்த்து, தன்னுடைய வங்கிக் கணக்குகள், சொத்துகள் அனைத்திற்கும் தன் மனைவி ஓனாவை வாரிசாக நியமித்திருந்தார் சார்லி சாப்ளின். அந்த புத்திசாலித்தனம்தான், இப்போது அவருக்கு உதவியது.

அவருடைய திட்டப்படி, ஓனாமட்டும் தனியே கிளம்பி அமெரிக்கா சென்றார். அங்கிருந்த சாப்ளினின் சொத்துகள் எல்லாவற்றையும் துடைத்து, மூட்டை கட்டிக்கொண்டு, ஸ்விட்ஸர்லாந்து திரும்பினார்.

அந்த விநாடியுடன், தனக்கும் அமெரிக்காவுக்கும் இருந்த எல்லா பந்தமும் அறுந்துவிட்டது என்று சார்லி சாப்ளினுக்குத் தோன்றியது. அவருடைய மனைவி ஓனாவும், தனது அமெரிக்கக் குடியுரிமையைத் துறந்துவிட்டார். ஆகவே, அந்த நாடு இருக்கும் திசை நோக்கி ஒரு பெரிய கும்பிடு போட்டுவிட்டு, ஸ்விட்ஸர்லாந்தில் தனது 'மூன்றாவது' வாழ்க்கையைத் தொடங்கினார் சார்லி சாப்ளின்.

அறுபத்தைந்து வயது சார்லி சாப்ளின், அன்பான குடும்பம், குழந்தைகள், இயற்கைச் சூழலில் ஒரு அழகான மாளிகை - இதையெல்லாம் வைத்துப் பார்க்கும்போது, அவர் ஆனந்தமாய்த் தனது ஓய்வுக் காலத்தைக் கழிக்கப்போகிறார் என்றுதான் நாம் ஊகிப்போம்.

ஆனால், தன் வாழ்நாள்முழுதும் சினிமாவிலேயே கழித்துவிட்ட சார்லி சாப்ளினால் அதை மறந்து எப்படி ஓய்வு எடுக்கமுடியும்?

தன்னுடைய பழைய மௌனப்படங்கள் சிலவற்றைத் தேர்ந்தெடுத்து, அவற்றுக்குப் பொருத்தமாய் இசை அமைத்து, மீண்டும் புதிய பதிப்புகளாய் வெளியிடத்தொடங்கினார் சாப்ளின். இதன்மூலம், அப்போதுதான் புதிதாக சினிமா பார்க்கத்தொடங்கியிருந்த இளைய தலைமுறைக்கும் தன்னுடைய படங்கள் சென்று சேரும்படி பார்த்துக்கொண்டார் அவர்.

பின்னர், அமெரிக்காவின் அதிகாரவர்க்கத்தினரால் தனக்கு நேர்ந்த கசப்பான நினைவுகளை அடிப்படையாய்க் கொண்டு ஒரு புதிய திரைப்படத்தை எழுதி, இயக்கி, நடிக்கத் தொடங்கினார் சார்லி சாப்ளின்!

1957ம் ஆண்டு வெளியான அந்தப் படத்தின் பெயர் 'A King in New York'. அமெரிக்காவுக்குப் புதிதாக வருகைதரும் ஒரு வேற்றாள், அந்த ஊரின் நவநாகரிகங்களைப் பார்க்கையில் அனுபவிக்கும் கலாச்சார அதிர்ச்சியை, கிண்டலும், நகைச்சுவையும் கலந்து சுவாரஸ்யமாய்ச் சொல்லியிருந்தார் சார்லி சாப்ளின். என்றாலும், அந்தப் படம் அவர் எதிர்பார்த்த அளவுக்கு வெற்றியடையவில்லை.

சாப்ளினின் அடுத்த திரைப்படம், 1967ம் ஆண்டுதான் வெளிவந்தது. இதனிடையே, 1964ம் ஆண்டு, தனது எழுபத்தைந்தாவது வயதில், தன்னுடைய வாழ்க்கை அனுபவங்களைச் சுயசரிதையாய் எழுதினார் சார்லி சாப்ளின். மிகச்சிறந்த மொழிநடை, வர்ணனைகள், விவரிப்புகளோடு வெளிவந்த அந்தப் புத்தகத்தின் பெயர், 'My Autobiography'

சார்லி சாப்ளினின் எழுபத்தாறாவது பிறந்தநாளன்று (1965, ஏப்ரல் 16), அவரை ஒரு பெரிய சோகம் தாக்கியது - அன்றுதான் அவருடைய அண்ணன் சிட்னி சாப்ளின் மரணமடைந்தார்.

அம்மா ஹென்னாவின் மரணத்துக்குப்பிறகு, சார்லி சாப்ளின் மிகவும் வருந்தியது அண்ணன் சிட்னியின் இழப்பை எண்ணிதான். சிறுவயதிலிருந்தே, அதிக நண்பர்களோடு பழகாத சார்லிக்கு, நல்ல நண்பனாகவும், ஆலோசகனாகவும்,

நல்ல வழிகாட்டியாகவும் இருந்த சிட்னி சாப்ளினின் மறைவு அவரை ரொம்பவும் பாதித்தது.

இந்த சோகத்திலிருந்து மீள்வதற்கு சாப்ளினுக்குத் தெரிந்த ஒரே வழி, மீண்டும் ஒரு படம் இயக்குவதுதான். ஆகவே, கிட்டத்தட்ட முப்பது ஆண்டுகளுக்குமுன் எழுதிவைத்த ஒரு கதையைத் தூசுதட்டி எடுத்தார். அப்போதைய பிரபலங்களான மார்லன் பிராண்டோ *(Marlon Brando)*, சோஃபியா லாரென் *(Sophia Loren)* ஆகியோர் நடிக்க, *'A Countess from Hongkong'* திரைப்படம் தொடங்கியது.

நகைச்சுவை கலந்த காதல் கதையாக உருவாகிய இந்தத் திரைப்படம், 1967ம் ஆண்டு வெளிவந்தது. 'சுமாரான காமெடி' என்று விமர்சகர்களால் கணிக்கப்பட்ட இந்தப் படமும் சரியாக ஓடவில்லை.

தொடர்ச்சியான இந்தத் தோல்விகள் சாப்ளினுக்குப் பெரும் ஆயாசத்தைத் தந்தன. தன்னுடைய திரை வாழ்க்கையில் மிகப் பெரிய ஏற்றத்தையும், அதற்கு நேரெதிரான இறக்கத்தையும் பார்த்துவிட்டவர் அவர். இப்போதெல்லாம், அவருக்குக் கிடைக்கிற ஒரே ஆறுதல், அந்தப் பழைய நாள்களின் நினைவுகளும், அவை தருகிற உற்சாகப் பெருமிதமும்தான்.

அந்த ஞாபகங்களில் நாமும் கொஞ்சம் உலவிவரலாம். தன்னுடைய அசட்டுக் கோமாளி வேஷத்துக்குப்பின்னே, அவர் ஒரு அற்புதமான இயக்குனராகவும் மிளிர்ந்தார் என்ற உண்மையை மேலும் தீவிரத்துடன் ஆராயலாம்.

15. The Great Dictator

சாப்ளினின் இரண்டாவது படத்திலிருந்து, அவரைப் புகழின் உச்சிக்குத் தூக்கிச்சென்ற வேஷம், *'Tramp'* எனப்படும் நாடோடி/ தெருமனிதனின் பாத்திரம். கிட்டத்தட்ட எண்பதுக்கு மேற்பட்ட படங்களில் இந்தப் பாத்திரத்தை ஏற்று நடித்திருக்கிறார் சார்லி சாப்ளின்.

இந்த வேஷத்துக்கான யோசனை, சாப்ளினுக்கு எப்படித் தோன்றியது என்று பலரும், பலவிதமாய்ச் சொல்கிறார்கள் - சார்லி சாப்ளின் தனது சுயசரிதையில், 'நானாக சிந்தித்து, இப்படியொரு வேஷத்தை அமைத்தேன்' என்கிறார். ஆனால், பெரும்பாலான திரை விமர்சகர்களும், ஆய்வாளர்களும் அதை ஏற்கவில்லை, 'சாப்ளின் வெவ்வேறு விஷயங்களை முயன்றுபார்த்தார், அப்போது யதேச்சையாக இந்த வேஷம் அமைந்துவிட்டது, அவ்வளவுதான்! என்பது அவர்களின் கட்சி.

'சாப்ளின் இந்த வேஷத்தைக் காப்பியடித்தார்', என்று குற்றம் சாட்டுகிறவர்களும் உண்டு. 'கார்னோ' கலைக்குழுவில் சாப்ளினுடன் பங்குபெற்ற 'ஸ்டான் லாரல்'தான், இதுபோன்ற ஒரு கதாபாத்திரத்தை முதன்முதலாக அரங்கேற்றினார்,

அப்போது அவரோடு தங்கியிருந்த சார்லி சாப்ளின், லாரல் செய்யும் ஒத்திகைகளையும், இன்னும் பல நுணுக்கமான தகவல்களையும் கவனித்துக்கொண்டிருந்து, பின்னாள்களில் அதைத் திரைப்படங்களுக்குக் கொண்டுசென்றுவிட்டார் என்று அவர்கள் சொல்கிறார்கள்.

அதேபோல், பார்த்தவுடன் சிரிப்பை வரவழைக்கும் இந்தப் பாத்திரத்தின் வித்தியாசமான நடையும், பல ஊகங்களை எழுப்பியிருக்கிறது. அந்தக் காலத்தில், தமிழ்நாட்டுத் திரையரங்குகளில் சார்லி சாப்ளின் படங்கள் திரையிடும்போது, அவருடைய இந்த விநோதமான நடையைப் பார்த்து, அவரை 'கோணக்கால்' என்றுதான் குறிப்பிட்டார்களாம். பெங்குயின் பறவையின் நடையைத்தான், இந்தப் பாத்திரத்துக்காக சாப்ளின் கடன் வாங்கியிருக்கிறார் என்பது பலருடைய கணிப்பு.

ஆனால், அது உண்மையில்லை என்று சாப்ளினே சொல்லியிருக்கிறார். நாம் முன்பே பார்த்ததுபோல், சிறுவயதில் அவர் யதேச்சையாய்ப் பார்த்த ஒரு குடிகாரனின் அசாதாரணமான நடையை, அந்தப் பாத்திரத்துக்கு ஏற்ப பயன்படுத்தியிருக்கிறார் சாப்ளின்.

இங்கேயும் ஒரு சுவாரஸ்யமான வதந்தி அல்லது குற்றச்சாட்டு உலவுகிறது, 'கார்னோ' குழுவில் சாப்ளினின் சக நடிகரான ஃப்ரெட் கிட்சின் *(Fred Kitchin)* என்பவரைப் பார்த்துதான், இந்தக் கதாபாத்திரத்தின் நடை காப்பியடிக்கப்பட்டிருக்கிறது என்று சொல்கிறார்கள் - இதில் எந்த அளவு உண்மை இருக்கிறது என்று தெரியவில்லை.

இதுபோன்ற குற்றச்சாட்டுகளெல்லாம், எப்படியாவது சார்லி சாப்ளினின் புகழில் பங்கெடுத்துக்கொள்ள விரும்பியவர்களின் சூழ்ச்சி என்று அவருடைய ரசிகர்கள் குறிப்பிடுகிறார்கள்.

எது எப்படியோ, தனது களங்கமற்ற புன்னகை, அப்பாவி முகபாவங்கள், துறுதுறுப்பான நடிப்பு ஆகியவற்றின்மூலம் அந்தக் கதாபாத்திரத்துக்கு உயிர் கொடுத்தவர் சார்லி சாப்ளின். 1914ம்

ஆண்டு அறிமுகமான அந்தப் பாத்திரம், 90 வருடங்கள்கழித்து, இப்போது திரை ரசிகர்களைச் சிரிக்கவைத்துக்கொண்டிருக்கிறது.

சாப்ளினின் இந்த ‘*Tramp*’ பாத்திரத்தை, உளவியல் ரீதியில் ஆராய்ந்தவர்கள் உண்டு. சிறுவயதில், வாழ்க்கையில் ரொம்ப அடிபட்ட சாப்ளின், கிட்டத்தட்ட தன்னுடைய பிரதிபலிப்பாகவே இந்தக் கதாபாத்திரத்தைத் திட்டமிட்டு உருவாக்கினார் என்று சிலர் சொல்கிறார்கள்.

உலகப் பிரபலமான இந்தப் பாத்திரத்தின்மூலம், கையில் எதுவுமில்லாத, ஆனால் கௌரவம்மட்டும் மிச்சமிருக்கிற ஒரு மனிதனை, அவனுடைய நுணுக்கமான உணர்வுகளோடு திரையில் கொண்டுவந்தார் சார்லி சாப்ளின். அவருடைய ஒவ்வொரு படத்தையும், நகைச்சுவை என்று நினைத்து சிரிக்கமுடியும். ஆனால், அநேகமாய் எல்லாப் படங்களிலும், ஒரு ‘சொல்லாத செய்தி’ உண்டு - அதைக் கோர்த்துப் பார்க்கிறபோது, சாப்ளின் உருவாக்கிய அந்த வேடிக்கை மனிதன், பல ஆழமான சிந்தனைகளுக்கு இடமளிக்கிறான்.

உதாரணமாக, சாப்ளினின் படங்களில், அவர் தவறிக் கீழே விழுவதுபோன்ற காட்சி அடிக்கடி இடம்பெறும். ஒவ்வொருமுறையும் ‘தொபுக்கடீர்’ என்று தொப்பியும், கைத்தடியும் திசைக்கொன்றாய்ப் பறக்க விழுவார், ஆனால், மறுகணம் சட்டென்று நிமிர்ந்து எழுந்து, உடனடியாகத் தொப்பியைச் சரிசெய்துகொண்டு, எதுவுமே நடக்காததுபோல் சிரிப்பார் - வாழ்க்கையில் எத்தனை சிரமங்கள் வந்தாலும், சிரிப்பை மறக்கக்கூடாது என்ற எளிய தத்துவத்தை, இந்தக் காட்சி சொல்லாமல் சொல்லிவிடுகிறது.

இப்படி சாப்ளினின் ஒவ்வொரு அசைவுக்கும் அர்த்தம் கண்டுபிடிக்கிறவர்கள் இருக்கிறார்கள். சுருக்கமாய்ச் சொல்வதானால், அவருடைய கதாபாத்திரம், வெறும் கோமாளி இல்லை, அதிலிருந்து நாம் கற்றுக்கொள்வதற்கு ஏராளமான விஷயங்கள் உண்டு.

அதனால்தான், அந்தக் காலத்தில், சாப்ளினின் புகழ்பெற்ற இந்த வேஷத்தை, அமெரிக்க, பிறநாட்டுச் சிறுவர்கள், இளைஞர்கள் அணிந்து, பலவிதமான போட்டிகள், நிகழ்ச்சிகளை நடத்தினார்கள். கிராமத்துக்கு கிராமம், நகரத்துக்கு நகரம், பட்டிக்குப் பட்டி, தொட்டிக்குத் தொட்டி இதுபோன்ற போட்டிகள் நடத்தப்பட்டன, ஏராளமானவர்கள், சாப்ளினைப்போல் உடையணிந்து, மக்களைச் சிரிக்கவைத்தார்கள் ('மிக்கி & டோனல்ட்' கார்ட்டூன் கதாபாத்திரங்களை உருவாக்கிய வால்ட் டிஸ்னி *(Walt Disney)* இதுபோன்ற ஒரு நிகழ்ச்சியில் அறிமுகமானவர்தான்!)

அதுமட்டுமில்லை, சார்லி சாப்ளினின் '*Tramp*'போலவே பொம்மைகள், வாழ்த்து அட்டைகள், அவரைக் கதாபாத்திரமாய்க் கொண்ட புத்தகங்கள், காமிக்ஸ் தொடர்கள் என்று, திரைப்படங்களுக்கு வெளியேயும் அவருக்கு ஏராளமான புகழ் வெளிச்சம் கிடைத்தது.

எல்லாம் சரி, இப்படியொரு அதீதமான வேஷம் அணிந்துதான் பிரபலமாகவேண்டும் என்று சார்லி சாப்ளின் விரும்பினாரா? அவருடைய இயல்பான முகத்துக்கு என்ன குறைச்சல்?

'சாதாரணமாகவே, என் முகத்தில் சிரிப்பை வரவழைக்கும் எந்தக் குணமும் இல்லை', என்கிறார் சார்லி சாப்ளின், 'அதனால்தான், ரசிகர்களைக் கவரும்படி, சில அலங்காரங்களை, அலங்கோலங்களைச் செய்துகொள்ளவேண்டியிருந்தது.'

ஆரம்பத்தில், இந்த வேஷம் வெற்றியடையுமா என்று அவருக்கே ஒரு மெலிதான சந்தேகம் இருந்திருக்கிறது. அவருடைய முதல் ஒன்றிரண்டு படங்களில், இந்தத் தயக்கத்தையும், நிம்மதியற்ற தன்மையையும் நன்றாகப் பார்க்கலாம். ஆனால், மெல்லமெல்ல அவருக்கே அந்தப் பாத்திரம் பிடித்துப்போய்விட்டது. ரத்தமும், சதையுமாய் அதை உணரத்தொடங்கினார் சாப்ளின், மக்கள் விரும்பும்படி அதைப் பலவிதமாய் மாற்றி அமைத்து மெருகேற்றினார் அவர்.

ஆகவே, சார்லி சாப்ளினின் இந்தப் பாத்திரம் ஒரு ராத்திரியில் உருவானதில்லை. கொஞ்சம்கொஞ்சமாகச் சிந்தித்து, கச்சிதமாய்த் திட்டமிட்டு, படிப்படியாய் அந்தப் பாத்திரத்தின் ஆழத்தைக் கூட்டி, ஒவ்வொரு படத்திலும், ஒவ்வொரு அம்சமாய்ச் சேர்த்தார் சாப்ளின். தங்களுடைய பக்கத்து வீட்டில் வளரும் ஒரு அப்பாவி இளைஞனைப் பார்த்துப் பழகுவதுபோல், ரசிகர்கள் தன்னை ஏற்றுக்கொள்வார்கள் என்று அவர் நம்பினார்.

இந்த விஷயத்தில் சாப்ளினின் கணக்கு கொஞ்சமும் தவறவில்லை. அவருடைய இந்தக் கதாபாத்திரம், அமெரிக்காவில்மட்டுமின்றி, உலகெங்கிலுமிருந்த ரசிகர்களை ஈர்த்தது. (சாப்ளினின் டூத் பிரஷ் மீசையைப் பார்த்து, ரசித்து, அதையே தன்னுடைய மீசையாய் வைத்துக்கொண்டார் பிரபல கொடுங்கோலர் அடால்ஃப் ஹிட்லர்!)

இதே காரணத்தால்தான், பின்னாள்களில் சாப்ளின் வேறு வேடங்களில் நடித்த திரைப்படங்கள் அவ்வளவாய்ப் பிரபலமாகவில்லை. சாப்ளின் என்றாலே, அந்தத் தொப்பி, கைத்தடி, இறுக்கமான சட்டை, தொளதொளா பேன்ட், பெப்பெரிய காலணிகள், டூத் பிரஷ் மீசை, விநோதமான நடை, களங்கமில்லாத வெள்ளைச் சிரிப்பு – இவை இல்லாமல், ரசிகர்களால் அவரைக் கற்பனை செய்துபார்க்கக்கூடமுடியவில்லை!

தவிர, ஒரு நல்ல நடிகராக சார்லி சாப்ளின் ரசிகர்களிடையே ஏற்படுத்திய பெரும்தாக்கத்தால், அவர் ஒரு தேர்ந்த இயக்குனரும்கூட என்று பெரும்பாலானவர்கள் உணரவில்லை. அவர் மற்றவர்களை எப்படி நடிக்கவைத்தாலும், 'சாப்ளின் எங்கப்பா? அவரோட வழக்கமான ஸ்டைலைக் காணுமே', என்றுதான் அவர்கள் சலித்துக்கொண்டார்கள்.

சாப்ளினுடன் பணிபுரிந்தவர்கள் எல்லோரும், அவர் ஒரு 'பிறவி இயக்குனர்' என்றுதான் வியந்து சொல்கிறார்கள். இல்லாவிட்டால், சினிமாவைப்பற்றி எதுவுமே தெரியாதவராய்த்

தனது திரைவாழ்க்கையைத் தொடங்கிய சாப்ளின், உலகின் மிகச் சிறந்த இயக்குனர்களில் ஒருவராக வளர்ந்திருக்கமுடியாது.

திரைப்படங்களைப்பற்றியோ, அவற்றை இயக்குவதற்கான நுணுக்கங்கள், உத்திகள்பற்றியோ முறைப்படி எதுவும் படித்தறியாத சார்லி சாப்ளின், ஆரம்பகாலத்தில், தன்னுடைய நாடக மேடை அனுபவங்களையும், மக்களின் ரசனைபற்றி அவர் அப்போது கற்றுக்கொண்டிருந்த விஷயங்களையும்தான், தனது படங்களில் இயல்பாகப் பயன்படுத்தினார்.

ஆனால், சாப்ளின் அந்த நிலையிலேயே நிரந்தரமாய் நின்றுவிடவில்லை என்பதுதான் முக்கியம். இன்னும் மேலே மேலே போகவேண்டும் என்ற அடங்காத ஆசையுடன்தான் அவர் தனது ஒவ்வொரு படத்தையும் அணுகினார். அந்த முனைப்பும், வெறியும், கடின உழைப்பும்தான் அவரை மிக உயரத்துக்குக் கொண்டுசென்றது.

சாப்ளின் பங்குபெறும் திரைப்படங்கள் ஒவ்வொன்றிலும், க்ளாப் போர்ட் தட்டுவதிலிருந்து, படமாக்கிய சுருள்களை வெட்டி, ஒட்டி, ஒழுங்குபடுத்தி வெளியிட்டு, பசை தடவி போஸ்டர் ஒட்டுவதுவரை, எந்த விஷயத்திலும் அவருடைய தலையீடு இல்லாமல் இருக்காது. கதை விவாதங்கள், திரைக்கதை, காட்சி அமைப்புகள், நடன முயற்சிகள், இசையமைப்பு, கேமெரா கோணங்கள், எடிட்டிங் மேஜை என்று எல்லா சமாச்சாரங்களிலும் தலைநீட்டி, 'இது என்ன? எப்படிச் செய்கிறீர்கள், கொஞ்சம் சொல்லுங்களேன்' என்று கூச்சப்படாமல் கேட்டுத் தெரிந்துகொண்டார் சார்லி சாப்ளின்.

பின்னர், அடுத்த சில மாதங்களுக்குள், 'இதையே வேறுமாதிரியாய்ச் செய்துபார்க்கலாமே' என்று அந்தந்தத் துறை நிபுணர்களுக்கே ஆலோசனைகளும், புதிய யோசனைகளும் சொல்லுமளவு வளர்ந்துவிட்டார் சார்லி சாப்ளின்.

இத்தனையும், வெறும் கேள்வி ஞானத்தால்மட்டும் கிடைத்த வித்தை அல்ல. கேட்டுத் தெரிந்துகொண்ட

அந்தத் தகவல்களை, தனது இயல்பான கலை அறிவு, கற்பனைத் திறனின் துணைகொண்டு அவற்றை ஆராய்ந்து பார்க்கும்போது, அவருக்குப் பல புதிய கேள்விகள் தோன்றின. அவற்றைச் செயல்படுத்திப்பார்க்கும் முனைப்புதான், அவரை இயக்குனராக்கியது.

எந்த விஷயத்தையும், திரும்பத் திரும்ப சிந்திப்பதில் நல்ல பலன் உண்டு என்பது சாப்ளினின் கட்சி. ஆகவே, ஒரு எளிய காட்சியமைப்பை வைத்துக்கொண்டு, அதை மீண்டும் மீண்டும் வெவ்வேறுவிதமாய்ப் படமாக்கி ரசிப்பார் அவர். ஒவ்வொருமுறையும், ஒரு சிறு முன்னேற்றம் இருந்தால்கூட அவருக்குத் திருப்திதான். இப்படியே, அந்தச் சாதாரணக் காட்சியைப் பலமுறை படமாக்கி, கடைசியில் மிகச் சிறந்த காட்சியாக்கிவிடுவார்.

உதாரணமாக, சாப்ளினின் *'City Lights'* திரைப்படத்தில் ஒரு காட்சி - கண் தெரியாத ஒரு பூக்காரப் பெண்ணும், நாடோடி சாப்ளினும் முதன்முறையாகச் சந்திக்கிறார்கள். அந்தப் பெண், இவரை ஒரு பெரிய பணக்காரர் என்று தவறாக நினைத்துவிடுகிறாள்.

கேட்பதற்கு ரொம்ப சாதாரணமாய்த் தோன்றும் இந்தக் காட்சியை, கிட்டத்தட்ட ஒரு வாரத்துக்குமேல் படமாக்கினார் சார்லி சாப்ளின். ஏன்?

என்னதான் கண் தெரியாது என்றாலும், அந்தப் பெண் ஒரு ஏழையைப் பணக்காரனாக நினைக்கிறாள் என்றால், அது எப்படி? - இந்தக் கேள்விக்கு சாப்ளினுக்கு பதில் தோன்றவில்லை. ஆகவே, அந்தக் காட்சியைப் பலவிதமாய் சிந்தித்து, வெவ்வேறு உத்திகளுடன், வெவ்வேறு கோணங்களில் திரும்பத் திரும்ப படமாக்கினார். ஆனால், ஒவ்வொருமுறையும், 'திருப்தியில்லை' என்று நிராகரித்துவிட்டார். இப்படி ஏகப்பட்ட முயற்சிகளுக்குப்பின், கடைசியில், அவருக்கு முழு மனநிறைவோடு அந்தக் காட்சி படமானது.

ஆனால், சாப்ளினின் இந்த உத்தி, ஆரம்பகாலத்தில் கடுமையான விமர்சனங்களுக்கு ஆளானது. குறிப்பாக, அவருடைய படங்களின் தயாரிப்பாளர்கள், அநாவசியமாய் படச்சுருளை வீணாக்குகிறார் என்று அவர்மீது குற்றம் சாட்டினார்கள், 'நீங்கள் நிதானமாய் ஒத்திகை பார்ப்பதற்கு எங்களுடைய பணம்தான் வீணாகவேண்டுமா? ஒவ்வொரு காட்சியையும் ஒழுங்காய் எழுதிவைத்துக்கொண்டு படமாக்கினால் என்னவாம்?'

ஒருவிதத்தில் அவர்கள் சொல்வது நியாயம்தான். ஆனால், இப்படி வணிக நோக்கத்தோடு கணக்குப் போட்டுக்கொண்டு திரைப்படங்களை அணுகுகிறவர்களால், ஒரு காட்சியைத் தொடர்ந்து மெருகேற்றுவதால் கிடைக்கக்கூடிய உன்னதத்தை *(perfection)* உணரமுடியாது.

இந்தக் காரணத்தால்தான், பின்னாள்களில் தனது படங்களைத் தானே தயாரித்துக்கொள்ளும் முடிவுக்கு வந்தார் சார்லி சாப்ளின். இதனால், வழக்கமாய் வருடத்துக்கு ஏழெட்டுப் படங்களை எடுத்துக்கொண்டிருந்த சாப்ளினால், இப்போது, மூன்று அல்லது ஐந்து வருடங்களுக்கு ஒரு படம்தான் வெளியிடமுடிந்தது. ஆனால், அந்தப் படங்கள் தரமானவையாகவும், அவருக்கும், ரசிகர்களுக்கும் முழுத் திருப்தி அளிப்பவையாகவும் அமைந்தன.

அநேகமாய், சார்லி சாப்ளின் இயக்கிய எந்தத் திரைப்படமும், உரிய நேரத்தில் படப்பிடிப்பு முடிந்து வெளியானதில்லை. அதேபோல், பத்து ரூபாய் செலவாகும் என்று திட்டமிட்டிருந்த படத்துக்கு, குறைந்தபட்சம் இருபத்தேழரை ரூபாயாவது செலவழிக்காமல் விடமாட்டார் சாப்ளின்.

இதெல்லாம் அவர் வேண்டுமென்றே செய்வதில்லை. அவருக்குள்ளிருக்கிற கலைஞன், எந்த விஷயத்திலும் அவ்வளவு சீக்கிரத்தில் திருப்தியடைந்துவிடுவதில்லை. தன்னுடைய படங்களில் நடிக்கும் ஒவ்வொரு நடிகரும், ஒவ்வொரு நடிகையும், ஏன், அரைக்கால் நிமிடம் வந்துபோகிற உப-உப-பாத்திரங்கள்கூட, தான் எதிர்பார்க்குமளவு சிறப்பாகவும், கச்சிதமாகவும் நடிக்கவேண்டும் என்பதில் சார்லி சாப்ளினுக்கு முரட்டுப் பிடிவாதமே உண்டு.

ஆகவே, தன் படத்தின் ஒவ்வொரு பாத்திரத்தையும், அவரே நடித்துக் காண்பிப்பார். அந்த வேடத்தில் நடிக்கிற நடிகரோ, நடிகையோ, அவர் சொல்வதுபோல் நடித்தாகவேண்டும், அதுவரை அவர்களை விடமாட்டார். (மறுத்தால், அவர்களைப் படத்திலிருந்து தூக்கிவிடுவார்!)

இப்படி ஒவ்வொரு காட்சியின்போதும், அதில் பங்குபெறும் ஒவ்வொருவருக்கும் தனித்தனியே நடிப்பு வகுப்புகள் எடுத்து, அவர்களை ஒருங்கிணைத்துப் படமாக்கி முடிப்பதற்குள், அந்தப் படப்பிடிப்புக் குழுவிலுள்ள அனைவரும் களைத்துப்போய்விடுவார்கள். என்றாலும், ஒரு மாபெரும் கலைஞருக்காக வேலை செய்கிறோம் என்ற பெருமிதம்தான் அவர்கள் எல்லோருக்கும்.

இதை நன்றாகப் புரிந்துகொண்டிருந்த சார்லி சாப்ளின், தன்னோடு பணியாற்றும் உதவி இயக்குனர்கள், மற்ற தொழில்நுட்பக் கலைஞர்களைத் தனது படங்களில் தொடர்ந்து பயன்படுத்தி, படப்பிடிப்பு இல்லாத காலங்களிலும் தவறாமல் சம்பளம் கொடுத்துக்கொண்டிருந்தார்.

ஆனால், அந்தக் கலைஞர்களின்மீது, சார்லி சாப்ளினுக்குப் பாசம் இருந்த அளவு, அவர்களின் திறமைமீது நம்பிக்கை இருக்கவில்லை. தனது உதவியாளர்கள் ஏதேனும் நல்ல யோசனை சொன்னாலும், அதை அவ்வளவாய் மதிக்கமாட்டார் சாப்ளின். அவர்கள் எல்லோரும், தான் சொல்வதை அப்படியே கேட்டு நடக்கவேண்டும் என்றுதான் அவர் எதிர்பார்த்தார்.

இந்த விதி, சார்லி சாப்ளினின் உதவியாளர்களுக்குமட்டுமில்லை, அவரோடு படங்களில் பணிபுரியும் ஒவ்வொருவருக்கும் பொருந்தும். படப்பிடிப்புத்தளத்துக்கு வந்துவிட்டால், சாப்ளின் சொல்வதுதான் சட்டம். மறுபேச்சில்லாமல் அதை நடைமுறைப்படுத்தவேண்டும். யாரேனும் அவரை மறுத்துப் பேசிவிட்டாலோ, அல்லது மாற்று யோசனைகளை முன்வைத்தாலோ, அந்தக் கணமே அவர்களின் சீட்டைக் கிழித்து வெளியே அனுப்பிவிடுவார் சாப்ளின்.

அவருடைய படங்கள் வெளியானதும், பலவிதமான விமர்சனங்கள் வரும். சிலர் பாராட்டுவார்கள், சிலர் திட்டுவார்கள், சிலர் யோசனைகள் சொல்வார்கள், இப்படி யார் என்ன பேசினாலும், அதைப் புன்னகையோடு கேட்டுக்கொண்டு, அங்கிருந்து நகர்ந்துவிடுவார் சார்லி சாப்ளின். பொதுவாகவே, தனது படங்களைப்பற்றி குறை சொல்லிப் பேசுகிறவர்களை அவருக்குப் பிடிக்காது. ஆகவே, எதிர்மறை விமர்சனங்களையெல்லாம் புறங்கையால் தள்ளி அலட்சியப்படுத்திவிடுவார்.

சாப்ளினின் இந்த முரட்டு குணத்துக்கு முக்கியமான காரணம், தன்னுடைய ரசிகர்களைத் தான் மிக நன்றாகப் புரிந்துவைத்திருப்பதாக அவர் உறுதியாய் நம்பியதுதான். எனவே, தன்னுடைய படங்களில் எல்லா முக்கியப் பொறுப்புகளையும் அவரே ஏற்றுக்கொண்டார், 'மக்கள் என்னைப் பார்க்கதான் தியேட்டருக்கு வருகிறார்கள், அவர்களுக்கு என்ன கொடுக்கவேண்டும் என்று எனக்குத் தெரியும், இதில் யாரும் குறுக்கிடாதீர்கள்', என்பதுதான் அவருடைய கட்சி.

அவருடைய இந்த நம்பிக்கையில் கொஞ்சமும் பிழை இல்லை. ஆகவேதான், அவருடைய ஒவ்வொரு படமும், ரசிகர்களின் எதிர்பார்ப்புகளைக் கச்சிதமாய்ப் பூர்த்தி செய்தது.

அதேசமயம், சாப்ளினின் பெரும்பாலான படங்கள், கலாபூர்வமாகவும் வெற்றியடைந்த படங்களாய் அமைந்தன. வெறும் உருவங்களைமட்டும் பொம்மை காட்டிக்கொண்டிருந்த அந்தக்கால பெரும்பான்மை சினிமாவிலிருந்து முற்றிலும் மாறுபட்டு, தனது படங்களில் தோன்றும் மனிதர்களை யதார்த்தமானவர்களாகச் சித்தரித்தமைக்காகவும், சமூகத்தின் அடிமட்டத்தில் உள்ள ஏழைகளின் வாழ்க்கையை மனிதாபிமானத்துடன் அணுகி, ஒரு பரிவான பார்வையுடன் பதிவு செய்தமைக்காகவும் உலகத் திரைப்படங்களின் முன்னோடிகளில் ஒருவராக மதிக்கப்படுகிறார் சார்லி சாப்ளின்.

அதுசரி, ஆனால், தன்னுடைய படங்களுக்கான கதைகள்,

புதுமையான காட்சி அமைப்புகளையெல்லாம் சார்லி சாப்ளின் எங்கிருந்து பெற்றார்? அவருடைய ஒவ்வொரு படத்திலும், ஒரு புதிய விஷயம், ஒரு புதிய கதைச் சூழல் இருக்கிறதே, எப்படி?

சாப்ளினிடம் இந்தக் கேள்வி கேட்கப்பட்டபோது, அவருடைய பதில் ரொம்ப எளிமையாய் இருந்தது, 'என்னைச் சுற்றியிருப்பவர்களை, முக்கியமாய்க் குழந்தைகளை உற்று கவனிக்கிறேன். அவர்களுடைய வாழ்க்கையில் சாதாரணமாய்த் தட்டுப்படும் நகைச்சுவைத் தருணங்களையெல்லாம் எனக்குள் பதிவுசெய்துகொண்டு, உரிய சந்தர்ப்பத்தில் பயன்படுத்துகிறேன், அவ்வளவுதான்!'

தனக்குக் கற்பனை வறட்சி ஏற்படும்போதெல்லாம், உடனடியாக ஒரு நீண்ட பயணம் கிளம்பிவிடுவார் சார்லி சாப்ளின். பல புதிய ஊர்கள், நாடுகளுக்குச் சென்று, வெவ்வேறு சூழல்களில் பலவிதமான மனிதர்களைச் சந்திக்கும்போது, அவருடைய மனம் லேசாகும். இப்படியே தனது விடுமுறையை நன்றாய் அனுபவித்துக்கொண்டு, மீண்டும், 'ஹாலிவுட் திரும்பவேண்டும், புதுசாய்ப் படம் எடுக்கவேண்டும்' என்கிற எண்ணம் தோன்றும்போது, சட்டென்று ஊரைப் பார்க்கக் கிளம்பிவிடுவார் சாப்ளின்.

ஒருவேளை இதுவும் சரிப்படாவிட்டால், ஊருக்கு வெளியே காலார நடக்கத்தொடங்கிவிடுவார் அவர். புறநகர் பகுதிகளில் வாழும் எளிய மக்கள், அவர்களுடைய பழக்கவழக்கங்கள், எதிர்பார்ப்புகள், ஏமாற்றங்களையெல்லாம் பார்க்கப் பார்க்க, அவருக்குள் உற்சாகம் பொங்கும், புதுப்புது யோசனைகள் தோன்றும்.

ஒரு சிறிய சிந்தனைப்பொறியாய்த் தனக்குள் தோன்றுகிற இந்த யோசனைகளை, மனதுக்குள் அசைபோட்டு, தேவையான அளவு விவரிப்புகள், முன்கதை, பின்கதைகளைச் சேர்த்து, ஒரு கதையாக மாற்றிவிடுவார் சார்லி சாப்ளின். இப்படி அவர் தனக்குள் சேகரித்துவைத்திருந்த கதைகள் ஏராளம்.

தன்னுடைய கதைகளைப் படமாக்குவதிலும், ஒரு புதிய பாணியைப் பயன்படுத்தினார் சார்லி சாப்ளின். சினிமாவில் தொழில்நுட்ப வசதிகள் அவ்வளவாய் வளர்ச்சியடைந்திருக்காத அந்தக் காலத்தில், ஒரேமாதிரியான சலிப்பூட்டும் கேமரா கோணங்களும், புளித்துப்போன கதையமைப்புகளும்தான் பொதுவாகப் பின்பற்றப்பட்டன. அதையெல்லாம் துடைத்தெறிந்துவிட்டு, புதுமையான பல விஷயங்களை ரசிகர்களுக்கு அறிமுகப்படுத்தியவர் சார்லி சாப்ளின்.

உதாரணமாக, நகைச்சுவைப் படங்கள் என்றாலே, யாராவது, யாரையாவது அடித்துச் சாய்க்கவேண்டும், இவர் அவரைத் துரத்தவேண்டும், அவர் இவர்மீது விழவேண்டும், பிறகு எல்லோருமாய் ஓடிப்போய், குளத்திலோ, சாக்கடையிலோ விழவேண்டும் என்று சில கட்டாய விதி(?)முறைகள் இருந்தன. இவற்றைப் பிடிவாதமாய்த் தவிர்த்து, சுவாரஸ்யமான கதையோடு கூடிய 'நல்ல' நகைச்சுவைப் படங்களை எடுக்கத்தொடங்கியவர் சார்லி சாப்ளின். அதுவரை, புதுப் பெண்டாட்டிபோல் கொஞ்சம் கூச்சமாய் ஒதுங்கியே நின்ற கேமராவை, நடிகர்களுக்கு அருகே கொண்டுவந்து, அவர்களுடைய முகபாவனைகள், வேடிக்கையான சேஷ்டைகள் போன்றவற்றைத் திரைக்குக் கொண்டுவந்தவரும் அவர்தான்.

இதேபோல், ஒரு படம் முழுதும் ஒரே ஒரு கதாபாத்திரத்தைக் கொண்டு நகர்த்துவது, ஓட்டத்தில் ஆரம்பித்து, ஓட்டத்திலேயே முடியும் திரைப்படம் என்றெல்லாம் பலவிதமான புதிய விஷயங்களைச் சோதனை முயற்சியாய்ச் செய்துபார்த்து வெற்றியடைந்தார் சாப்ளின்.

சுருக்கமாய்ச் சொல்வதானால், தன் காலத்தைவிட பல ஆண்டுகள் முன்னோக்கிச் சிந்தித்த இயக்குனர் சார்லி சாப்ளின்!

ஆனால், இதுபோல் காலத்தை மீறிச் சிந்திக்கும் எல்லா அறிவுஜீவிகளுக்கும் கிடைக்கக்கூடிய ஏமாற்றங்கள்தான் சார்லி சாப்ளினுக்கும் கிடைத்தன. பல சந்தர்ப்பங்களில், சாப்ளினின் புதுமையான உத்திகளையும், அவருடைய படங்கள் சொல்லும்

நுணுக்கமான செய்திகளை மக்கள் புரிந்துகொள்ளவே இல்லை. அவரை வெறும் நகைச்சுவையாளராகவே அவர்கள் பார்த்தார்கள்.

அதைப்பற்றி சாப்ளின் அவ்வளவாய்க் கவலைப்படவில்லை. தன்னுடைய படங்கள் தெரிவிக்கும் கூர்மையான சிந்தனைகள், தெளிவான கருத்துகளை வருங்காலமாவது புரிந்துகொள்ளும் என்ற நம்பிக்கையுடன், அவர் தொடர்ந்து படங்களை இயக்கிக்கொண்டிருந்தார்.

தன்னுடைய படங்களைப் பார்க்கும் மக்கள், மனம்விட்டுச் சிரிக்கவேண்டும். அல்லது, வேதனை பொங்க அழவேண்டும் – இப்படி ஏதேனும் ஒருவிதத்தில் மக்கள் மனதை பாதிக்கும் திரைப்படங்களையே எடுக்கவிரும்பியவர் சார்லி சாப்ளின். கவித்துவமான காட்சிகளைத் திரைக்குக் கொண்டுவரவேண்டும் என்பதில் அவருக்கு அலாதி ஆர்வம்.

அதேசமயம், ஆடம்பரமாய்ப் படம் எடுப்பது சாப்ளினுக்குப் பிடிக்காது. நல்ல கதைக்கு அநாவசியமான அலங்காரங்கள் தேவையில்லை என்பது அவருடைய கருத்து. ஆகவே, தன்னுடைய படங்களின் படப்பிடிப்புகளுக்கும், அரங்க அமைப்புகளுக்கும் அதிகமாய்ச் செலவழிக்கமாட்டார் சாப்ளின்.

அதற்காக, அவரைக் 'கஞ்சர்' என்று ஒரேயடியாய்ச் சொல்லிவிட முடியாது. அவசியமான விஷயங்களுக்குப் பணம் செலவிடுவதற்கு அவர் எப்போதும் தயங்கியதில்லை. உதாரணமாக, நாம் ஏற்கெனவே பார்த்ததுபோல், ஒரு காட்சி நன்றாக வரவேண்டும் என்பதற்காக, அதைத் திரும்பத் திரும்ப படமாக்கும் சார்லி சாப்ளின், இதில் நேரம் செலவாகிறது, பட(ண)ச்சுருள் வீணாகிறது என்றெல்லாம் யோசிக்கவேமாட்டார்.

அதாவது, சாப்ளினைப் பொறுத்தவரை, படம் நன்றாக வரவேண்டும். அதற்காக எவ்வளவு வேண்டுமானாலும் செலவு செய்யலாம். ஆனால், மற்ற விஷயங்களுக்கு பர்ஸைத் திறப்பது வீண்!

இப்படி ஒவ்வொரு காட்சிக்கும் நூற்றுக்கணக்கான அடி சுருள்களைப் படமாக்கித்தள்ளிய சார்லி சாப்ளின், அதில் ஒழுங்கான காட்சிகளைத் தேர்ந்தெடுத்துப் பயன்படுத்திக் கொண்டதுபோக, மிச்சமிருந்த படச்சுருள்களையெல்லாம் அழித்துவிடாமல் அப்படியே வைத்திருந்தார். இப்போது, அந்தச் சுருள்களை ஆராய்ந்துபார்க்கிறபோது, அவருடைய இயக்க *(Direction)* பாணியை நம்மால் ஓரளவு புரிந்துகொள்ளமுடிகிறது.

அந்தக் காலத்தில், எல்லாத் திரைப்படங்களும், அதிவேகமாகதான் படமாக்கப்பட்டன. மூன்று நாள்களுக்கு ஒரு படம் என்ற விகிதத்தில் வரிசையாய்ப் படங்களை முடித்து வெளியிட்ட மகானுபாவர்களெல்லாம் உண்டு.

இப்படி இயந்திரத்தனமாய்ப் படங்களைச் சுட்டுத்தள்ளாமல், நிதானமாய்ப் படமெடுக்கலாம் என்று முதலில் சிந்தித்தவர் சார்லி சாப்ளின்தான். திரைப்படம் எடுப்பது ஒரு கலை, அதை தினசரிக் கடமைபோல் செய்துகொண்டிருக்கமுடியாது என்பது அவருடைய எண்ணம்.

ஆகவே, ஒரு படத்தை ஆரம்பித்துவிட்டோமே என்பதற்காக, விறுவிறுவென்று மனதில் தோன்றியதையெல்லாம் படமாக்கிக் குவிக்காமல், கதைப்போக்கிற்குத் தடங்கல் ஏற்படும்போதெல்லாம், படப்பிடிப்பை மொத்தமாய் நிறுத்திவிட்டு, ஒரு ஓரத்தில் உட்கார்ந்துகொண்டு சிந்திக்கத்தொடங்கிவிடுவார் சார்லி சாப்ளின். அவருக்குத் திருப்தியான, யதார்த்தமான, தரமான ஒரு காட்சி அவர் மனதில் தோன்றும்வரை, நடிகர்கள், தொழில்நுட்பக் கலைஞர்கள், பணம் போட்ட தயாரிப்பாளர் எல்லோருமே காத்திருக்கத்தான் வேண்டும்!

இப்படித் தனது ஒவ்வொரு படத்தையும், கச்சிதமாய்த் திட்டமிட்டு, சிந்தாமல், சிதறாமல் படமாக்கினார் சார்லி சாப்ளின். ஆகவே, அவருடைய எல்லாப் படங்களும், கதை எழுதத் தொடங்கியபோது இருந்த நிலையைவிட, பல மடங்கு சிறப்பாகத்தான் படமாக்கப்பட்டன.

இதே காரணத்தால்தான், ஒரு கட்டத்துக்குமேல், சாப்ளினால் மற்ற இயக்குனர்களின் படங்களில் 'வெறும்' நடிகராகப் பங்கேற்கமுடியவில்லை. (ஒரே ஒருமுறை முயன்றுபார்த்தார், சரிப்படவில்லை.)

இத்தனைக்கும், நாம் முன்பே பார்த்ததுபோல், திரைத்துறையின் எந்தப் பிரிவிலும் அவருக்கு முறையான பயிற்சி இல்லை. எல்லாமே அவருடைய சொந்த முயற்சியால் கிடைத்த அனுபவங்கள்தான். என்றாலும், தன்னுடைய ரசிகர்களை நன்றாகப் புரிந்துகொண்டிருந்த சாப்ளினால், அவர்கள் விரும்பும்படி எல்லாமே செய்யமுடிந்தது.

நடிப்பில் தொடங்கி, கதை எழுதுவது, திரைக்கதை அமைப்பது, இயக்குனர் பதவி, தயாரிப்பு, எடிட்டிங், பின்னணி இசை, திரைப்பட / தனிப் பாடல்களுக்கான மெட்டு அமைத்து இசை கோர்ப்பது, பாடல்கள் எழுதுவது, பாடுவது,... ஏன், ஒரு படத்தில் நடன இயக்குனராகக்கூட பணியாற்றியிருக்கிறார் சார்லி சாப்ளின்.

இந்தத் துறைகள் எல்லாவற்றிலும் நல்ல அனுபவம் பெற்ற கலைஞர்கள் அவரிடம் பணியாற்றிவந்தார்கள். ஆனால், தன்னுடைய ஒவ்வொரு படத்திலும், அவர்கள் என்னென்ன செய்யவேண்டும், எப்படிச் செய்யவேண்டும் என்றெல்லாம் கட்டளையிடுபவராக இருந்தார் சகலகலா சார்லி சாப்ளின்.

உதாரணமாக, சார்லி சாப்ளினுக்கு முறையான இசைப்பயிற்சி கிடையாது. என்றாலும், சிறுவயதிலிருந்தே இசைச் சூழலில் வளர்ந்த சாப்ளின், வயலின் மற்றும் செல்லோ வாத்தியங்களை வாசிக்கப் பயின்றவர். இந்த அனுபவத்தின் துணையோடு, தனது படக்காட்சிகளுக்குப் பொருத்தமாய், இதமான நல்ல மெட்டுகளை உருவாக்கி, அவற்றை மக்கள் விரும்பக்கூடிய வடிவில் கோர்த்து, தனது இசைக் கலைஞர்களிடம் பாடிக்காட்டுவார் அவர். இந்தக் குறிப்புகளை அடிப்படையாய்க்கொண்டு, அவர்கள் பின்னணி இசை அல்லது பாடல்களை வடிவமைப்பார்கள். பிறகு, அதைக் கேட்டு, திருத்தங்கள் சொல்லி, மெருகேற்றுவார் சாப்ளின்.

ஒரு நகைச்சுவைப் படத்தின் பின்னணி இசை, வேடிக்கையாக இருந்தால்மட்டும் போதாது. அந்தந்தக் காட்சிகளுக்குப் பொருத்தமாக, படத்தில் ஒரு கூடுதல் கதாபாத்திரத்தைப்போல இயைந்து கலக்கவேண்டும் என்று சாப்ளின் நினைத்தார். இந்தக் கண்ணோட்டத்துடன்தான் தன்னுடைய ஒவ்வொரு படத்துக்கும் பின்னணி இசை கோர்த்தார் அவர்.

இப்படிக் கேள்விஞானத்தின் அடிப்படையில் தன்னுடைய பல படங்களுக்குச் சிறப்பாக இசையமைத்த சார்லி சாப்ளின், இதற்காக 1972ம் ஆண்டு ஆஸ்கார் விருது பெற்றார் என்பது, அவருடைய இயல்பான இசைத்திறமைக்குக் கிடைத்த பெரிய அங்கீகாரம்!

ஆனால், ஆஸ்கார் விருது என்பது, அமெரிக்கர்கள் தரும் விருதாச்சே. 1952ல் சார்லி சாப்ளினை ஓடாக்குறையாய் விரட்டியடித்த அமெரிக்கர்களா அவருக்கு விருது கொடுத்தார்கள்?

அது ஒரு சுவாரஸ்யமான தனிக்கதை!

16. A King in New York

லண்டன் மேடைகளில், சமர்த்தாக நாடகங்களும், பிற நிகழ்ச்சிகளும் நடத்தி, மக்களின் கைதட்டல்களை அள்ளிக்கொண்டிருந்த சார்லி சாப்ளின், எந்த எதிர்பார்ப்புடன் அமெரிக்காவுக்கு வந்தார்? பணம் சம்பாதிப்பதற்காகவா? அல்லது, தனது கலையின் உச்சத்தைத் தேடியா?

'நான் மேடையேறியது, நடிக்கத் தொடங்கியது, திரைப்படங்களில் நுழைந்தது, எல்லாமே நன்றாகச் சம்பாதித்து, வசதியோடு வாழவேண்டும் என்பதற்காகத்தான்', என்று வெளிப்படையாய்ப் பலமுறை ஒப்புக்கொண்டிருக்கிறார் சாப்ளின், 'என்னுடைய படங்களில் தெரியும் கலை நுணுக்கங்களெல்லாம், பின்னால் தானாக வந்தது!'

ஆனால், சாப்ளின் முதன்முதலாக அமெரிக்கா வந்தபோது, முன்பைவிட அதிகமாய்ப் பணம் சேமிக்கலாம் என்கிற நோக்கம் அவருடைய மனசோரத்தில் இருந்தபோதும், அதைவிட அதிகமாய், வேறொரு எதிர்பார்ப்புதான் அவருக்குள் நிறைந்திருந்தது - இங்கிலாந்துடன் ஒப்பிடும்போது, அமெரிக்க மேடைகளும், ரசிகர்களும் தன்னுடைய திறமைக்குச் சவாலாய் அமைவார்கள் என்று அவர் நம்பினார்.

அதற்குமுன்பே, இங்கிலாந்து மேடைகளில் சாப்ளின் புகழ்பெற்ற கலைஞராய் இருந்தபோதும், ஒரேமாதிரியான விஷயங்களைத் திரும்பத் திரும்ப செய்துகொண்டிருப்பதை அவர் விரும்பவில்லை. ஆகவே, பல புதிய விஷயங்களை முயன்றுபார்ப்பதற்கான வாய்ப்புகளும், சுதந்திரமும் அமெரிக்காவில் கிடைக்கும், இதன்மூலம் தனக்கு உரிய அங்கீகாரத்தைப் பெறலாம் என்று எதிர்பார்த்தார் சாப்ளின்.

அமெரிக்க தேசம், அவரை ஏமாற்றவில்லை. முதலில் நாடக மேடைகளிலும், பிறகு திரைப்படங்களிலும் சாப்ளினின் அற்புதமான திறமைக்கு உரிய கவனத்தையும், பாராட்டுகளையும் கணக்கில்லாமல் கொட்டிக்கொடுத்தார்கள் அமெரிக்க ரசிகர்கள். உலகிலேயே மிக அதிக சம்பளம் பெறும் நடிகராகவும், அமெரிக்காவின் மிகப் பெரிய பணக்காரர்களில் ஒருவராகவும் சாப்ளின் வளர்ந்தார்.

ஆனால், அதன்பின் கிட்டத்தட்ட நாற்பது ஆண்டுகள் கழித்து, சார்லி சாப்ளினை வாழவைத்த அதே அமெரிக்கா, அவரை ஓட ஓட விரட்டியது. இந்த அதிர்ச்சியை சாப்ளினால் தாங்கிக்கொள்ளவேமுடியவில்லை.

ஏனெனில், முறைப்படி அமெரிக்கக் குடியுரிமை பெறவில்லையே தவிர, அந்த நாட்டைத் தனது சொந்த நாடுபோலவே எண்ணி நேசித்தவர் சார்லி சாப்ளின். ‘உலகமெல்லாம் சுற்றிவந்தாலும், அமெரிக்காவுக்குத் திரும்பும்போது கிடைக்கிற நிம்மதியே தனி’, என்று அவர் நெகிழ்ச்சியோடு எழுதியதுண்டு. அப்படியொரு உணர்வுபூர்வமான பிணைப்பு, அமெரிக்காவுடன் அவருக்கு ஏற்பட்டிருந்தது.

ஆனால், அவருடைய இந்தப் பற்றைச் சந்தேகிப்பதுபோலவும், அவரை ஒரு துரோகிபோல் சித்தரித்தும் சிலர் பேசத்தொடங்கியபோது, சாப்ளின் அனுபவித்த துயரங்களுக்கு அளவே இல்லை. தன்னால் முடிந்தவரை, தன்னுடைய தரப்பு நியாயங்களைத் தெளிவாகவும், உரத்த குரலிலும் சொன்னார் அவர். ஆனால், அவர்மீது கிளப்பப்பட்ட சர்ச்சைகளின்

இரைச்சல் நடுவே, அவருடைய பேச்சைக் காது கொடுத்துக் கேட்பதற்கு யாரும் தயாராய் இல்லை.

அப்போதும்கூட, இந்தப் பிரச்சனை இவ்வளவு பெரிதாகி, தன்னை அமெரிக்காவிலிருந்து நிரந்தரமாய் வெளியேற்றிவிடுவார்கள் என்று அவர் கொஞ்சமும் எதிர்பார்த்திருக்கவில்லை. ஆகவே, அப்படியொரு செய்தியைச் சந்திக்க நேர்ந்தபோது, அதிர்ச்சியில் செய்வதறியாது தவித்துப்போய்விட்டார் சார்லி சாப்ளின்.

தன்மீது இப்படி அநியாயமாய்க் குற்றம் சுமத்திவிட்டார்களே என்ற ஆதங்கத்தைத் தாண்டி, வேறொரு விஷயம்தான் அவரை ரொம்பவும் வேதனைக்குள்ளாக்கியது - 'சாப்ளினை வெளியேற்றியது தவறு' என்று அவருக்கு ஆதரவாக யாருமே குரல்கொடுக்கவில்லை. இத்தனை காலமாய் அவர்மீது அன்பு செலுத்திய அமெரிக்க ரசிகர்களும், திரைப்படத்துறையினரும்கூட, இப்போது அவரைச் சந்தேகித்து, மொத்தமாய்க் கைவிட்டுவிட்டார்கள்.

அதன்பிறகு கொஞ்ச காலத்துக்கு, இங்கிலாந்து, பாரிஸ், ரோம் என்று குடும்பத்தோடு அங்குமிங்குமாய்ச் சுற்றி, வெவ்வேறு ஹோட்டல்களில் தங்கி, பணக்கார நாடோடியாய் வாழ்க்கை நடத்திய சாப்ளின், கடைசியில் ஸ்விட்ஸர்லாந்து நாட்டில் அடைக்கலம் புகுந்தார்.

ஒருவிதத்தில், நடந்து முடிந்துவிட்ட அனைத்துமே அவருக்குப் பெரிய அவமானம்தான். தன்மீது குற்றம் சாட்டியவர்களின் வாதங்களை நேருக்கு நேர் சந்தித்து, அவற்றுக்குத் தன்னுடைய பதில்களை முன்வைத்து, தான் குற்றவாளி இல்லை என்று உலகத்தின் பார்வையில் நிரூபிப்பதற்கான வாய்ப்பை சாப்ளினுக்கு வழங்காமலேயே, அவரை வலுக்கட்டாயமாய் நாடுகடத்திவிட்டது அமெரிக்கா.

அதாவது, விசாரணை நடத்தாமலேயே, அவருக்கு தண்டனை வழங்கியாகிவிட்டது. இத்தனை வருடமாய் நேர்மையோடு பிழைப்பு நடத்திய அமெரிக்காவிலிருந்து வெளியேற்றப்பட்டு,

இப்போது, தனக்குக் கொஞ்சமும் சம்பந்தமில்லாத வேறொரு நாட்டில் தஞ்சம் புகுந்து, பழக்கமில்லாத சூழ்நிலைகளில் வாழ நேர்வதென்பது, கிட்டத்தட்ட தலைமறைவு வாழ்க்கையைப்போல்தான்.

ஸ்விட்ஸர்லாந்தில் சாப்ளினும், அவருடைய குடும்பத்தினரும் நன்கு வசதியாகதான் வாழ்ந்தார்கள். என்றாலும், ஆரம்பகாலத்தில் வீட்டுக்கு வெளியே பலவிதமான பிரச்சனைகளையும், மன அழுத்தங்களையும் அவர்கள் சந்திக்கவேண்டியிருந்தது. 'நாம மறுபடி எப்போ நம்ம வீட்டுக்குத் திரும்புவோம்?', என்று வெகுளியாய்க் கேட்கிற குழந்தைகளுக்கு பதில் சொல்வதில் தொடங்கி, இத்தனை காலமாய் ரத்தத்தோடு கலந்துவிட்ட ஹாலிவுட் சினிமாவின் பரபரப்பிலிருந்து விலகி வாழவேண்டியிருப்பதன் சுய இரக்கம்வரை, பலவிதமான மன உளைச்சல்களில் சிக்கித் திணறினார் சார்லி சாப்ளின்.

நல்லவேளையாக, காலம் எல்லா காயங்களையும் ஆற்றிவிடுகிறது. சீக்கிரத்திலேயே, சாப்ளின் குடும்பத்தினருக்கு அந்தப் புதிய தேசம் பழகிவிட்டது. சாப்ளினும் தனது பழைய திரைப்படங்களை மறுவெளியீடு செய்வது, புதிய படங்கள் எடுப்பது என்று பழையபடி சுறுசுறுப்பாகிவிட்டார்.

அமெரிக்காவில் இருந்தவரை சார்லி சாப்ளின் அனுபவித்த புகழ் வெளிச்சமும், அவருக்குப் பின்னே சுற்றிய ரசிகக் கூட்டமும், 'பிரபலர்' அந்தஸ்தும், இங்கே கொஞ்சம் குறைவுதான். என்றாலும், அதே அமெரிக்கர்கள் தன்மீது உமிழ்ந்த வெறுப்பின் கசப்பை மறந்து வாழ்வது, சாப்ளினுக்குப் பிடித்துவிட்டது. முன்பைவிட அதிக நேரம் மனைவி, குழந்தைகளோடு செலவிட்டார், பழைய, புதிய நண்பர்களைச் சந்தித்து, மணிக்கணக்காய்ப் பேசினார், எப்போதாவது ஸ்விட்ஸர்லாந்துக்கு வரும் அண்ணன் சிட்னி சாப்ளினுடன் நேரம் கழித்தார், நல்ல இசை கேட்டார், நல்ல படங்களைப் பார்த்தார், நீண்ட தூரங்கள் நடந்தார், குடும்ப நிகழ்வுகளில் ஆர்வத்தோடு பங்கேற்றார், விரிவான சுயசரிதை எழுதினார், மனதுக்குப் பிடித்ததைச் செய்துகொண்டு ரொம்பவும் சந்தோஷமாகவே இருந்தார்.

ஸ்விட்ஸர்லாந்தில் இருபது ஆண்டுகளுக்குமேல் வாழ்ந்த சார்லி சாப்ளின், இந்தக் காலகட்டத்தில் இரண்டு திரைப்படங்களை இயக்கினார், தன்னுடைய பழைய படங்கள் பலவற்றுக்கு இசையமைத்து மீண்டும் வெளியிட்டார். ஆனால், தன்னுடைய மனைவி, குழந்தைகளிடம்கூட, தனது பழைய 'சினிமா வாழ்க்கை'யைப்பற்றி அவர் அதிகம் பேசுவதில்லை. அந்த அளவுக்கு, இழப்பின் சோகம் அவரை பாதித்திருந்தது.

ஆனால், சார்லி சாப்ளினின் இந்த வேதனையை, அவருடைய குடும்பத்தினர் நன்றாகப் புரிந்துகொண்டிருந்தார்கள். *'எனக்கு ஏன் இப்படி நடக்கவேண்டும்? திடீரென்று, என்னுடைய மக்களே எனக்கு எதிராகத் திரும்பிவிட்டார்களே, ஏன்?',* என்றெல்லாம் அவர் தனக்குள் பேசிக்கொண்டு புலம்பும்போது, அதைக் கவனிக்காதவர்கள்போல், அவரிடம் வழக்கமான அன்புடனும், பாசத்துடனும் பழகி, பழைய கசப்புகளை மறந்துவிடச்செய்தது, சாப்ளினின் மனைவி ஓனாவும், பிள்ளைகளும்தான்.

இந்தச் சூழ்நிலையில்தான், *1972*ம் ஆண்டு, சாப்ளினின் *83*வது வயதில், அந்த அறிவிப்பு வந்தது - திரைப்படத்துறைக்கு சார்லி சாப்ளினின் அற்புதமான பங்களிப்பை கௌரவிக்கும்வகையில், அவருக்குச் சிறப்பு 'வாழ்நாள் சாதனை' ஆஸ்கார் விருது வழங்கப்படுகிறது. இதைப் பெறுவதற்காக, அவரை மீண்டும் அமெரிக்காவுக்கு அழைத்திருந்தார்கள்.

இதைக் கேள்விப்பட்டதும், தள்ளாத அந்த வயதிலும், ஒருமுறை துள்ளிக் குதித்திருப்பார் சார்லி சாப்ளின். விருது கிடைத்திருக்கும் செய்தியைவிட, முன்பு தன்னை நிராகரித்த அமெரிக்கா, இப்போது மீண்டும் தனது சாதனைகளை ஏற்றுக்கொண்டு, பாராட்டுகிறது என்ற பெருமிதம்தான் அவருக்கு!

ஆனால், சார்லி சாப்ளினின் பிள்ளைகள், அவர் இந்த அழைப்பை ஏற்கக்கூடாது என்று பிடிவாதம் பிடித்தார்கள். *'அவர்கள் நினைத்தால் விரட்டுவார்கள், நினைப்பு மாறினால் மறுபடி கூப்பிடுவார்கள். அவர்களுடைய எண்ணப்படி நீங்கள் ஆடவேண்டுமா ? இது என்ன அநியாயம்?'*

'மதியாதார் வாசல் மிதியாதே' என்று நம் ஊரில் சொல்வதுபோல், அவர்கள் பாஷையிலும் ஏதாவது பழமொழிகள் இருந்திருக்கும். அவற்றை எடுத்துச்சொல்லி, 'உங்களை அவர்கள் எந்த அளவுக்கு அவமானப்படுத்தினார்கள், அதெல்லாம் மறந்துவிட்டதா அப்பா? மறுபடி நீங்கள் அந்த நாட்டில் காலை வைத்தாலே பாவம்!' என்று கோபமாய்க் கொதித்து, சாப்ளின் அமெரிக்காவுக்குப் போகக்கூடாது என்று அவர்கள் வற்புறுத்தினார்கள்.

ஆனால், அவர்களுடைய இந்தப் பேச்செல்லாம், சாப்ளினின் உற்சாக மனநிலையைக் கொஞ்சமும் பாதிக்கவில்லை. ஏனெனில், அமெரிக்கர்களின்மீது அவருக்கு இன்னும் தீராத பாசம் இருந்தது. ஆகவே, திருந்தி வந்த மகனை ஏற்றுக்கொள்ளும் அப்பாவைப்போல, அவர்கள் முன்பு செய்த தவறுகளையும், அவருக்குச் செய்த அவமானங்களையும் மன்னித்து, நடந்ததையெல்லாம் மறந்து, அவர்கள் நாண, நன்னயம் செய்துவிடவே விரும்பினார் சாப்ளின்.

ஆகவே, மனைவி ஓனாவுடன் சார்லி சாப்ளின் அமெரிக்கா செல்வது உறுதியானது. இந்த ஆஸ்கார் விருதை ஏற்றுக் கொள்வதில் மகிழ்ச்சியும், பெருமையும் அடைவதாக அறிவித்தார் சாப்ளின்.

இருபது வருடங்களுக்குப்பின் சாப்ளின் அமெரிக்கா திரும்பியபோது, அவருக்கு உற்சாகமான வரவேற்பு அளிக்கப்பட்டது. திரும்பிய பக்கமெல்லாம் ரசிகர்களும், பொதுமக்களும், சக நடிகர்களும், இயக்குனர்களும், புதுமுகங்களுமாய் அவரை ஆராதித்துக் கொண்டாடினார்கள். இந்தக் கோலாகலங்களைப் பார்க்கும்போது, எப்போதோ செய்துவிட்ட தவறுக்கு, அமெரிக்கா இப்போது பரிகாரம் தேடுவதுபோல் தோன்றியது.

ஆனால், இதையெல்லாம் யோசிக்கிற மனோநிலையில் சாப்ளின் இல்லை. மீண்டும், பழைய கௌரவத்துடன் அமெரிக்கா வந்திருக்கிறோம் என்ற நினைப்பு ஒன்றே

அவருக்குப் போதுமானதாய் இருந்தது. தன்னுடைய பழைய ஸ்டூடியோவையும், மற்ற இடங்களையும் சென்று பார்த்த அவர், கடந்தகால நினைவுகளின் தாக்கத்தில் உருகிக் கண்ணீர் வடித்தார்.

சார்லி சாப்ளின் 'வாழ்நாள் சாதனையாளர்' விருது பெற்ற அந்த ஆஸ்கார் விழா, மிக பிரம்மாண்டமாய் நடைபெற்றது. விழாவின் இறுதியில், திரைப்படங்களை உன்னதமான கலைப்படைப்புகளாக உருமாற்றிய சாதனைக்காக அவருக்குச் சிறப்பு விருது வழங்கப்பட்டபோது, அங்கிருந்த எல்லோரும் எழுந்து நின்று கரகோஷம் எழுப்பினார்கள். இடைவெளியில்லாமல் தொடர்ந்த அந்தக் கைதட்டல் ஓசை அடங்குவதற்குப் பல நிமிடங்கள் ஆனது.

திரை உலக சரித்திரத்தின் ஒப்பற்ற கலைஞராக கௌரவிக்கப்பட்ட சார்லி சாப்ளின், நெகிழ்ச்சியூட்டும் அந்தத் தருணத்தின் ஆனந்தத்தைத் தாங்கமுடியாமல், வாய்விட்டு அழுதுவிட்டார். அவரால் சரியாகப் பேசக்கூடமுடியவில்லை.

பின்னர், அமெரிக்க ரசிகர்களின் அன்புக்கும், தனக்கு விருது வழங்கிய அகாடமிக்கும் தனது நெஞ்சார்ந்த நன்றிகளைச் சொன்ன சார்லி சாப்ளின், தன்னுடைய எல்லாச் சாதனைகளுக்கும், தன்னோடு துணைநிற்கும் மனைவி ஓனாதான் காரணம் என்பதுபோல், அவரை அன்போடும், நெகிழ்ச்சியோடும் பார்த்தார்.

சாப்ளினின் இந்த அமெரிக்கப் பயணம், மிகக் குறுகிய காலமே நீடித்தது. என்றாலும், இதனால் ஒரு மிகப் பெரிய கதவு திறந்தது - அதுவரை, சாப்ளினின் புதிய படங்களை அமெரிக்காவில் வெளியிடுவதில்லை என்று ஒரு எழுதப்படாத விதி இருந்தது. இப்போது அந்தக் கட்டுப்பாடுகள் உடைந்து, சாப்ளினின் எல்லாப் படங்களும் அமெரிக்க ரசிகர்கள் பார்க்கக் கிடைத்தன.

முன்பு, 1952ம் ஆண்டு அமெரிக்காவில் வெளிவந்த 'லைம்லைட்' திரைப்படம், அமெரிக்கர்களால் மொத்தமாய்ப்

புறக்கணிக்கப்பட்டிருந்தது. ஆனால், அதே படம், இப்போது மீண்டும் வெளியாகி, பெரும் வெற்றி பெற்றது.

குறிப்பாக, ரேமண்ட் ராச் *(Raymond Rasch)* மற்றும் லாரி ருஸ்ஸெல் *(Larry Russell)* ஆகியோருடன் இணைந்து, அந்தத் திரைப்படத்துக்கு சார்லி சாப்ளின் அமைத்திருந்த அற்புதமான இசை, மக்களிடையே நல்ல வரவேற்பைப் பெற்றது. இதற்காக, அவருக்கு இன்னொரு ஆஸ்கார் விருது கிடைத்தது.

அமெரிக்காவிலிருந்து திரும்பியபின், ஸ்விட்ஸர்லாந்து இல்லத்தில் தனது ஓய்வு வாழ்க்கையைத் தொடர்ந்த சார்லி சாப்ளினுக்கு, 1975ம் ஆண்டு இன்னொரு பெரிய கௌரவம் தேடிவந்தது - இங்கிலாந்து அரசு, அவருக்கு 'சர்' பட்டம் வழங்குவதாக அறிவித்தது.

உண்மையில், 1956ம் ஆண்டிலிருந்தே, சாப்ளினுக்கு 'சர்' பட்டம் வழங்கவேண்டும் என்று ஒரு பேச்சு இருந்தது. ஆனால், அவருக்குப் பட்டம் தந்தால், ஒருவேளை அமெரிக்கா கோபித்துக்கொள்ளுமோ என்று எண்ணி பயந்த இங்கிலாந்து, அதைத் தள்ளிப்போட்டுக்கொண்டே இருந்தது.

ஆனால் இப்போது, அமெரிக்காவே அவருடைய மகிமையைப் புரிந்துகொண்டு, மீண்டும் அழைத்து, 'ஆஸ்கார்' கொடுத்திருக்கிற சூழ்நிலையில், இங்கிலாந்தின் தயக்கங்கள் தானாய்க் கரைந்தன. 1975ம் ஆண்டு, தனது எண்பத்தாறாவது வயதில், 'சர்' பட்டம் பெற்றார் சார்லி சாப்ளின் - பிறப்பால் ஒரு ஆங்கிலேயரான சாப்ளினுக்கு, அந்த தேசம் தந்த உயர்ந்த கௌரவம் இது.

இந்த விழாவுக்காக, தனது மனைவி, குழந்தைகளுடன் இங்கிலாந்து வந்த சார்லி சாப்ளின், நடக்கமுடியாதபடி தளர்ந்திருந்தார். சக்கர நாற்காலியில் அமர்ந்தபடிதான், 'சர்' பட்டத்தை ஏற்றுக்கொண்டார் அவர்.

சாப்ளினின் முகத்தில் ஏகப்பட்ட சுருக்கங்கள். கை, கால்கள் கட்டுப்பாடின்றி நடுங்குகின்றன, ஒருகாலத்தில், தன்னுடைய மின்னல் நடைக்காகவே புகழ்பெற்ற அவரால், இப்போது சில

அடி தூரம்கூட நடக்கமுடியவில்லை. ஆனாலும், அப்போது அவரைப் பார்த்துக்கொண்டிருந்த கூட்டத்தின் கண்களுக்கு, அவர் ஒரு தேவதூதராகவே தோன்றினார்.

அடுத்தவேளை சாப்பாடு உண்டா, அல்லது பட்டினிதானா என்று தெரியாமல், இங்கிலாந்து வீதிகளில் தடுமாறி நடந்துகொண்டிருந்த ஒரு சிறுவன், தன்னுடைய அபாரமான திறமைகள், தொலைநோக்கு, கடின உழைப்பு ஆகியவற்றால் வளர்ந்து, தனது தாய்நாட்டின் மிக உயர்ந்த விருதைப் பெறுகிறவனாய் இந்த மேடையில் நிற்கிறான் என்றால், அந்தச் சாதனை நமக்குச் சொல்கிற விஷயங்கள் ஏராளம்!

அடுத்தமுறை, ‘நம்மால் முடியுமா?’, என்று தாழ்வு மனப்பான்மையோடு சிந்திக்க நேர்ந்தால், கொஞ்சம் சார்லி சாப்ளினை நினைத்துக்கொள்ளுங்கள்!

17. The Pilgrim

1953ம் ஆண்டுமுதலே, அமைதியான ஸ்விஸ் வாழ்க்கைக்குப் பழகிக்கொண்ட சார்லி சாப்ளின், தனது குடும்பத்தினருடன் செலவழித்த நேரம் தவிர்த்து, எஞ்சிய நேரத்தில், பல புதிய படங்களுக்குத் திட்டமிட்டார். அவருடைய வயதின் தள்ளாமையையும் மீறி, 1957ல் ஒன்று, 1967ல் ஒன்று என இரண்டு படங்கள் சாப்ளினின் இயக்கத்தில் வெளிவந்தன.

1967ம் ஆண்டு வெளியான, 'A Countess from Hong Kong' படத்திற்குப்பின், சார்லி சாப்ளின் திரையுலகிலிருந்து நிரந்தரமாய் ஓய்வு பெற்றுவிட்டார் என்றுதான் எல்லோரும் நினைத்தார்கள்.

ஆனால், தன்னுடைய திரைப்படங்களையே தனது வாழ்க்கையாகத் தீர்மானித்துக்கொண்டுவிட்ட சாப்ளினால், அப்படி ஒதுங்கியிருக்க முடியவில்லை. ஆகவே, அவ்வப்போது, பல புதிய கதைகளை உருவாக்கி, மனதுக்குள் எழுதிப்பார்த்துக்கொண்டிருந்தார்.

இப்படி சார்லி சாப்ளினுக்குத் தோன்றிய எண்ணற்ற கதைகளில் ஒன்று, அவரை ரொம்பவும் கவர்ந்தது. வலுவான பின்னணி,

உணர்ச்சிகரமான பாத்திரங்கள், கதையமைப்பு, மற்றும் நெஞ்சைத் தொடும் முத்தாய்ப்போடு உருவாகியிருந்த அந்தக் காதல் கதையை, படமாக எடுப்பது என்று முடிவுசெய்து, அதற்கான திரைக்கதையை எழுதத்தொடங்கினார் சாப்ளின்.

'Freak' என்று அந்தத் திரைப்படத்துக்குப் பெயர் வைத்த சார்லி சாப்ளின், கதைநாயகியாகத் தன்னுடைய மகள் விக்டோரியாவை நடிக்கவைக்க விரும்பினார்.

ஆனால், அவருடைய அந்த ஆசை நிறைவேறவில்லை. எண்பத்தைந்து வயது சார்லி சாப்ளினின் முதிர்ந்த வயதும், உடல்நிலையும், அவரை வீட்டோடு முடக்கிவிட்டது. ஆகவே, *'Freak'* படம், திரைக்கதை அளவில் நின்றுபோனது.

1977ம் ஆண்டு நவம்பர் மாதத்தில், 88 வயதான சார்லி சாப்ளினின் உடல்நிலை இன்னும் மோசமாகிவிட்டது. பார்வைக் கோளாறு, கேட்பதில் குறைபாடு, பேச்சு குழறுவது என்று முதுமையின் எல்லாக் கோளாறுகளும் அவரை ஒரே நேரத்தில் தாக்கி, படுத்தபடுக்கையாக்கிவிட்டன. போதாக்குறைக்கு, சரியாக மூச்சுவிடமுடியாமல் திணறல் ஏற்பட்டு, செயற்கை ஆக்ஸிஜன் செலுத்தப்பட்டது.

சாப்ளினின் குடும்பம், அவரைப் பக்கத்திலிருந்து கவனித்துக்கொண்டது. அவருடைய மனைவி ஓனாவும், குழந்தைகளும், அவர் மறுபடி கண் விழிக்கமாட்டாரா என்று ஏங்கிக் காத்திருந்தார்கள்.

ஆனால், அவர்களுடைய பிரார்த்தனைகள் பலிக்கவில்லை. அடுத்த மாதம், கிறிஸ்துமஸ் தினத்தன்று (டிசம்பர் 25) அதிகாலை நான்கு மணிக்கு, சார்லி சாப்ளினின் உயிர் பிரிந்தது. தூக்கத்திலேயே, அமைதியான இயற்கை மரணம்.

சாப்ளினின் மரணச் செய்தி அறிவிக்கப்பட்டபோது, உலகெங்கிலுமிருந்த திரைக் கலைஞர்களும், ரசிகர்களும் அவருக்குத் தங்களின் மானசீக அஞ்சலியைச் செலுத்தினார்கள். ஐம்பது ஆண்டுகளுக்கும்மேலாக, தனது அற்புதமான

திரைப்படங்களின்மூலம் மக்களைச் சிரிக்கவைத்துக்கொண்டிருந்த அந்த மகா கலைஞர், இப்போது அவர்களைக் கண்ணீர் சிந்தி அழச்செய்து, பிரிந்துவிட்டார்.

சிறுவயதில், சார்லி சாப்ளினின் அம்மா ஹென்னா, அவருக்கு பைபிளைப் படித்துக் காண்பித்து, இறைவனின் மகிமைகளை எடுத்துச்சொன்னபோது, அம்மாவின் விவரிப்புகளில் மயங்கி, அந்த ஆண்டவரின்மீது இனம்புரியாத நேசத்தை வளர்த்துக்கொண்ட சாப்ளின், 'நான் உடனடியாக இறைவனைப் பார்க்கவேண்டுமே அம்மா', என்று வெகுளியாய்க் கேட்பாராம்.

'நாம் நினைத்தபோது ஆண்டவரைப் பார்த்துவிடமுடியாது சார்லி', என்று தன் மகனுக்குப் பொறுமையாய் பதில் சொல்வார் ஹென்னா, 'ஆனால், நாம் எல்லோரும் இறந்தபிறகு, அவரே நேரில் வந்து நம்மை அரவணைத்துக்கொள்வார், அப்போது நாம் அவரைப் பார்க்கலாம்.'

'அப்படியானால், நான் இப்போதே செத்துப்போய்விடுகிறேன்', சார்லியின் பதில் வெடுக்கென்று வந்தது, 'நான் உடனடியாக ஆண்டவரைப் பார்க்கவேண்டும்!'

பிடிவாதமாய்ப் பேசும் தன் மகனை, அன்போடு அணைத்தபடி சொன்னார் ஹென்னா சாப்ளின், 'அப்படியெல்லாம் பேசக்கூடாது சார்லி. ஆண்டவர் ஒரு நோக்கத்தோடுதான் நம்மைப் படைத்திருக்கிறார். நம் ஒவ்வொருவருக்கும், அவர் சில கடமைகள் விதித்திருக்கிறார். அதையெல்லாம் சரியாகச் செய்துமுடித்தபிறகுதான், நாம் அவரிடம் போகவேண்டும்!'

அந்தச் சிறுவயதில், அம்மா ஹென்னா சொன்னதன் முழுப்பொருளையும் சார்லி சாப்ளின் புரிந்துகொண்டாரோ, என்னவோ. ஆனால், அப்போது அவர் ஆசைப்பட்டதுபோல், ஆண்டவரைப் பார்க்கமுடியவில்லை. பின்னர், பல வருடங்கள் கழித்து, அந்த ஆண்டவரே அவரைத் தேடிவந்தபோது, தன் அம்மாவின் விருப்பப்படி, இந்த உலகில் தன்னுடைய கடமையை முறைப்படி நிறைவேற்றியிருந்தார் சார்லி சாப்ளின்.

எல்லோருக்கும் பிடித்தமான கலைஞனாய், நிறைவாழ்வு வாழ்ந்து மறைந்த சார்லி சாப்ளினின் படங்கள், இன்றைய குழந்தைகள், இளம் ரசிகர்களாலும் விரும்பி ரசிக்கப்படுகின்றன. இந்தப் படைப்புகளின்மூலம், அவர் இன்னும் பல நூற்றாண்டுகள் வாழ்ந்திருப்பார் என்பது நிச்சயம்.

18. MixedUp

சாதாரணமாய், எந்த வாழ்க்கை வரலாற்றுப் புத்தகத்தை எடுத்துக்கொண்டாலும், நூலின் தலைவர் அல்லது தலைவி இறந்ததும், அந்த நூல் முடிந்துபோய்விடும். ஆனால், இந்த சார்லி சாப்ளின் சரிதத்தை, அப்படி முடிக்கமுடியாத நிலைமை.

ஏனெனில், சார்லி சாப்ளினின் படங்களில் வரும் நகைச்சுவைக் காட்சிகளுக்குக் கொஞ்சமும் குறைச்சலில்லாத ஒரு காமெடி, அவர் இறந்தபிறகு அரங்கேறியது. 1977 டிசம்பரில் சார்லி சாப்ளின் மறைந்தபிறகு, அவருடைய உடல் சகல மரியாதைகளுடன் ஸ்விட்ஸர்லாந்திலேயே அடக்கம் செய்யப்பட்டது.

பின்னர், இரண்டு மாதங்கள் கழித்து, 1978 மார்ச் முதல் வாரத்தில், திடீரென்று சாப்ளினுடைய சவப்பெட்டி காணாமல்போய்விட்டது. அவரைப் புதைத்த இடத்தைத் தோண்டி, சவப்பெட்டியோடு சாப்ளினின் உடலை யாரோ கடத்திக்கொண்டுபோய்விட்டார்கள்.

இந்த விஷயம் வெளியே தெரிந்ததும், பத்திரிகைகள், மற்ற ஊடகங்களில் ஏகப்பட்ட பரபரப்பு. சாப்ளினின் உடலைக் கடத்தியது யார்? வேலைமெனக்கெட்டு இடுகாட்டைத் தோண்டி, அவருடைய பிணத்தைத் திருடிக்கொண்டு போகவேண்டிய அவசியம் என்ன? - இப்படிப் பலவிதமான கேள்விகளும், ஊகங்களும் பரவலாயின.

குழப்பமான இந்தச் சூழ்நிலையைப் பயன்படுத்திக்கொண்டு, சில விஷமிகள் பணம் பண்ண முயன்றார்கள். ஆகவே, சார்லி சாப்ளின் குடும்பத்தினருக்கு ரகசியமான பல தொலைபேசி அழைப்புகள் வந்தன. 'அவருடைய உடல் எங்களிடம்தான் இருக்கிறது, இத்தனை பணம் தந்தால், அதைத் திருப்பித் தந்துவிடுகிறோம்', என்று ஆளாளுக்கு ஏமாற்றப்பார்த்தார்கள்.

மேற்படி கலாட்டாவெல்லாம் சில நாள்களுக்கு நீடித்தது. அதன்பின், அந்தத் திருட்டுப் பயல்களிடமிருந்து, அதிகாரபூர்வமாய்(?) ஒரு கடிதம் வந்தது. அதில், சார்லி சாப்ளினுடைய சவப்பெட்டியின் புகைப்படம் இணைக்கப்பட்டிருந்தது. கூடவே, 'ஆறு லட்சம் டாலர் கொடுத்தால்தான், சவப்பெட்டியைத் திருப்பித்தருவோம்' என்று ஒரு மிரட்டல் கடிதம்.

இந்த விஷயம், சார்லி சாப்ளினின் மனைவி ஓனாவின் கவனத்துக்குக் கொண்டுசெல்லப்பட்டபோது, அவர் இந்த மிரட்டலுக்குப் பணிய மறுத்துவிட்டார். அவர்களுக்குப் பணம் தரமுடியாது என்று கண்டிப்பாய்ச் சொல்லிவிட்டார்.

என்றாலும், காவல்துறை அதிகாரிகளின் வேண்டுகோளுக்கிணங்க, அந்தக் கடத்தல்காரர்களுடன் பேரம் பேசுவதுபோல் நடித்தார் ஓனா. ஆறு லட்சம் டாலரில் பேச்சைத் தொடங்கிய அவர்கள், கொஞ்சம் கொஞ்சமாய்த் தொகையைக் குறைத்து, இரண்டரை லட்சம் டாலர்வரை இறங்கிவந்தார்கள்.

அதற்குள், அந்தத் தொலைபேசி அழைப்புகளைப் பின்தொடர்ந்து, மறுமுனையில் சுவாரஸ்யமாய் பேரம் பேசிக்கொண்டிருந்த இரண்டு இளைஞர்களைக் கண்டுபிடித்துவிட்டது ஸ்விட்ஸர்லாந்துக் காவல் துறை. அவர்களைக் கைது செய்து, முறைப்படி விசாரித்தபோது, குற்றத்தை ஒப்புக்கொண்டு, 'பக்கத்திலிருக்கிற ஒரு வயலில்தான் அந்தச் சவப்பெட்டியைப் புதைத்துவைத்திருக்கிறோம்' என்றார்கள். 1978ம் ஆண்டு மே மாதம், சாப்ளினின் சவப்பெட்டி மீட்கப்பட்டது. மறுபடி யாரும் தோண்டியெடுக்கமுடியாதபடி, கனமான காங்கிரீட்

பூச்சினுள் மறு அடக்கம் செய்யப்பட்டார் சார்லி சாப்ளின். சாப்ளினின் மரணத்துக்குப்பின், அவருடைய காதல் மனைவி ஓனா ரொம்பவே தளர்ந்துபோய்விட்டார். முப்பது ஆண்டு காலத் துணையைப் பிரிந்த சோகமும், தனிமையும், அவருடைய வாழ்க்கையையே வெறுமையாக்கிவிட்டது. ஆகவே, இந்த வேதனையை மறப்பதாக எண்ணிக்கொண்டு, கொடுமையான குடிப்பழக்கத்துக்கு அடிமையாகி, 1991ம் ஆண்டு புற்றுநோயால் இறந்தார் ஓனா சாப்ளின்.

1992ம் ஆண்டு, சார்லி சாப்ளினின் வாழ்க்கைக் கதை, 'Chaplin' என்ற பெயரில் திரைப்படமாக வெளிவந்தது. பலதரப்பினராலும் விரும்பிப் பாராட்டப்பட்ட இந்தப் படத்தை இயக்கியவர், 'காந்தி' புகழ் ரிச்சர்ட் அட்டன்பரோ.

மூன்று வருடங்கள் கழித்து, 1995ம் ஆண்டு, உலக அளவிலான விமர்சகர்கள் கலந்துகொண்ட ஒரு கருத்துக் கணிப்பு, 'திரையுலக சரித்திரத்தின் புகழ்மிக்க, சிறந்த நடிகர்' என சார்லி சாப்ளினைத் தேர்ந்தெடுத்து கௌரவித்தது.

உண்மையில், இந்தப் பாராட்டுகள், விருதுகளுக்கெல்லாம் அப்பாற்பட்ட சாதனையாளர் சார்லி சாப்ளின். முரட்டுக் களிமண்ணாய் இருந்த திரைப்படத்துறையை, ஒரு அழகிய சிற்பமாக மாற்றிய ஆரம்பகாலக் கலைஞர்களில், அவர் மிக முக்கியமானவர். திரைப்படங்களுக்கு மனிதாபிமானத்தை அறிமுகப்படுத்தி, அதை ஒரு சிறந்த கலைப்பிரிவாக வளர்த்தவர். அந்த விதத்தில், உலக சினிமா, அவருக்கு என்றென்றும் கடமைப்பட்டிருக்கும்.

பட்டங்கள் / விருதுகள் / கௌரவங்கள்

1916 காமிக்ஸ் கதாபாத்திரமாய் சித்தரிக்கப்பட்ட முதல் நடிகர்

1925 புகழ்பெற்ற 'Time' இதழின் அட்டையில் இடம்பெற்ற முதல் நடிகர்

1929 பலதுறைப் பங்களிப்புக்கான சிறப்பு ஆஸ்கார் விருது 'The Circus' திரைப்படத்துக்காக

1936 'Screen Writers & Actors Guild' வழங்கிய 'மிகச் சிறந்த நடிக'ருக்கான விருது

1940 நியூயார்க் திரை ரசிகர்கள் சங்கம் வழங்கிய 'சிறந்த நடிகர்' விருது 'The Great Dictator' திரைப்படத்துக்காக

ஆனால், சில கருத்து வேறுபாடுகளால், சார்லி சாப்ளின் இந்த விருதைப் பெற்றுக்கொள்ள மறுத்துவிட்டார்

1954 உலக அமைதிக் கூட்டமைப்பு விருது

1959 Bodil கௌரவ விருது

1962 ஆக்ஸ்ஃபோர்ட் பல்கலைக்கழகம் & டர்ஹாம் பல்கலைக்கழகம் வழங்கிய கௌரவ 'டாக்டர்' பட்டங்கள்

1971 'Writers Guild of America' வழங்கிய பதக்கமும், விருதும்

1972 'Film Society of Lincoln Center' வழங்கிய 'Gala' நினைவு விருது

1972 வெனிஸ் திரைவிழாவில் 'தங்கச் சிங்கம்' (Golden Lion) விருது

1972 - வாழ்நாள் சாதனையாளருக்கான கௌரவ ஆஸ்கார் விருது

1973 - சிறந்த இசையமைப்பு (Original Dramatic Score)க்கான ஆஸ்கார் விருது 'Lime Light' திரைப்படத்துக்காக உடன் பகிர்ந்துகொண்டவர்கள்: Ray Rasch & Larry Russell

1974 Directors Guild of America கௌரவ விருது

1975 'சர்' பட்டம் (இங்கிலாந்து)

படங்களின் பட்டியல்

முன்குறிப்புகள்:

1. பெரும்பாலான படங்களில் சார்லி சாப்ளின் நடிகராகவும், இயக்குனராகவும் பங்களித்திருக்கிறார்

2. சாப்ளின் நடிகராக மட்டும் பணியாற்றிய படங்கள், '*' என்று குறிப்பிடப்பட்டிருக்கின்றன

3. அவர் இயக்குனராக மட்டும் பணியாற்றிய படங்கள் '<<>>' என்று குறிப்பிடப்பட்டிருக்கின்றன.

4. அவர் சிறு வேடத்தில் 'சும்மா' வந்துபோன படங்கள், '##' என்று குறியிடப்பட்டிருக்கின்றன.

5. இந்தப் படங்கள் பலவும், மறு வெளியீடு செய்யப்பட்டபோது, அல்லது பிற நாடுகளில் வெளியிடப்பட்டபோது, வெவ்வேறு புதிய பெயர்களில் திரையிடப்பட்டதுண்டு. ஆனால், இந்தப் பட்டியலில் அந்த மாற்றுப் பெயர்கள் இடம்பெறவில்லை.

6. சாப்ளினின் பழைய படங்களைத் தொகுத்து, 'Charlie Chaplin Revue', 'Charlie Chaplin Festival' போன்ற பொதுவான பெயர்களில்

வெளியிடப்பட்டிருக்கின்றன. அந்தத் தொகுப்புகளும் இந்தப் பட்டியலில் இடம்பெறவில்லை.

7. இவைதவிர, வேறொரு வினோதப் பிரிவும் உண்டு: சார்லி சாப்ளின் 'வேண்டாம்' என்று ஒதுக்கி எறிந்த படத்துண்டுகளை வெட்டி, ஒட்டி, புதுப்படங்களாகத் தயாரிக்கப்பட்ட படங்கள் - இந்தப் படங்களை சாப்ளின் அங்கீகரிக்கவில்லை. என்றாலும், பெரும்பாலான புள்ளிவிவரக் கணக்குகளில் அந்தப் படங்களும் இடம்பெறுகின்றன. ஆகவே, இந்தப் பட்டியலில், அந்தப் படங்கள் 'ஒட்டு'ப் படம் என்று குறிப்பிடப்பட்டிருக்கின்றன.

1914: (எல்லாப் படங்களும் தயாரிப்பு: Keystone)

01. Making a Living *
02. id Auto Races at Venice *
03. Mabel's Strange Predicament *
04. Between Showers *
05. A Film Johnnie *
06. Tango Tangles *
07. His Favorite Pastime *
08. Cruel, Cruel Love *
09. The Star Boarder *
10. Mabel at the Wheel *
11. Twenty Minutes of Love
12. Caught in a Cabaret
13. Caught in the Rain
14. A Busy Day
15. The Fatal Mallet *
16. Her Friend the Bandit
17. The Knockout *
18. Mabel's Busy Day *
19. Mabel's Married Life
20. Laughing Gas
21. The Property Man

22. The Face in the Bar Room Floor
23. Recreation
24. The Masquerader
25. His New Profession
26. The Rounders
27. The New Janitor
28. Those Love Pangs
29. Dough and Dynamite
30. Gentlemen of Nerve
31. His Musical Career
32. His Trysting Place
33. Tillie's Punctured Romance *
34. Getting Acquainted
35. His Prehistoric Past

1915: (எல்லாப் படங்களும் தயாரிப்பு : Essnay)

36. His New Job
37. A Night Out
38. The Champion
39. In the Park
40. A Jitney Elopement
41. The Tramp
42. By the Sea
43. Work
44. A Woman
45. The Bank
46. Shanghaied
47. A Night Out in the Show
48. His Regeneration ##
49. Mixed Up (தயாரிப்பு : Keystone - 'ஒட்டு'ப் படம்)

1916 :

50. Charlie Chaplin's Burlesque on Carmen (தயாரிப்பு : Essnay)
51. Police (தயாரிப்பு : Essnay - 'ஒட்டு'ப் படம்)
52. The Floorwalker (தயாரிப்பு : Mutual Films)

53. The Fireman (தயாரிப்பு : Mutual Films)
54. The Vagabond (தயாரிப்பு : Mutual Films)
55. One A.M. (தயாரிப்பு : Mutual Films)
56. The Count (தயாரிப்பு : Mutual Films)
57. The Pawnshop (தயாரிப்பு : Mutual Films)
58. Behind the Screen (தயாரிப்பு : Mutual Films)
59. The Rink (தயாரிப்பு : Mutual Films)

1917: (எல்லாப் படங்களும் தயாரிப்பு : Mutual Films)

60. Easy Street
61. The Cure
62. The Immigrant
63. The Adventurer

1918 :

64. A Dog's Life (தயாரிப்பு : First National)
65. Shoulder Arms (தயாரிப்பு : First National)
66. The Bond (தயாரிப்பு : First National)
67. Triple Trouble (தயாரிப்பு : Essanay - 'ஒட்டு'ப் படம்)
68. Chase Me Charlie (தயாரிப்பு : Essanay - 'ஒட்டு'ப் படம்)

1919:

69. Sunnyside (தயாரிப்பு : First National)
70. A Day's Pleasure (தயாரிப்பு : First National)

1921:

71. The Kid (தயாரிப்பு : First National)
72. The Idle Class (தயாரிப்பு : First National)
73. The Nut ##

1922:

74. Pay Day (தயாரிப்பு : First National)

1923:

75. The Pilgrim (தயாரிப்பு : First National)
76. A Woman of Paris (தயாரிப்பு : United Artist) <<>>
77. Souls for Sale ##
78. Hollywood ##

1925 :

79. The Gold Rush (தயாரிப்பு : United Artist)

1928 :

80. The Circus (தயாரிப்பு : United Artist)

81. Show People ##

1931

82. City Lights (தயாரிப்பு : United Artist)

1936

83. Modern Times (தயாரிப்பு : United Artist)

1940

84. The Great Dictator (தயாரிப்பு : United Artist)

1947

85. Monsieur Verdoux (தயாரிப்பு : United Artist)

1952

86. Limelight (தயாரிப்பு : United Artist)

1957

87. A King in New York (தயாரிப்பு : United Artist)

1967

88. A Countess From Hong Kong (தயாரிப்பு : Universal) <<>>

வெளியாகாத படங்கள் :

89. How to Make Movies (1918)

90. The Professor (1919)

91. Nice and Friendly (1920)

நன்றிகள்

இந்த நூலின் உருவாக்கத்தில் உதவிய நண்பர்கள் அனைவருக்கும் என் மனமார்ந்த நன்றிகள் :

- சார்லி சாப்ளின்பற்றிய பல முக்கியமான நூல்கள், இந்தியாவில் கிடைக்கவில்லை. அவற்றை அமெரிக்காவிலிருந்து, அதிவேகத்தில் அனுப்பிவைத்த நண்பர் பாஸ்டன் பாலாஜி.

- ஒவ்வொரு நாளும், நள்ளிரவு தாண்டியும் நான் எழுதிக்கொண்டிருக்கையில், 'அரட்டை'த் துணையாகி, எழுதியவற்றை உடனுக்குடன் வாசித்து, கருத்துகள், திருத்தங்கள் சொல்லி ஊக்குவித்த, அதே பாலாஜி.

- பல சுவையான கட்டுரைகள் / மொழிபெயர்ப்புகளைத் தொகுத்து அனுப்பிவைத்த நண்பர் முத்துராமன் & அவரது மாமா திரு. கல்யாணசுந்தரம்.

- நூலில் இடம்பெறும் அமெரிக்கப் பெயர்களின் தமிழ் வடிவத்தைச் சரிபார்த்து உதவிய தோழி. ரமணா & அவரது நண்பர்கள் Shriley Carvalho & Laura Standish.

- சார்லி சாப்ளினின் வாழ்க்கைகுறித்த பல சந்தேகங்களுக்கு உடனடியாக

விளக்கம் தந்து உதவிய 'சாப்ளின்' இணையக் குழு நண்பர்கள் : Rose McCaffery, Lucy A. Jaffe, Nancy M. Cassady, Kate Mackay, Noel Barbara, Ana Adian, Andrea, Angie Madsen & Michael Vogelle

நூல்கள்:

- My Autobiography - Charles Chaplin - Pocket Cardinal Edition - 1966
- A Comedian Sees the World - Charles Chaplin - Woman's Home Companion - 1933
- Charlie Chaplin FBI File - Fade To Black Magazine
- Tramp : The Life of Charlie Chaplin - Joyce Milton - Da Capo Press - 1998

கட்டுரைகள் :

- Looking at Charlie : Keystone and Essnay Days - Alan Vanneman
- The Tramp and the Dictator - Matthew Sweet
- Sydney Chaplin : Charlie Chaplin's Brother - Linda Wada
- Top Secret Tales of World War II - William B. Breuer
- Stealing the clown's clothes - Romano Giachetti - Translation : A. K. Bierman
- Chaplin - Aaron Hale
- Charlie: The Development of an Icon - David Gerstein
- The Icon as Shield in Battle of the Sexes - David Gerstein
- Charlie Chaplin as popular as ever - Randor Guy
- Charlie Chaplin Dead at 88; Made the Film an Art Form - Bosley Crowther
- Charlie Chaplin: Biography - J. A. Aberdeen
- Charlie Chaplin's Family - Linda Wada
- Charlie Chaplin's Film Heroines - Stephen M. Weissman, M.D.
- Charlie Chaplin's Wives - Linda Wada

- Unwelcome Tramp - Lauren Barack
- My Friend Charlie - Buster Keaton
- சாப்ளின் - ஜெயமோகன் - மொழிபெயர்ப்பு : அருண்மொழி நங்கை
- Untold Tales of Hollywood - Harry Carr
- The Shame of Sleepy Hollywood - Rob Wagner
- The Tragic Comedian - Thomas Burke
- The Unknown Charlie Chaplin - Jim Tully
- The FBI and the Little Tramp: An Introduction - Charles Maland
- The Great Dictator - Andrew Sarris
- The Phases of Charlie - Timothy Lyons
- Charlie Chaplin - Ann Douglas
- What made Charlie Run ? - Stephen M. Weissman

மற்ற செய்திகள் / குறிப்புகள் / (ஆசிரியர் பெயர் குறிப்பிடப்படாத) கட்டுரைகள் :

- The great composer - வெளிவந்த இதழ் : The Guardian
- Edna Purviance and Charlie Chaplin : Hollywood's Forgotten Love Story
- How Chaplin was Red-Baited
- Divorce Testimony of Mildred Harris Chaplin - வெளிவந்த இதழ் : AMERICAN WEEKLY

பேட்டிகள் :

- With Mack Sennett - சந்திப்பு : Harry C. Carr - PHOTOPLAY - 1915
- With Charlie Chaplin - சந்திப்பு : Clarence J. Caine - MOTOGRAPHY - 1915
- With Charlie Chaplin - சந்திப்பு : Miriam Teichner - NEW YORK GLOBE - 1916
- With Charlie Chaplin - சந்திப்பு : Grace Kingsley - LOS ANGELES TIMES - 1916

- With Charlie Chaplin - சந்திப்பு : Ray W. Frohman - LOS ANGELES HERALD - 1919
- With Charlie Chaplin - சந்திப்பு : Louella Parsons - NEW YORK TELEGRAPH - 1921
- With Charlie Chaplin - சந்திப்பு : Frank Vreeland - NEW YORK HERALD - 1921
- With Charlie Chaplin - சந்திப்பு : Marguerite Mooers Marshall - NEW YORK EVENING WORLD - 1921
- With Mack Sennett - சந்திப்பு : Don Ryan- LOS ANGELES RECORD - 1924
- With Charlie Chaplin - சந்திப்பு : Mordaunt Hall - The NewYork Times - 1925
- With Charlie Chaplin - சந்திப்பு : Austin O'Malley - LOS ANGELES EXAMINER - 1927
- With Mack Sennett - சந்திப்பு : Theodore Dreiser - PHOTOPLAY - 1928
- With Eugene Chaplin & Kiera Chaplin - Independent Film Quarterly - 2002
- With Geraldine Chaplin - Rediff Movies - 2003
- With Sydney Chaplin (Jr) - சந்திப்பு : Justine Schroeder - www.zap2it.com - 2003

வலைதளங்கள் :

http://www.imdb.com/
http://www.ednapurviance.org/
http://www.cinemaweb.com/silentfilm/
http://www.brightlightsfilm.com/
http://wso.williams.edu/~dgerstei/chaplin/
http://www.clown-ministry.com/
http://www.fadetoblack.com/foi/charliechaplin/
http://www.celebriducks.com/charlie_chaplin/index.html
http://www.cobbles.com/simpp_archive/

http://www.independentfilmquarterly.com/
http://www.turnerclassicmovies.com/
http://www.metroactive.com/
http://www.thehistorynet.com/
http://www.bbc.co.uk/

செய்தித் தாள்கள் / பத்திரிகைகள் :

1. Taylorology
2. Fade To Black
3. Time
4. The Times
5. Los Angeles Times
6. The NewYork Times
7. The Guardian

தெளிவான எழுத்தும் ஆழமான ஆய்வும் நிறைந்த நூல்களுக்காகத் தமிழ் வாசகர்களிடையில் நன்கு அறியப்பட்டுள்ள என். சொக்கன் புனைவு, வாழ்க்கை வரலாறு, நிறுவன வரலாறு, தன்னம்பிக்கை, சிறுவர் இலக்கியம் உள்ளிட்ட துறைகளில் இதுவரை எழுபதுக்கும் மேற்பட்ட நூல்கள், நூற்றுக்கணக்கான கதைகள், கட்டுரைகளை எழுதியுள்ளார். விரிவான ஆய்வுகள், சான்றுகளின் அடிப்படையிலான ஆழமான வரலாற்று நூல்களைத் தமிழில் எழுத இயலும், அவற்றைப் பெரும்பான்மை வாசகர்களுக்குக் கொண்டுசேர்க்கவும் இயலும் என்பதைப் பலமுறை நிரூபித்த எழுத்து வகை இவருடையது.

தமிழ், ஆங்கிலம் ஆகிய இரு மொழிகளிலும் எழுதும் சொக்கனுடைய நூல்கள் ஹிந்தி, கன்னடம், மலையாளம் உள்ளிட்ட பல மொழிகளில் மொழிபெயர்ப்பாகியுள்ளன.

www.ingramcontent.com/pod-product-compliance
Ingram Content Group UK Ltd.
Pitfield, Milton Keynes, MK11 3LW, UK
UKHW042132021026
15589UKWH00003B/788

9 788195 673551